‘தன் பொக்கிஷத்தை விற்ற துறவி’ புத்தகத்திற்கு குவிந்த பாராட்டுக்கள்

“மிகவும் பரபரப்பானது! நிச்சயம் உங்கள் வாழ்வை ஆசீர்வதிக்கும்”

மார்க் விக்டர் ஹான்ஸன், “சிக்கன் சூப் ஃபார் தி ஸோல்’ புத்தகத்தின் ஆசிரியர்

“ஊக்கம் அளிக்கும் விதமான ஒரு மிகச்சிறந்த புத்தகம்” கார்லோஸ் டெல்காடோ, மேஜர் லீக் பாஸ்கெட்பால் விளையாட்டு வீரர்

தனிமனித முன்னேற்றம், தனிமனித அளவில் செயல்திறனை வளர்த்துக்கொள்ளுதல் மற்றும் மகிழ்ச்சிக்கான ஒரு மிகவும் சுவாரசியமான ஆனந்தமான சுய அனுபவம் இது. ஒவ்வொருவரின் வாழ்க்கையையும் மேம்படுத்த இதில் அறிவு பொக்கிஷம் பொதிந்திருக்கிறது” பிரையன் டிரேஸி, ‘மாக்ஸிமம் அச்சீவ்மெண்ட்’ புத்தகத்தின் நூலாசிரியர்.

“நம் அனைவரது வாழ்க்கையையும் மாற்றியமைக்கும் விதமாக ராபின் ஷர்மா விடம் ஒரு மிக முக்கியமான செய்தி இருக்கிறது. நமது பரபரப்பான வாழ்க்கையிலும் நிறைவு கிடைக்க அவர் மிகச்சிறந்த கையேடு உருவாக்கியுள்ளார்”. ஸ்காட் டி கார்மோ, ‘சக்ஸஸ்’ பத்திரிக்கையின் முன்னாள் பதிப்பாளர்.

“நம் வாழ்க்கையில் வெறும் பொருட்செல்வத்தால் சூழப்படுவதைவிட, ஆன்மாவிற்கு மிக முக்கியமான விஷயம் எது என்பதை மிக அழகாக இந்த புத்தகம் எடுத்துக்காட்டுகிறது” ‘கிரௌசிங் டைகர் ஹிட்டென் ட்ராகன்’ திரைப்படத்தின் கதாநாயகி நடிகை மிஷெல் யோ

“ராபின் ஷர்மா அடிப்படை பரிமளிப்பிற்கான ஒரு அழகான சகாப்தத்தை ஒரு எளிதான வாழ்க்கை தத்துவத்திற்குள் உருவாக்கியுள்ளார். உங்கள் வாழ்க்கையை மாற்றியமைக்கும் ஒரு மகிழ்வான புத்தகம் இது”. ‘சிம்ப்லிஃபை யுவர் லைஃப்’ மற்றும் ‘இன்னர் சிம்ப்லிசிடி’ புத்தகங்களின் நூலாசிரிய எலய்ன் செண்ட் ஜேம்ஸ்.

“வாழ்க்கையின் மிக முக்கியமான கேள்விகளுக்கு விளக்கம் அளிக்கிறது”. தி எட்மண்டன் ஜர்னல்

"தி மாங்க் ஹூ ஸோல்ட் ஹிஸ் பெர்ராரி' புத்தகம் அனைவரும் படிக்க வேண்டிய ஒரு முக்கியமான புத்தகம். தினசரி போட்டி நிறைந்த வாழ்க்கையில் இது அனைவருக்கும் நிச்சயம் பயன்படும்" 'தி கிங்க்ஸ்டன் விக் ஸ்டாண்டர்ட்'

"ஒரு மகத்தான புத்தகம். ராபின் ஷர்மா தான் அடுத்த ஒக் மாண்டினோ எனலாம்!" 'ஸ்பீக் அண்ட் க்ரோ ரிச்' புத்தகத்தின் நூலாசிரியர் டாட்டி வால்டர்ஸ்

"அனைவராலும் உபயோகித்துக்கொள்ளக்கூடிய எளிமையான அறிவு புகட்டும் புத்தகம்" 'தி கால்கரி ஹெரால்ட்'

"சுய முன்னேற்றத் துறையின் 'வெல்தி பார்பர்' புத்தகம் இது என்று சொல்லக்கூடிய அளவு இது இருக்கிறது. நமது தினசரி வாழ்க்கையில் நாம் அடைய முற்படும் சமநிலை, கட்டுபாடு செயல்திறன் ஆகியவை பெற இதில் முக்கியமான செய்திகள் உள்ளன" 'இன்வெஸ்ட்மெண்ட் எக்ஸிக்யூடிவ்'

"உண்மையான வெற்றிக்கும் மகிழ்ச்சிக்கும் சூத்திரமாக அமைந்துள்ள ஒரு பொக்கிஷம் இது. மாறிவரும் இந்த உலகத்தில் பயன்படுத்தக்கூடிய பழைமையான நுண்ணறிவை ராபின் ஷர்மா வழங்கியுள்ளார். புத்தகத்தை முடிக்காமல் என்னால் கீழே வைக்க முடியவில்லை" 'நெவர் ஃபியர், நெவர் க்விட்' புத்தகத்தின் நூலாசிரியர் ஜோ டை

"நம்முடைய முழு ஆற்றலையும் அடைவதற்கான எளிமையான விதிமுறைகள்" 'தி ஹாலிஃபாக்ஸ் டெய்லி நியூஸ்'

"வாழ்க்கையில் முன்னேற்றத்தை நோக்கி ராபின் ஷர்மா வழிநடத்துகிறார்" தி கிரானிக்கல் ஹெரால்ட்

"எவருடைய வாழ்க்கையின் தரத்தையும் உயர்த்தவல்ல எளிமையான ஆனால் வலிமையான விதிமுறைகளை எடுத்துச் சொல்லும் அழகான கதை. என்னுடைய எல்லா வாடிக்கையாளர்களுக்கும் நான் இதை பரிந்துரை செய்கிறேன்." ஜார்ஜ் வில்லியம்ஸ், காரட் கண்சல்டிங்க் இன்டர்நேஷனல்

"ஆன்மிக மார்க்கத்தில் வாழ்க்கயில் முழுமை பெற ராபின் ஷர்மா உதவுகிறார்" 'ஒட்டாவா சிட்டிசென்.

லீடெர்ஷிப் விஸ்டம் ஃப்ரம் தி மாங்க் ஹூ ஸோல்ட் ஹிஸ் ஃபெர்ராரி" புத்தகத்திற்குக் கிடைத்த பாராட்டு

"இந்த ஆண்டின் மிகச் சிறந்த நிர்வாகவியல் புத்தகங்களில் இதுவும் ஒன்று" 'பிராஃபிட்' பத்திரிகை

"எளிதாகப் படித்து கற்கக்கூடிய தகவல்கள் நிறைந்த புத்தகம். எங்கள் நிர்வாகக் குழுவினர் அனைவருக்கும் எங்கள் விநியோகஸ்தர்களுக்கும் நாங்கள் இதன் பிரதிகளை வழங்கியுள்ளோம். அவர்களுக்கும் இது மிகவும் பிடித்துள்ளது" டேவிட் புளூம், தலைமை நிர்வாக அதிகாரி, ஷாப்பர்ஸ் டிரக் மார்ட்

"இன்றைக்கு மிகவும் அவசரமாக தேவைப்படும் தலைமைத்துவ சவால்களுக்கு ராபின் ஷர்மா எளிமையான சாதாரணமான உத்திகள் வைத்திருக்கிறார். யாருக்கும் புரியாத தொழில்ரீதியான வார்த்தைகள் பயன்படும் இன்றைய சூழலில் இது வணிக்கத்தலைவர்களுக்கு மிகவும் புத்துணர்ச்சியூட்டும் விதமாக அமைந்துள்ளது" இயான் டர்னர், செலெஸ்டிகா லர்னிங் சென்டர்.

"பொது அறிவும் நுண்ணறிவும் கிடைக்கும் ஒரு அறிய பொக்கிஷம் இந்தப் புத்தகம்" டீன் லாரி டாப், ரிச்சர்ட் ஐவி ஸ்கூல் ஆஃப் பிசினஸ், யூனிவர்சிட்டி ஆஃப் வெஸ்டெர்ன் ஒண்டாரியோ

"எந்த ஒரு வணிகத்துறை தலைவரும் சிறப்பாக வாழ்ந்து தலைமைத்துவம் அடைய உதவும் ஒரு சிறந்த புத்தகம்" ஜிம் ஓ நீல், ஆப்பரேஷன்ஸ் இயக்குநர், டிஸ்டிரிக்ட் விற்பனைத்துறை பிரிவு, லண்டன் லைஃப்

"வணிகத்தில் சமநிலை அடைய மாங்க் வழிகாட்டுகிறது. இந்த புத்தகம் நிச்சயம் பயன்படுகிறது" தி டொராண்டோ ஸ்டார்

"மாற்றநிலையில் இருக்கும் இந்நாளில் தங்கள் நிறுவனத்தை வெற்றிகரமாக்கும் விதமாக மாற்ற, நிறுவனத் தலைவருக்கு

வழிகாட்டுவது ஷர்மாவின் நோக்கமாக இருக்கிறது" சேல்ஸ் ப்ரமோஷன் பத்திரிக்கை

"கிழக்குலக மேற்கத்திய உலக ஞானிகளின் அறிவை ஒருசேரக் கலந்து வணிகத்துறையில் சிறப்பாக பயன்படுத்த ஷர்மா வழங்கியுள்ளார்" தி லிபரல்.

தன் பொக்கிஷத்தை விற்ற துறவி

கனவுகளை நனவாக்கி லட்சியத்தை
அடைவதைப் பற்றிய அற்புதக்கதை

The Monk Who Sold His Ferrari

NEW TAMIL TRANSLATION

ராபின் ஷர்மா

ஜெய்கோ பப்ளிஷிங் ஹவுஸ்
அகமதாபாத் பெங்களூரு சென்னை டில்லி
ஹைதராபாத் கொல்கொத்தா மும்பை

Published by Jaico Publishing House
A-2 Jash Chambers, 7-A Sir Phirozshah Mehta Road
Fort, Mumbai - 400 001
jaicopub@jaicobooks.com
www.jaicobooks.com

© Robin Sharma

Published in arrangement with
HarperCollins Publishers Ltd
Toronto, Canada

To be sold only in India, Bangladesh, Bhutan,
Pakistan, Nepal, Sri Lanka and the Maldives.

THE MONK WHO SOLD HIS FERRARI
தன் பொக்கிஷத்தை விற்ற துறவி
ISBN 978-81-7992-608-6

First Jaico Impression: 2007
30th Jaico Impression (New Tamil Translation): 2020
39th Jaico Impression: 2025

Translator: R.V. Prasad

No part of this book may be reproduced or utilized in
any form or by any means, electronic or
mechanical including photocopying, recording or by any
information storage and retrieval system,
without permission in writing from the publishers.

Page design and layout: Allen Smalley, Chennai

Printed by
Repro India Limited, Mumbai

இந்த உலகத்தில் இருக்கும் எல்லா நல்ல விஷயங்களுக்கும் நினைவாக இருக்கும் என் மகன் கால்பி-க்கு சமர்ப்பணம். நல்லாசிகள் கிடைக்கப்பெறுவாய்!

நன்றிகள்

'தி மாங்க் ஹூ சோல்ட் ஹிஸ் ஃபெர்ராரி' என்பது சில சிறப்பான நபர்களினால் சாத்தியமான ஒரு செயல்திட்டம் ஆகும். நான் மனக்கண்ணால் கண்டதை நனவாக்கிய எனது மிகச்சிறந்த தயாரிப்புக் குழுவினருக்கும், குறிப்பாக ஷர்மா லீடர்ஷிப் இன்டர்நேஷனல் நிறுவனத்தில் உள்ள எனது குடும்பத்தினருக்கும் நான் என்றென்றும் நன்றிக்கடன் பட்டிருக்கிறேன். உங்கள் அற்பணிப்பும் பணியை நோக்கிய உங்கள் கவனமும் எனக்கு பெரும் ஊக்கம் அளிக்கின்றன.

- எனது முதல் புத்தகமான "மெகா லிவிங்"கின் ஆயிரக்கணக்கான வாசகர்களுக்கு நன்றி. தங்கள் நேரத்தை எனக்காக ஒதுக்கிக் கொண்டு தங்கள் வெற்றிக்கதைகளை கடிதம் மூலம் பகிர்ந்து கொண்டும் எனது கருத்தரங்குகளில் பங்கெடுத்துக்கொண்டும் எனக்கு ஆதரவளித்தமைக்கு என் நன்றி. நான் செய்யும் பணிகளுக்கான காரணமே நீங்கள் தான்.
- இண்டீரியர் டிசைன் இல் தலைமைத்துவம் வகித்து, எனது இந்த செயல்திட்டம் நேரத்தோடு நிறைவுபெற உதவிய கெரேன் பெதெரிக்-கும் என் நன்றி
- எனது முதல் பிரதிகளை படித்து விமர்சனங்கள் அளித்த எனது பால்யகால நண்பன் ஜான் சாம்ஸன்-க்கும், அடுத்தடுத்த பிரதிகளுக்கு யோசனைகள் கூறிய மார்க் கிளார் மற்றும் டாம்மி மற்றும் ஷரீஃப் ஈஸா ஆகியோருக்கும் எனது நன்றி.
- நீதித் துறையில் பணிபுரியும் அர்ஸூலா காழ்மார்க்ஜிக்-க்கு எனது நன்றிகள்
- பிரமாதமான அட்டைப்பட வடிவமைப்பு செய்த காத்தி டன்-க்கு நன்றி. 'டைம்லெஸ் விஸ்டம் ஃபார் செல்ஃப் மாஸ்ட்டெரி' புத்தகத்தை மிஞ்ச முடியாது என்று நினைத்திருந்தேன், அந்த நினைப்பு தவறானது
- மார்க் விக்டர் ஹான்ஸென், ரிக் பிரிஷ்மன், கென் வேகாட்ஸ்கி, பில் ஒளல்டன் ஆகியோருக்கும், குறிப்பாக சத்ய பால் மற்றும் கிருஷ்ணா ஷர்மா ஆகியோருக்கும் நன்றி
- மிகவும் முக்கியமாக எனது பெற்றோர் ஷிவ் மற்றும் ஷஷி ஷர்மாவுக்கு நன்றி. என்னை துவக்கக் காலத்தில் இருந்தே வழிநடத்தியவர்கள் இவர்கள்தான். எனக்கு உறுதுணையாக இருந்த

எனது சகோதரன் சஞ்சய் ஷர்மா விஞ் மற்றும் அவரது மனைவி சூசன் அவர்களுக்கும் நன்றி. என்னுடன் இருந்து என்னை சிறப்பித்த என் மகள் பியாங்கா வுக்கு நன்றி. என் மனைவியும் எனது மிகவும் நெருங்கிய தோழியுமான அல்காவுக்கும் நன்றிகள். என் வழித்தடத்தை பிரகாசமாக்கும் ஒளி நீங்கள் தான்.

• ஐரிஸ் டுப்ஹோம், கிளாஉட் பிரிமேஉ, ஜூடி பிருன்செக் காரல் பான்னெட், டாம் பெஸ்ட், மிஷேலா கார்நெல் மற்றும் ஹார்ப்பர் காலின்ஸ் நிறுவனத்தின் மற்ற சிறப்பான குழுவினருக்கும் எனது நன்றிகள். இந்த புத்தகத்தின் மேல் நீங்கள் வைத்த நம்பிக்கைக்கும் உற்சாகத்திற்கும் நன்றி. இந்த புத்தகத்தின் முழுமையான மதிப்பை கண்டுகொண்டு, என்மேல் நம்பிக்கை வைத்து இதை நனவாக்கிய ஹார்ப்பர் காலின்ஸ் நிறுவனத்தின் தலைவர் எட் கார்சன் அவர்களுக்கும் நன்றி. உங்கள் வழிகாட்டுதல் எனக்கு மிகவும் முக்கியமானதாக இருந்தது.

வாழ்க்கை என்பது எனக்கு வெறும் மெழுகுவர்த்தி அல்ல. இந்த கணப்பொழுதில் எனக்குக் கிடைத்திருக்கும் ஒரு மகத்தான ஒளிப் பிழம்பு அது. என்னால் முடிந்த அளவு அதை பிரகாசமாக ஒளிரச் செய்து, பின்னர் வரும் சந்ததியினருக்குக் கொடுப்பதையே நான் விரும்புகிறேன்.

- ஜார்ஜ் பெர்னார்ட் ஷா

பொருளடக்கம்

1	விழிப்பூட்டிய அபாய மணி	1
2	மர்மமான விருந்தாளி	9
3	ஜூலியன் மாண்டில்-இன் முற்றிலும் புதிய அதிசய மாற்றம்	14
4	சிவானாவின் ஞானிகளுடன் ஓர் அற்புதமான சந்திப்பு	27
5	ஞானிகளின் ஆத்மார்த்தமான மாணவன்	31
6	சுயமாற்றத்தில் விளையும் விவேகம்	36
7	அதிசயங்கள் நிறைந்த தோட்டம்	47
8	உள்ளே இருக்கும் நெருப்பை எரிய விடுங்கள்	84
9	சுய மேலாண்மை என்னும் பண்டைய கலை	109
10	ஒழுக்கத்தின் வலிமை	163
11	உங்களுக்கு மிகவும் விலை உயர்ந்த பொருள்	179
12	வாழ்க்கையின் உன்னதமான குறிக்கோள்	196
13	வாழ்நாள் முழுவதுமான மகிழ்ச்சி பெறுவதற்கான பண்டைய இரகசியம்	205

முதல் அத்தியாயம்

விழிப்பூட்டிய அபாய மணி

கூட்டம் நிறைந்த நீதிமன்ற அறையில் அவர் நிலைகுலைந்து மயங்கிச் சரிந்தார்! நாட்டின் மிகச்சிறந்த வழக்கறிஞர்களில் ஒருவர் அவர். நீதிமன்றத்தில் அவருடைய வெற்றிகள் எவ்வளவு பிரபலமோ, அதே அளவு பிரபலம், மிக அதிக விலையில் மிகப் பிரத்யேகமாக வடிவமைக்கப்பட்ட அவருடைய இத்தாலியன் உடைகள். நான் கண்ட காட்சியின் அதிர்ச்சியிலிருந்து மீள முடியாமல் அங்கேயே சிலைபோல் நின்றிருந்தேன். எல்லாம் வல்ல அந்த மகா திறமைசாலி ஜூலியன் மாண்டில், வெறும் நோயாளியாக சிறு குழந்தைபோல், வியர்த்துக்கொண்டும் நடுக்கத்துடனும் மனநிலை சரியில்லாதவர்போல் நிலத்தில் துடிதுடித்துக் கொண்டிருந்தார்.

அந்த கணப்பொழுதில் இருந்து அனைத்துமே மெதுவாக, மிக மெதுவாக, ஸ்லோமோஷனில் நடைபெறுவதுபோல் தோன்றியது. "கடவுளே, ஜூலியனுக்கு என்னவோ ஆகிவிட்டது" என்று அவருடைய உதவியாளர் தன்னிலை இழந்து, அனைவருக்குமே கண்கூடாக விளங்கிய விஷயத்தை நெஞ்சுருகக் கதறினார். நீதிபதியோ, எப்போதாவது அவசரகாலத்தில் தேவைப்படலாம் என்று வைக்கப்பட்டிருந்த தொலைபேசியில் பதட்டத்துடன் ஏதோ குசுகுசுத்தார். நானா! செய்வதறியாமல் குழப்பத்தோடு என்னால் அங்கே நிற்கத்தான் முடிந்தது. "இறக்காதே கிழவனே ! நீ இங்கிருந்து வெளியேற இன்னும் நிறைய நேரம் இருக்கிறது! நீ இந்த விதத்தில் இறப்பது முறையல்ல!"

அதுவரை அங்கே சிலை வடித்தாற்போல் நின்றிருந்த நீதிமன்றக் காவல் அதிகாரி, திடீரென்று உயிர்பெற்றது போல துள்ளி வந்து,

அங்கே வீற்றிருந்த அந்த சட்ட மேதைக்கு செயற்கை சுவாசம் அளிக்கலானார். அவருடைய உதவியாளரோ, சிவந்து போயிருந்த ஜூலியனின் முகத்தின் மேல் தன் பொன்னிற சுருள்முடி விழுமளவு அருகில் சென்று, அவரால் கேட்கமுடியாது என்றாலும், ஆறுதல் வார்த்தைகள் கூறிக் கொண்டிருந்தார்.

எனக்கு ஜூலியனை பதினேழு வருடங்களாகத் தெரியும். கோடை விடுமுறையில், ஒரு சட்டத்துறை பயிலுநராக அவருடைய நிறுவனத்தில் பணிபுரிய தேர்வு செய்யப்பட்ட ஓர் இளம் மாணவனாகத்தான் நான் அவரை முதன்முதலில் சந்தித்தேன். அந்த காலத்தில், அவரிடம் என்னதான் இல்லை! பார்க்கவே வசீகரமான, அறிவுக்கூர்மையுள்ள, சற்றும் பயமறியா வழக்குரைஞர் அவர். அப்பொழுதே பெரும் புகழ் அடைய வேண்டும் என்ற கனவுகள் கொண்டிருந்தார். அந்த நிறுவனத்தின் இளம் நம்பிக்கை நட்சத்திரம் அவர்தான். ஒருநாள், அலுவலகத்தில் நெடுநேரம் பணிபுரிய நேர்ந்த போது நான் அவருடைய அறையைக் கடந்து செல்ல வேண்டியிருந்தது. அதில் இருந்த பிரம்மாண்டமான மேஜையும் அங்கே வைக்கப்பட்டிருந்த அலங்கார வாசகப்பலகையும் எனக்கு இன்னும் நினைவிருக்கின்றன. இங்கிலாந்து பிரதமர் வின்ஸ்டன் சர்ச்சில்-இன் அந்த வாசகம் ஜூலியன் எப்பேர்ப்பட்ட மனிதர் என்பதை அழகாக சுட்டிக்காட்டியது:

நம்முடைய விதியின் மன்னர்கள் நாம்தான் என்பது எனக்கு நிச்சயம் தெரிகிறது. நமக்கு இருக்கும் பொறுப்புகளும் பணிகளும் நம்முடைய சக்திக்கு அப்பாற்பட்டது அல்ல என்பதும் தெரியும். அதற்கு வேண்டிய முயற்சிகளும் எனக்கு அப்பாற்பட்டது அல்ல. நம்முடைய இலட்சியங்கள் மீது நமக்கே நம்பிக்கையிருக்கும் வரை, வெற்றியடைய வேண்டும் என்ற அடக்கமுடியாத ஆவல் இருக்கும் வரை, அந்த வெற்றியை யாரும் நம்மிடமிருந்து பறிக்க முடியாது !

தான் சொன்னதை எப்போதும் செய்துகாட்டியவர் ஜூலியன். கடினமான உழைப்பாளி, தனக்கு வரவேண்டிய வெற்றி எனக்கருதும் எந்த ஒரு விஷயத்திற்காகவும் ஒரு நாளில் 18 மணிநேரம் வரை உழைக்க தயாராக இருப்பவர். அவருடைய தாத்தா ஒரு பாராளுமன்ற உறுப்பினராக இருந்தார் என்றும், அவருடைய தந்தை மிகவும் மதிக்கப்பட்ட ஒரு நீதிபதியாக இருந்தார் என்றும் சொல்லக்கேட்டதுண்டு. அவர் பரம்பரை பணக்காரர்தான் என்பதும்,

தன் பொக்கிஷத்தை விற்ற துறவி

அவருடைய தோள்களில் பெரிய பொறுப்புகளும் எதிர்பார்ப்புகளும் இருந்தன என்பதும் தெளிவாகத் தெரிந்தது. ஒரு விஷயம் நிச்சயம் உணர்ந்தேன் - தன் வேகத்தை அவரேதான் நிர்ணயித்துக்கொண்டு ஓடினார். "என் வழி தனி வழி" என்பதை செயலில் காட்டினார். கூடவே, மக்கள் கவனத்தை ஈர்க்கும் வகையில் பிரம்மாண்டத்தை அரங்கேற்றவும் அவருக்குப் பிடிக்கும். நீதிமன்றங்களை நாடகமேடைபோல் பாவித்து அவர் செய்த பல விஷயங்கள் செய்தித்தாள்களின் முதல் பக்கத்தில் பலமுறை வந்திருந்தன. சட்டத்தின் மிகச்சிறந்த யுத்திகள் வேண்டியிருக்கும்போது ஊரில் உள்ள பணக்காரர்களில் பலரும் அவரை நாடுவார்கள். அவருடைய பணிநேரம் முடிந்ததும் அவர் செய்யும் பல நடவடிக்கைகளும்கூட அதே அளவு பிரபலமானவைதான் - மாடல் அழகிகளுடன் நகரத்தின் மிகச்சிறந்த உணவு விடுதிகளில் இரவுநேர கொண்டாட்டங்களும், தன் "சிறப்புப்படை" என அவரே கூறும் ப்ரோக்கர்களுடன் அதகளம் புரியும் மதுபான பார்ட்டிகளும் எங்கள் அலுவலக சரித்திரத்திலேயே பிரபலமடைந்தன.

என் முதல் பணி அனுபவமான அந்த கோடை காலத்திலேயே, அந்த பரபரப்பான கொலை வழக்கில் அவருடன் பணியாற்ற என்னை எதற்காக தேர்வு செய்தார் என்று எனக்கு இன்றுவரை விளங்கவேயில்லை. அவர் படித்த ஹார்வர்ட் சட்டக்கல்லூரியில் தான் நானும் படித்து முடித்திருந்தேன் என்றாலும், அந்த நிறுவனத்தில் இருந்த பயிலுநர்களில் மிகவும் புத்திசாலி அல்ல நான் என்பது எனக்கு நன்றாகவே தெரியும். என் குடும்பப் பின்னணியும் அவ்வளவு ஒன்றும் குறிப்பிடும்படியாக இருக்கவில்லை - என் தந்தை ராணுவத்தில் பணிபுரிந்து பின்னர் ஓர் உள்ளூர் வங்கியில் பாதுகாவலராக இருந்தார். தாய் நியூயார்க்-இன் பிரான்க்ஸ்-இல் வளர்ந்ததும் சாதாரணமானது தான். இது எல்லாம் இருந்தும், "மிகப்பெரிய கொலை வழக்கு" என்று கருதப்பட்ட அந்த வழக்கில் அவருக்கு எடுபிடியாகப் பணிபுரிய அத்தனை பேர் சத்தமில்லாமல் அடிபோட்டுக் கொண்டிருந்தாலும், அவர் என்னைத்தான் தேர்ந்தெடுத்தார். "உன்னுடைய பசி எனக்குப் பிடித்திருந்தது" என்றார் அவர். அவர் கையாண்ட கேஸ் அல்லவா, நாங்கள் தான் வெற்றிபெற்றோம். தன் மனைவியை கொடூரமாகக் கொலைசெய்ததாகக் குற்றம் சாட்டப்பட்ட எங்கள் கட்சிக்காரரான கார்ப்பரேட் நிர்வாகி (அவருடைய மனசாட்சி இடம்கொடுக்குமளவு) சுதந்திரமாகச் சென்றார்!

அந்த கோடைகாலத்தில் நான் கற்றுக்கொண்டது எனக்கு பெரும் பொக்கிஷமாகவே இருந்தது. எந்தவொரு தெளிவான விஷயத்திலும் சந்தேகம் எழும்படி கருத்துக்களை எடுத்துச் சொல்வது எப்படி என்பதை கற்றுக்கொண்டேன், ஆனால் அது எந்த ஒரு வழக்கறிஞரும் செய்யக்கூடியது தான். நான் கற்றுக்கொண்டது அதையும் தாண்டிய ஒன்று - வெற்றியின் உளவியல் சம்பந்தப்பட்ட ஒன்று. ஜூலியன் என்ற அந்த பெரும் வல்லுநரை அருகிலிருந்து பார்த்து கற்றுக்கொள்ளும் வாய்ப்பு அது. நானும் வாய்ப்பைத் தவறவிடாமல் முடிந்த அளவு கிரகித்துக்கொண்டேன்!

அவருடைய அழைப்பின் பேரில் அதே நிறுவனத்தில் ஒரு முழுமையான பணியாளனாகச் சேர்ந்தேன். குறுகிய காலத்திலேயே எங்களுக்குள் ஒரு நல்ல நட்பு உருவானது. அவருக்குக் கீழே பணிபுரிவது என்பது நிச்சயம் எளிதான விஷயம் அல்ல. பல நாட்கள் இரவு வரை பணிபுரிந்து உரக்க சண்டை போட்டிருக்கிறோம். 'நான் சொன்னபடிதான் செய்யவேண்டும், இல்லையென்றால் முடியாது' என்றே அவர் செயல்பட்டார். தான் செய்வது எப்போதும் தவறாது என்று நம்பினார். ஆனால், அவருடைய கரடுமுரடான இந்த வெளித்தோற்றத்தின் பின்னே, மற்றவர்களைப் பற்றி ஆழ்ந்த அக்கறை நிச்சயம் இருந்தது.

அவர் தன் வேலையில் எவ்வளவுதான் மும்முரமாக இருந்தாலும், என் குடும்பத்தைப் பற்றியும், என் மனைவி ஜென்னியைப் பற்றியும் விசாரிக்கத் தவறியதில்லை. பயிலுநனாக இருந்த வேளையில் எனக்கு நிதி நெருக்கடி ஏற்பட்டதை வேறு ஒருவர் மூலம் கேள்விப்பட்ட அவர், எனக்கு தனியாக நிதியுதவி செய்ய ஏற்பாடு செய்தார். எல்லோரிடமும் கடினமாகத்தான் நடந்துகொள்வார், கூத்தும் கும்மாளமும் விரும்புவார்தான். ஆனால் எப்போதுமே தன் நண்பர்களை விட்டுக்கொடுக்க மாட்டார். ஒரே பிரச்னை என்னவென்றால், ஜூலியனுக்கு தன் வேலை மேல் அடக்கமுடியாத மோகம்!

முதல் சில வருடங்களில் அவர் தினமும் நீண்டநேரம் பணிபுரியும் போது "நிறுவனத்தின் நன்மைக்குத்தானே செய்கிறேன் ! அடுத்த ஆண்டு குளிர்காலத்தில் ஒருமாதம் விடுமுறை எடுத்துக்கொண்டு கேமன் தீவுகளுக்கு நிச்சயம் செல்வேன்" என்று கூறிக்கொள்வார். ஆனால் மாதங்கள் செல்லச்செல்ல, அவருடைய திறமையின் புகழ் மென்மேலும் பரவி, அவருடைய வேலைப்பளு

கூடிக்கொண்டே இருந்தது. எந்த சவாலையும் ஏற்றுக்கொள்ளும் மனிதர் அல்லவா அவர்! அதனால், அவருக்கு வந்த வழக்குகளின் அளவு பெருகப்பெருக, அவரும் தன்னைத்தானே இன்னும் வருத்திக்கொண்டு பணியிடத்தில் இன்னும் அதிக நேரம் செலவிடத் தொடங்கினார். எப்போதோ ஒருமுறை அரிதாகக் கிடைக்கும் அமைதி நேரத்தில் "என்னால் ஒருசில மணிநேரங்களுக்கு மேல் தூங்க முடிவதில்லை" என்றும் "தூக்கத்தில் இருந்து விழிக்கும்பொழுது முக்கியமான வழக்கில் நேரம் செலவிடாமல் தூங்கிவிட்டோமே என்ற குற்ற உணர்வு இருக்கிறது" என்றும் என்னிடம் கூறினார். இன்னும் அதிகம் வேண்டும் - இன்னும் அதிக அந்தஸ்து, இன்னும் அதிக புகழ், இன்னும் அதிக பணம் வேண்டும் என்ற மனநிலை அவருக்கு வந்துவிட்டது என்று எனக்கு மிக எளிதாக விளங்கியது.

எதிர்பாத்ததை போலவே அவர் மிகவும் வெற்றிகரமான சாதனையாளராகவே அறியப்பட்டார். அனைவரும் அடைய விரும்பும் பல விஷயங்களை அவர் சாதித்திருந்தார்- தொழில்ரீதியான மிகவும் உயர்ந்த புகழ், பல கோடிகள் வருமானம், பல பிரபலங்கள் வசிக்கும் பகுதியில் அரண்மனைபோல் பங்களா, தனக்கென்ற தனி விமானம், நல்ல சுற்றுலாத்தலத்தில் இன்னொரு வீடு, இவை எல்லாவற்றையும் விட அவர் மிக முக்கியமாகக் கருதிய இன்று - அவருடைய வீட்டு வாசலில் நிறுத்தி வைக்கப்பட்டிருந்த பளபள சிவப்பில் மின்னிய, அவருக்கு மிகப் பிடித்த ஃபெர்ராரி கார்.

ஆனால், மேலோட்டமாகக் காண்பதுபோல் எல்லாம் சுமுகமாக இருக்கவில்லை என்று எனக்குத் தோன்றியது. எதிர்காலத்தில் வரக்கூடிய இறுதிநிலையின் அறிகுறிகள் எனக்குத் தென்பட்டன. அது என் கூரிய புலனாய்வுத்திறனால் அல்ல, நான்தான் அவரோடு மிக அதிக நேரம் செலவிடுகின்றேன் என்ற ஒரே காரணத்தினால் தான், என்னால் எளிதில் உணர முடிந்தது.

ஒன்றாக வேலைசெய்தோம் என்பதால் நாங்கள் இருவருமே ஒன்றாகவே இருந்தோம். எப்போதுமே எல்லா வேலைகளுமே வேகமாகத்தான் நடந்துகொண்டிருந்தன - கடந்துசென்ற வழக்கைவிட அடுத்து வரப்போகும் வழக்கு இன்னும் பிரம்மாண்டமாக இருக்கப்போகிறது என்று நினைத்துக்கொண்டிருந்தோம். எவ்வளவு பயிற்சி செய்தாலும் எவ்வளவு தயார்நிலையில் இருந்தாலும் ஜூலியனுக்கு அது குறைவாகவே தோன்றியது. ஐயோ, திடீரென்று நீதிபதி அந்தக் கேள்வியை எழுப்பினால் என்ன செய்வது? நாம் செய்த

ஆராய்ச்சி திடீரென்று போதவில்லை என்றால் எப்படி இருக்கும்? சாலையில் இருட்டில் கார் வெளிச்சத்தில் மாட்டிக்கொண்டு முழிக்கும் மிருகத்தைப்போல தானும் நீதிமன்ற அறையில் மாட்டிக்கொண்டால் என்ன செய்வது? இந்த கவலைகள் எங்களை சூழ்ந்து கொள்ள, நானும் அவருடைய பணிசார்ந்த உலகத்தில் மாட்டிக்கொண்டேன். சரியான மனநிலை உள்ளவர்கள் தங்கள் குடும்பத்தோடு இருக்கும் வேளையில், நானும் அவரும் கடிகாரத்தின் இரு அடிமைகளாய், எதோ ஒரு கண்ணாடி கட்டிடத்தின் அறுபத்தி இரண்டாவது மாடியில் மாங்கு மாங்கென்று உழைத்துக் கொண்டிருந்தோம். எதோ உலகத்தையே எங்கள் கைகளில் வைத்திருக்கிறோம் என்ற மாயை, வெற்றி எங்கள் பக்கம்தான் என்ற மாயை எங்களை செலுத்திக்கொண்டிருந்தது.

ஜூலியனுடன் நான் செலவிடும் நேரம் அதிகம் ஆக ஆக, வெளிவரமுடியாத ஒரு குழிக்குள் அவர் தன்னைத்தானே புதைத்துக் கொண்டிருக்கிறாரோ என்று தோன்ற ஆரம்பித்தது. என்னவோ சாகக்கிடக்கும் மனிதனின் கடைசி ஆசையைப்போல அவர் அவசரமாகவோ வெறியுடனோ பணி செய்து கொண்டிருப்பது போல் தோன்றியது. எதுவுமே அவரை திருப்தி படுத்த முடியவில்லை. அவருடைய திருமண வாழ்க்கை பாதிப்பு அடைந்தது. அவர் தன் தந்தையுடன் பேசுவதையே நிறுத்தி விட்டார். ஒரு மனிதன் விரும்பும் அனைத்து பொருட் செல்வங்களையும் அவர் அடைந்திருந்தாலும், அவர் தேடும் ஏதோ ஒன்று அவருக்குக் கிடைக்காமல் போனதுபோன்ற ஒரு நிலையில் இருந்தார். அவருடைய மனநிலையில், அவருடைய உடல்நிலையில், அவருடைய ஆத்மார்த்தமான நிலையில் என்று பல நிலைகளிலும் அந்த வெற்றிடம் வெளிப்படையாகவே தெரிந்தது.

ஐம்பத்து மூன்று வயதே ஆன ஜூலியன் எழுபத்தி ஐந்து வயதைத் தாண்டியவர் போல் தோற்றமளித்தார். வாழ்க்கையை எந்த விதத்திலும் குறையில்லாமல் முழுமையாக வெறித்தனமாக வாழ வேண்டும் என்ற அவருடைய அணுகுமுறைக்கு அவர் முகத்தின் சுருக்கங்கள் பாதிப்படைய ஆரம்பித்தன. விலையுயர்ந்த பிரெஞ்சு உணவகங்களில் நள்ளிரவு உணவுகளும், அவர் ஊதித்தள்ளிய கியூபா நாட்டு சுருட்டுக்களும், ஒன்றின் பின் ஒன்றாக உள்ளே தள்ளிய கோனியாக் ப்ராண்டிகளும் அசாதாரண அளவிற்கு அவருடைய உடல் பருமனை அதிகரித்தன. அவர் எப்போதும் கடுப்பாகவும் விரக்தியாகவும் இருப்பதாக அவரே கடுப்புடனும்

விரக்தியுடனும் என்னிடம் சொல்வார். நகைச்சுவை உணர்ச்சியை தொலைத்து, சிரிப்பதையும் மறந்துவிட்டாற்போல் ஆனார். முன்பு ஒரு காலத்தில் அவரிடம் இருந்த உற்சாகம் முற்றிலும் தொலைந்து எப்போதுமே சீரியஸ் ஆகவே காட்சியளித்தார். அவர் தன் வாழ்க்கையின் அர்த்தத்தையே தொலைத்து விட்டாரோ என்ற சந்தேகம் என்னுள் எழுந்தது. எல்லாவற்றையும் விட சோகமான விஷயம் என்னவென்றால், அவர் நீதிமன்றத்திலும் தன்னுடைய ஒருமித்த கவனத்தை தொலைக்கலானார். முன்பெல்லாம் தன் வாதத் திறமையினால் அனைவரையும் கட்டிப்போட்டாற் போல் இருக்கும் அவருடைய வழக்குகளின் முடிவுரைகள், தற்போது மணிக்கணக்கில் தொடர்பின்றி இழுத்துக்கொண்டே இருந்ததில் தொய்வடைந்து சலிப்பூட்டின. எதிர்க்கட்சி வக்கீலின் பிரதிவாதங்களையும் ஆட்சேபங்ககளையும் கனிவாக ஏற்றுக்கொண்டிருந்த அதே நபர், இப்போது அதே மாதிரியான பிரதிவாதங்களை சிறிதும் பண்பற்ற பரிகாசத்துடன் எதிர்கொள்ளலானார். ஒருகாலத்தில் அவரை சட்ட மேதை என்று கருதிய அதே நீதிபதிகள் இப்போது அவருடைய செய்கைகளைக் கண்டு பொறுமை காப்பதையே கடினமாக எண்ணினார்கள். சுருங்கச் சொன்னால், ஜூலியன் தன் வாழ்வின் அர்த்தத்தையே தொலைக்கலானார்.

அவருடைய அவசரமான வாழ்க்கைமுறை மட்டுமே அவரை முடிவை நோக்கித் தள்ளுவதாகத் தோன்றவில்லை. அது சற்று ஆழமான, ஆத்மார்த்தமான ஒரு விஷயமாகவே தோன்றியது. தன் வாழ்க்கையே வெற்றிடமாக மாறி வருகிறது என்றும் அவருடைய தினசரி செயலில் ஓர் ஈடுபாடே இல்லை என்று அவர் ஒவ்வொரு நாளும் என்னிடம் சொல்ல ஆரம்பித்தார். அவருக்குள்ளே இளவயதில் சட்டத்துறையின் மேல் ஒரு பிணைப்பு, நாட்டம் காதல் ஆகியவை இருந்திருந்தாக அவரே சொல்லியிருந்தார். சட்டத்தின் சிக்கல்களும் அறிவுபூர்வமான சவால்களும் அவருக்கு தினமும் ஊக்கம் அளித்திருந்தன. சட்டத்தின் மூலம் சமுதாயத்தில் நல்ல மாற்றங்கள் கொண்டுவரலாம் என்ற சாத்தியங்கள் அவரை உற்சாகப்படுத்தியிருந்தன. அப்போது, தன் இளவயதில் அவர் கனக்ட்டிகட் மாநிலத்தில் இருந்து வந்திருந்த ஏதோ ஒரு பணக்கார இளைஞனாக மட்டும் இல்லாமல், சமுதாயத்தில் நல்ல மாற்றங்கள் கொண்டுவந்து தன் திறமைகள் மூலம் மற்றவர்களுக்கு உதவிசெய்யும் நோக்கத்தோடு தான் இருந்தார். அந்த நோக்கம் தான் அவருடைய

வாழ்க்கையில் ஓர் அர்த்தத்தையும் பிணைப்பையும் கொடுத்து, அவருடைய லட்சியங்களுக்கு உந்துசக்தியாகவும் இருந்தது.

அவர் தன் பிழைப்புக்காகச் செய்யும் தொழிலையும் தாண்டி அவரை பாதித்த ஏதோ ஒன்று இருந்தது. நான் இந்த நிறுவனத்தில் வந்து சேரும் முன்பே அவருக்கு ஏதோ ஒரு துயர நிகழ்வு நடந்திருந்தது. வெளியே சொல்லமுடியாத ஒரு மிகப்பெரிய அசம்பாவிதம் நடந்தது என்று நிறுவனத்தின் ஒரு மூத்த பார்ட்னர் சொல்லக் கேட்டிருக்கிறேன். ஆனால் யாரும் அதைப்பற்றி பேசத் தயாராக இல்லை. தன் மிகப்பெரிய அலுவலக அறையைவிட, ரிட்ஸ்-கார்ல்டன் ஹோட்டலின் மதுபான விடுதியில் அதிக நேரம் செலவிடும் ஓட்டைவாய் நிர்வாக பார்ட்னர் ஹார்டிங் கூட, அது பெரிய ரகசியம் என்றும் ரகசியமாகவே வைத்துக்கொள்ள சத்தியம் செய்துள்ளதாகவும் கூறினார். அது என்ன துயரமோ பயங்கரமான ரகசியமோ, அதுவும் ஒருவிதத்தில் ஜூலியனின் தற்போதைய வீழ்ச்சி நிலைக்கு பெரிய காரணம் என்று எனக்குப் பட்டது. உண்மை என்ன என்று அறிந்துகொள்ள எனக்கு ஆர்வம் இருந்தது உண்மைதான். ஆனால் அதைவிட, அவருக்கு உதவி செய்யவேண்டும் என்ற ஆவல் இருந்தது. அவர் எனக்கு வழிகாட்டி மட்டும் அல்லர், எனக்கு நெருங்கிய நண்பரும் அவர்தான் !

இந்த சூழ்நிலையில் தான் அந்த சம்பவம் திடீரென நிகழ்ந்தது. ஜூலியன் மாண்டில் என்ற அறிவுஜீவியை, நீ சாதாரண மனிதன்தான் என்று நினைவுபடுத்திய அந்த மாரடைப்பு. நாங்கள் முன்பு ஒரு காலத்தில் அந்த மிகப்பெரிய கொலை வழக்கில் வெற்றி கண்ட அதே நீதிமன்ற அறையில், ஒரு திங்கட்கிழமை காலையில் வீழ்த்தியது.

இரண்டாவது அத்தியாயம்

மர்மமான விருந்தாளி

நிறுவனத்தின் அவசர கூட்டம். அனைவரும் பிரதான சந்திப்பு அறையில் கூடிய போது, எதோ ஒரு தீவிரமான பிரச்னை என்று எனக்குப் பட்டது. பெரியவர் ஹார்டிங் முதலில் பேச எழுந்தார்.

"உங்கள் அனைவரிடமும் கெட்ட செய்தி ஒன்று பகிர்ந்து கொள்ள வேண்டியிருக்கிறது. நேற்று வழக்காடு மன்றத்தில் ஏர் அட்லாண்டிக் வழக்கை வாதாடிக்கொண்டிருக்கும் பொழுது ஜூலியன் மாண்டில்-க்கு பெரும் மாரடைப்பு ஏற்பட்டது. இப்போது அவர் மருத்துவமனையில் தீவிர சிகிச்சை பிரிவில் இருக்கிறார். அவருடைய நிலைமை சற்று சீரடைந்து வருகிறது என்றும், அவர் பிழைத்துக்கொள்வார் என்றும் அவருடைய மருத்துவர்கள் சொல்கிறார்கள். ஆனால், ஜூலியன் ஒரு முக்கியமான முடிவு எடுத்துள்ளார். நீங்கள் அனைவரும் அந்த முடிவைப் பற்றி தெரிந்து கொள்ள வேண்டியது அவசியம். அவர் நம் குடும்பத்தை விட்டு வெளியேறப் போகிறார், அவர் தன்னுடைய வழக்கறிஞர் தொழிலையும் விட்டுவிடப் போகிறார். அவர் இந்த நிறுவனத்திற்கு திரும்பப் போவதில்லை"என்றார் பெரியவர்.

எனக்கு அதிர்ச்சியாக இருந்தது. ஜூலியன்-க்கு நிறைய பிரச்னைகள் இருக்கு என்று எனக்குத் தெரியும்தான், ஆனால் அவர் இப்படி எதையுமே பாதியில் விட்டுச் செல்லக் கூடியவர் என்று நான் நினைத்திருக்கவில்லை. மேலும், நானும் அவரும் அவ்வளவு விஷயங்கள் ஒன்றாகச் செய்திருக்கிறோம், அதற்காகவாவது அவர் என்னை நேரடியாகத் தொடர்பு கொண்டு இந்த செய்தியை தெரியப்படுத்தி இருக்கலாமே! மருத்துவமனையிலும் அவர் என்னைப் பார்க்க அனுமதிக்கவில்லை. நான் அங்கே சென்றபோதும், அவர்

உறங்கிக் கொண்டிருக்கிறார் என்றும் அவரை தொந்தரவு செய்ய முடியாதென்றும் நர்ஸ்கள் சொல்லிவிட்டனர். நான் தொலைபேசியில் அழைத்தபோதும் பதிலளிக்க வில்லை. அவர் மறக்க விரும்பிய வாழ்க்கை முறையை நான் நினைவுபடுத்திக் கொண்டிருந்தேனோ என்னவோ! யாருக்குத் தெரியும்! ஆனால் ஒன்று மட்டும் நிச்சயம் - அவர் செய்தது என்னைக் காயப்படுத்தியது.

அதெல்லாம் நடந்து முடிந்து மூன்று வருடங்களுக்கு மேல் ஆகிவிட்டன. நான் கடைசியாகக் கேள்விப்பட்டது என்னவென்றால், ஜூலியன் எதோ ஒரு பெரிய பிரயாணத்திற்காக இந்தியாவை நோக்கிப் புறப்பட்டு கொண்டிருந்தாராம். தனது வாழ்க்கையை எளிமைப்படுத்தி, சில முக்கியமான கேள்விகளுக்கு விடைகளைத் தேடி அவர் அந்த ஆன்மிக நாட்டிற்குச் செல்வதாக அவர் நிறுவனத்தின் பார்ட்னர் ஒருவரிடம் கூறினாராம். அவர் தன் மாளிகைகளை, தன் சொந்த விமானத்தை, தன் தீவை, ஏன் தான் மிகவும் விரும்பிய தன்னுடைய ஃபெர்ராரி காரைக் கூட விற்றுவிட்டாராம். "ஜூலியன் ஓர் இந்திய யோகியா! சட்டம் தன் வேலையைச் செய்யும் தான், ஆனால் வினோதமான வழிகளில் செய்கிறது" என்றுதான் எனக்குத் தோன்றியது.

அந்த மூன்று வருடங்களில், மிக அதிகம் உழைக்கும் இளம் வழக்கறிஞராக இருந்த நான், சற்றே சோர்வடைந்த, எல்லாவற்றிலும் குறை காண்கின்ற, சற்றே வயது கூடிய ஒரு வழக்குரைஞன் ஆனேன். எனக்கும் என் மனைவி ஜென்னிக்கும் என்று ஒரு குடும்பம் உருவானது. ஒருவழியாக, நானும் வாழ்க்கையின் அர்த்தத்தை தேட ஆரம்பித்தேன். எங்களுக்கென்று குழந்தைகள் வந்ததுதான் அந்த தேடல் உருவாகக் காரணமாக இருந்தது போலும். என் உலகத்தையும், அதில் நான் வகிக்கும் பங்கினையும் நானே பார்க்கும் விதத்தை அடிப்படையாகவே மாற்றி அமைத்தது அந்த குழந்தைகள்தான் என்று எனக்குத் தோன்றியது. என் தந்தை இதைத்தான் ஒருமுறை மிக அழகாகச் சொன்னார் - "ஜான், நீ இறக்கும் தருவாயில் உன் வாழ்க்கையை திரும்பிப் பார்க்கும் பொழுது, அலுவலகத்தில் இன்னும் கொஞ்ச நேரம் செலவழித்திருக்கலாமே என்று நிச்சயம் யோசிக்கப் போவதில்லை" என்றார் அவர். அதனால், நானும் வீட்டில் இன்னும் நிறைய நேரம் செலவழிக்கலானேன். சராசரியான, ஆனால் நல்ல வாழ்க்கையை வாழலானேன். ரோட்டரி கிளப்-இல் சேர்ந்தேன். சனிக்கிழமைகளில் கால்ஃப் விளையாடி என் பார்ட்னர்களையும் கட்சிக்காரர்களையும் திருப்தி படுத்தலானேன். ஆனால்,

அவ்வப்போது என் அமைதியான தருணங்களில் நான் ஜூலியன்-ஐ பற்றியும் எதிர்பாராத விதத்தில் நாங்கள் பிரிந்த இந்த ஆண்டுகளில் அவர் என்ன ஆனார் என்றும் நினைத்துப் பார்ப்பதுண்டு.

அவர் இந்தியாவிலேயே செட்டில் ஆகிவிட்டாரோ? பரபரப்பான விஷயங்களை நாடும் அவர் போன்ற ஒருவரே கூட சாந்தம் அடைந்து இல்லம் அமைத்துக் கொள்ளக்கூடிய இடமாயிற்றே அது! அல்லது நேபாளத்தில் ட்ரெக்கிங் செய்துகொண்டிருப்பாரோ! செல்வந்தர்கள் வசிக்கும் கேய்மன் தீவுகளில் ஆழ்கடல் நீச்சல் செய்துகொண்டிருப்பாரோ! ஒன்று மட்டும் நிச்சயம் - அவர் நிச்சயமாக சட்டத் தொழிலுக்கு திரும்பவில்லை. சட்டத்தில் இருந்து அவரே அஞ்ஞாதவாசம் செய்துகொண்ட அவரிடம் இருந்து ஒருவருக்கும் போஸ்ட்கார்ட் கூட வரவில்லை!

சுமார் இரண்டு மாதங்களுக்கு முன், என்னுடைய சில கேள்விகளுக்கான முதல் விடை கிடைக்கத் துவங்கியது. அலுவலகத்தில் மிகவும் கடினமாக வேலைசெய்த ஒரு நாளில், கடைசி கட்சிக்காரரை சந்தித்து முடித்திருந்த போது, என் உதவியாளர் ஜெனேவிவி (நல்ல புத்திசாலி!), என்னுடைய சிறிய அழகான அறையில் எட்டிப் பார்த்தாள். “உங்களை பார்க்க இங்கே ஒருவர் வந்திருக்கிறார் ஜான். எதோ அவசரமாம், உங்களிடம் பேசாமல் இங்கிருந்து போகமாட்டாராம்“ என்றாள்.

“நான்தான்கிளம்பிக்கொண்டிருக்கிறேனே ஜெனேவிவி” என்று பொறுமையின்றி சொன்னேன். “அவசரமாகக் கிடைக்கும் எதையாவது தின்றுவிட்டு நாளை இருக்கும் ஹாமில்டன் வழக்கிற்கு என்னைத் தயார்படுத்திக் கொள்ள வேண்டும். இப்போது யாரையும் பார்க்க எனக்கு நேரமில்லை. எல்லோரையும் போல அவரையும் அப்பாயின்மென்ட் வாங்கிக்கொண்டு வரச் சொல். ஏதாவது பிரச்னை செய்தால் செக்யூரிட்டியை உதவிக்கு அழைத்துக்கொள்” என்றேன்.

“ஆனால் அவர் மறுத்தாலும் ஒத்துக்கொள்ள மாட்டேன் என்கிறாரே! உங்களை சந்தித்தே ஆகவேண்டுமாம்“ என்று மறுபடியும் சொன்னாள் அவள்.

ஒரு நொடி நானே செக்யூரிட்டியை அழைக்கலாமா என்று யோசித்தேன். ஆனால், வந்தவருக்கு அவசர உதவி ஏதாவது தேவைப்பட்டிருக்குமோ என்று எண்ணி, சற்றே மன்னிக்கும் தொனியில் அமைதியானேன். “சரி அவரை உள்ளே அனுப்பு. வரும் வழக்கை விடுவானேன்” என்றேன்.

என் அலுவலக அறையின் கதவு மெதுவாகத் திறந்தது. பின்னர் முழுவதுமாகத் திறந்து, சுமார் முப்பது முப்பத்தைந்து வயது மதிக்கத்தக்க ஒருவர் புன்சிரிப்புடன் நுழைந்தார். நல்ல உயரமாக, மெலிதான உருவத்துடன், நல்ல ஆரோக்கியமான உடற்கட்டுடன் இருந்தார். அவரிடம் ஏதோ ஒரு தேஜஸ் தெரிந்தது. நான் சட்டக்கல்லூரியில் படித்துக் கொண்டிருக்கும் போது, நல்ல குடும்பங்களில் பிறந்து நல்ல குடும்பம் நல்ல கார் நல்ல பளபளப்பான சருமம் என எல்லாமே "நல்லதாய்" அமையப்பெற்ற சக மாணவர்களை நினைவுபடுத்துவது போல் இருந்தார் அவர். ஆனால் அவருடைய இளமையான தோற்றத்தையும் தாண்டி ஏதோ ஒன்று இருந்தது. அவருடைய அக அமைதி அவருக்கு ஏதோ தெய்வீகத் தோற்றம் அளிப்பது போல் இருந்தது. அவருடைய கண்கள் ஆஹா !! இப்போதுதான் முதல் முறை சவரம் செய்துகொள்ளும் வாலிபனின் மென்மையான முகத்தில் படும் சவரக்கத்தியின் கூர்மையைப் போல், என்னை ஊடுருவிப் பார்த்த அந்த நீல நிறக் கண்கள் !

"அட, என் வேலைக்கு உலை வைக்கும் இன்னொரு புத்திசாலி வக்கீலா!" என்று நினைத்துக் கொண்டேன். "ஆனால் அங்கேயே நின்று கொண்டு ஏன் என்னையே பார்த்துக் கொண்டிருக்கிறான் ! ஐயோ, போன வாரம் நான் ஜெயித்த அந்த பெரிய விவாகரத்து வழக்கில் தோற்றுப்போன கணவராக இருப்பானோ! ஒழுங்காக செக்யூரிட்டியைக் கூப்பிட்டிருக்கலாமோ!" என்றெல்லாம் எண்ணம் ஓடியது.

புத்த பகவான் புன்சிரிப்புடன் தன்னுடைய மாணவரைப் பார்ப்பதுபோல் அந்த இளைஞர் என்னை பரிவுடன் பார்த்துக்கொண்டே இருந்தார். நீண்ட அமைத்திக்குப் பிறகு சற்றே அதட்டும் தொனியில் பேசினார் !

"என்ன ஜான், உன்னைப் பார்க்க வருபவர்களை இப்படித்தான் நீ வரவேற்பாயா! அதுவும், நீதிமன்றத்தில் வெற்றிபெறும் வித்தையை கற்றுக்கொடுத்தவரிடமே இப்படித்தானா! என் தொழில் ரகசியங்களை உன்னிடம் பகிராமல் நான் கொஞ்சம் ரகசியமாகவே வைத்திருந்திருக்கலாமோ!" என்றார், குறும்பான புன்சிரிப்புடன்.

எனக்கு அடிவயிற்றில் ஏதோ செய்தது. அந்த கரகரப்பான, ஆனால் தேன் போன்ற மிருதுவான குரலை நான் அடையாளம் கண்டுகொண்டேன். என் இதயம் வேகமாகத் துடிக்க ஆரம்பித்தது.

"ஜூலியன், நீங்களா! நம்பவே முடியவில்லையே! நிஜமாகவே நீங்கள்தானா !!"

வந்தவருடைய உரத்த சிரிப்பு என் சந்தேகத்தைக் கலைத்தது. எனக்கு முன்னே நின்றுக் கொண்டிருந்த இளைஞன் வேறு யாருமில்லை, பலகாலம் முன்னே தொலைந்து போய் இந்தியாவில் யோகியாக மாறியிருக்கலாம் என்று கருதப்பட்ட ஜூலியன் மாண்டில் தான்! அவருடைய நம்பமுடியாத தோற்றத்தில் நான் மெய்மறந்து போனேன்! வெளிறிப்போன முகத்துடன், நோய்வாய்ப்பட்டவர் போல் இருமிக்கொண்டு, உணர்ச்சியற்ற கண்களுடன் ஓர் ஆவிபோல் இயங்கிவந்த பழைய சக ஊழியர் அல்ல இவர். வயதான உருவமும் உயிரற்ற முகபாவமும் முற்றிலும் காணாமல் போயிருந்தன. எனக்கு முன்னே நின்றுக் கொண்டிருந்தவர் நல்ல ஆரோக்கியமாகக் காணப்பட்டார். சுருக்கங்களற்ற பளபளப்பான முகம், அவர் அகத்தின் ஆற்றலை பிரதிபலிக்கக்கூடிய பிரகாசமான கண்கள்! அவை அனைத்தையும் விட ஆச்சரியமானது அவரிடம் இருந்த அதீத சாந்தம், அமைதி. அங்கே உட்கார்ந்து கொண்டிருந்ததே எனக்கு மிகவும் அமைதியாகத் தோன்றியது. வழக்கறிஞர்கள் நிறைந்த நிறுவனத்தில் வேகத்திற்கும் பரபரப்புக்கும் பெயர்போன அந்த பழைய உயரதிகாரி அல்ல இவர். இளமையான புன்சிரிப்பு மற்றும் உயிர்த்துடிப்புடன் கூடிய மாற்றத்தின் ஆதர்ச நிலையாகத் தோற்றமளித்தார்.

மூன்றாவது அத்தியாயம்

ஜூலியன் மாண்டில்-இன் முற்றிலும் புதிய அதிசய மாற்றம்

புதுப்பொலிவுடன் காட்சியளித்த ஜூலியன் மாண்டில்-ஐப் பார்த்து நான் அசந்து போனேன்.

"சில வருடங்களுக்கு முன்னேதான் சோர்வடைந்த முதியவரைப் போல் இருந்த இவர் இந்த அளவு பொலிவுடனும் உத்வேகத்துடனும் எப்படி மாற முடிந்தது" என்று நான் நம்ப முடியாமல் மௌனமாக இருந்தேன். "இளமைக்கான ரகசிய மருந்து ஏதாவது அருந்தியிருக்கிறாரா? திடீரென்ற இந்த அதிசய மாற்றத்தின் காரணம் என்ன!" என்று வியந்தேன்.

முதலில் ஜூலியன் தான் பேச ஆரம்பித்தார். மிகுந்த போட்டி நிறைந்த சட்டம் மற்றும் வழக்கறிஞர்கள் நிரம்பிய உலகத்தில் தான் உடலளவில் மட்டுமல்லாமல், மனதளவிலும் ஆத்மார்த்தமாகவும் பாதிக்கப்பட்டிருந்தாகச் சொன்னார். அந்த வேகமும் ஓயாத வேலைப்பளுவும் அவரை முற்றிலும் சோர்வடையச் செய்ததாம். அவருடைய உடலும் பாதிப்படைந்து, மூளையும் மழுங்கிப் போய் இருந்ததை ஒப்புக்கொண்டார் அவர். அவருடைய மாரடைப்பு ஒரு பெரிய பிரச்னைக்கு வெறும் ஒரு சிறிய அறிகுறியாகத் தான் இருந்ததாம். உலகத்தரம் வாய்ந்த அந்த வழக்கறிஞருக்கு இருந்த தீராத அழுத்தமும் சோர்வடையச் செய்யும் பணி நேர அட்டவணையும் அவருடைய மிக முக்கியமான உந்துசக்தியான ஆன்மாவையே பாதித்திருந்ததாம். மாரடைப்பு வந்தபோது மருத்துவர் அவரிடம் "நீ உன் வக்கீல் வேலையை விடுகிறாயா

அல்லது உன் உயிரை விடுகிறாயா" என்று கறாராக கேட்டபோது, அவர் தன்னுடைய இளமையில் இருந்த, ஆனால் வயது கூடக்கூடத் தொலைத்துவிட்ட உத்வேகத்தை மீண்டும் பெறுவதற்கு கிடைத்த அரிய வாய்ப்பாகக் கருதினார்.

தன் சொத்துக்கள் அனைத்தையும் விற்றுவிட்டு, புராதன கலாச்சாரமும் ஆன்மிக வழக்கங்களும் நிறைந்த இந்தியாவிற்குச் செல்ல நினைத்ததை பற்றி ஜூலியன் பேச ஆரம்பித்ததும் அவர் பரபரப்பாகவும் சந்தோஷமாகவும் ஆவதை என்னால் பார்க்க முடிந்தது. நடந்தும் ரயிலிலும் ஒவ்வொரு சிறுசிறு கிராமமாகப் பயணித்த அவர், புதிய பழக்க வழக்கங்களையும் புதிய காட்சிகளையும் கண்டு மகிழ்ந்தார். அன்பும் அரவணைப்பும் வாழ்க்கையின் புதிய அர்த்தத்தையும் செயலில் காட்டும் இந்திய மக்களிடம் மிகுந்த அன்பு கொள்ளலானார். தன்னிடம் மிகக்குறைவான பொருட்செல்வம் வைத்திருந்தவர்கள் கூட தங்கள் இல்லங்களையும் இதயங்களையும் மேற்கத்திய உலகில் இருந்து வந்திருந்த இந்த விருந்தினரிடம் பகிர்ந்தனர். நாட்கள் வாரங்களாயின. இந்த புதிய உலகில் ஜூலியன், தன்னுடைய சிறுவயதிற்குப் பிறகு இப்போதுதான் புத்துயிர் கொண்டதுபோல் உணர ஆரம்பித்தார். அவருடைய உற்சாகமும் வாழ்க்கைமேல் பிடிப்பும் திரும்ப கிடைத்தன. கூடவே இயற்கையாகவே அவர் கொண்டிருந்த ஆர்வமும் புதிய படைப்புகள் செய்யும் ஆவலும் மீண்டும் வந்தன. சந்தோஷமாகவும் மன அமைதியுடனும் உணர ஆரம்பித்தார். மீண்டும் சிரிக்கத் துவங்கினார்.

ஜூலியன் அந்த அதிசய நாட்டில் கழித்த ஒவ்வொரு நொடியும் ஆனந்தமாக அனுபவித்தார் என்றாலும், அவர் அங்கே வெறும் ஓர் உல்லாச விடுமுறைக்காக மட்டும் செல்லவில்லை என்பதை உணர்ந்ததாக என்னிடம் சொன்னார். அதைத் தன்னுடைய ஆழ் மனத்தை நோக்கிச் சென்ற ஒரு பிரயாணமாகக் கருதினார். நேரம் கடந்து சென்று விடுவதற்கு முன்னர், உண்மையாகவே தான் யார் என்பதையும் தன் வாழ்வின் அர்த்தம் என்ன என்பதையும் அறிந்துகொள்ள உறுதியாக இருப்பதை என்னிடம் பகிர்ந்து கொண்டார். இதில் முதல் வேலையாக, அந்த அதிசய நாட்டின் பழமையான கலாச்சாரத்தில் மூழ்கி, வாழ்க்கையை முழுமையாகவும் அர்த்தமுள்ளதாகவும் வாழ்வது எப்படி என்று கற்றுக்கொள்ள தீர்மானித்தார்.

"எனக்கு ஏதோ கிறுக்குப் பிடித்து விட்டதாக எண்ண வேண்டாம் ஜான், ஆனால் தொலைந்து போன என் வாழ்க்கையின் ஒளியைத் தேடி ஓர் ஆன்மிக பயணத்தை ஆரம்பிக்கவேண்டும் என்று எனக்குள்ளே ஏதோ ஒன்று, ஆணையிட்டது போல் உணர்ந்தேன்" என்றார் ஜூலியன். "எனக்கு ஆத்மார்த்தமாக ஏதோ ஒரு பெரிய சுதந்திரம் கிடைத்தது போல் தோன்றியது".

அவருடைய தேடல் மேலும் மேலும் தொடர, நூறு வயதையும் கடந்து வாழும் இந்திய ஞானிகளைப் பற்றியும், மூத்த வயதையும் பொருட்படுத்தாது அவர்கள் வாழும் இளமையான அர்த்தமுள்ள ஆனந்தமான வாழ்க்கைமுறையைப் பற்றியும், தங்களுடைய மனத்தையும், ஆன்மிக அறிவையும் கட்டுப்படுத்தி ஆண்டு வரும் யோகிகளைப் பற்றியும் அவர் அறிந்து கொள்ளலானார். மானுடத்தின் இந்த அதிசயங்களைப் பற்றி புரிந்து கொள்ளவும், தன்னுடைய வாழ்வில் கடைபிடிக்கவும் அவருடைய ஆவல் மேலும் அதிகம் அடைந்தது.

தன் ஆன்மிகப் பயணத்தின் ஆரம்ப காலத்தில், அவர் பல பிரபலமான ஆசான்களை நாடிச்சென்றார். ஒவ்வொருவருமே திறந்த மனதுடன், தாங்கள் ஆழ்ந்த தியானத்தின் மூலம் கற்றவைகளை ஜூலியனுடன் மகிழ்ச்சியோடு பகிர்ந்து கொண்டார்கள். இந்தியாவின் பரந்து விரிந்த நன்னிலங்களில் அவர் பார்த்த ஆலயங்களின் அழகை வர்ணிக்கவும் முற்பட்டார். ஆண்டுகளைக்கடந்து நிற்கும் ஆன்மிக ஞானத்தின் பாதுகாவலர்கள் போல் இருக்கும் அந்த ஆலயங்களின் புனிதத்தில் அவர் மெய்மறந்து போனதையும் வர்ணித்தார்.

"அது எனக்கு ஒரு மாயையைப் போலவே இருந்தது ஜான்! இங்கே பெரும் சாதனைகள் படைத்த ஒரு வயதான வக்கீல் ஆகிய நான், ரேஸ் குதிரை முதல் ரோலெக்ஸ் கடிகாரம் வரை என்னுடைய விலையுயர்ந்த சொத்துக்கள் எல்லாவற்றையும் விற்றுவிட்டு, மீதம் இருந்ததை ஒரு பையில் கட்டிக்கொண்டு, காலம் கடந்த ஆன்மிக பழக்க வழக்கங்களைத் தேடி கிழக்கை நோக்கி புறப்பட்டு விட்டேன் !!" என்றார்.

என் ஆவலை அடக்க முடியாமல் "அப்படிக் கிளம்புவது கஷ்டமாக இருக்கவில்லையா? " என்று கேட்டே விட்டேன்!

"உண்மையைச் சொல்லப்போனால், என் வாழ்க்கையிலேயே நான் செய்த மிகவும் எளிதான விஷயம் அதுதான் தெரியுமா!

என் தொழிலையும், என்னுடைய சொத்துக்களையும் விட்டுவிவது என்று நான் எடுத்த முடிவு மிகவும் இயற்கையான ஒன்றாகவே எனக்குப் பட்டது. *"இன்று நம் கையில் இருப்பதை நிகழ்காலத்திற்கு நன்கொடையாகக் கொடுப்பதே, எதிர்காலத்துக்கான நம் பெருந்தன்மை ஆகும்"* என்று ஆல்பர்ட் காமஸ் சொன்னார். நானும் அதைத்தான் செய்தேன். நான் மாறவேண்டும் என்று எனக்குப் பட்டது. அதனால் என் இதயம் சொல்வதைக் கேட்டேன், என்னுள் பெரிய மாற்றத்தை அதிரடியாகச் செய்தேன். என்னுடைய கடந்தகாலச் சுமைகளை நான் இறக்கி வைத்ததுமே என்னுடைய வாழ்க்கை எளிதாகவும் அர்த்தமுள்ளதாகவும் ஆனதை நான் உணர்ந்தேன். வாழ்க்கையின் பெரிய குறிக்கோள்களின் பின்னே ஓடுவதை நிறுத்திவிட்டு, வாழ்வின் சிறு சிறு இன்பங்களை அனுபவிக்க ஆரம்பித்தேன் - இரவில் நிலவின் அழகையும் மின்னும் நட்சத்திரங்களையும் ரசிக்கவும் அழகிய கோடைக்கால இளஞ்சூரியனின் கதிர்களில் இளைப்பாறவும் ஆரம்பித்தேன்.இந்தியா கண்ணுக்கும் அறிவுக்கும் அழகான ஓர் இடம் அல்லவா! அதனால், நான் விட்டுச் சென்றதை நினைத்துப் பார்க்கக்கூட தோன்றவில்லை."

ஜூலியன் முதலில் சந்தித்த ஞானிகள் கூறியவை சுவாரஸ்யமாக இருந்தாலும், தான் தேடிச்சென்றது அதுவல்ல என்பதை உணர்ந்தார். அவர் நாடிய மெய்ஞானமும் தன் வாழ்க்கையை மாற்றியமைக்கக்கூடிய செயல்முறைகளும் அவருடைய ஆரம்பகால நாட்களில் கிடைக்கவில்லை. அவர் அங்கே போய் சேர்ந்து ஏழு மாதங்களுக்குப் பின்னர் தான் அவருக்கு முதல்முறை அதிர்ஷ்டம் வந்தது. இமயமலைத் தொடரின் அடிவாரத்தில் அமைந்துள்ள அழகிய காஷ்மீரில் அவர் யோகி கிருஷ்ணன் என்ற அற்புதமான மனிதரை சந்தித்தார். மழுங்கச் சவரம் செய்யப்பட்டத் தலையுடன் ஒல்லியான தேகம் கொண்ட கிருஷ்ணனும், தன் கடந்த காலத்தில் ("முந்தைய பிறவியில்" என்று நகைச்சுவையாகக் குறிப்பிடுவாராம்!) வழக்கறிஞராக இருந்தவராம். புது டில்லியின் நவீன வாழ்க்கைமுறையின் அசுர வேகத்தில் சலிப்படைந்து அவரும் தன்னுடைய பொருட்ச்செல்வத்தை விட்டுவிட்டு எளிமையான புதிய உலகத்தை நாடி வந்தாராம். அந்த சிறிய கிராமத்தில் உள்ள கோவிலை பராமரித்துக்கொண்டு, தன்னையும் தன் வாழ்க்கையின் அர்த்தத்தையும் புரிந்து கொள்ள முடிந்ததைப் பற்றி கிருஷ்ணன் ஜூலியனுடன் பகிர்ந்து கொண்டார்.

"போர்க்காலத்தில் இருக்கும் அவசர நிலையைப் போல் என் தினசரி வாழ்க்கையை வாழ்வது எனக்கே களைப்பாக இருந்தது. மற்றவர்களுக்கு உதவி செய்து ஏதோ ஒரு விதத்தில் இந்த உலகத்திற்கு நன்மை செய்வதுதான் என்னுடைய பணி என்பதை உணர்ந்து கொண்டேன். இப்போது, நான் மற்றவர்களுக்காகவே வாழ்கிறேன்" என்று அவர் ஜூலியனிடம் சொன்னார். "இந்த கோவிலில் எளிமையான ஆனால் முழுமையான முறையில் நான் என் தினசரி வாழ்க்கையை வாழ்ந்து கொண்டிருக்கிறேன். நான் கற்றுத் தெளிந்த விஷயங்களை இங்கே கடவுளை நாடி வருபவர்களிடம் பகிர்ந்து கொள்கிறேன். வேண்டியவர்களுக்கு சேவை செயகிறேன். நான் இங்கே பூசாரி அல்ல. ஆன்மாவை கண்டுகொண்ட ஒரு சாதாரண மனிதன் நான்" என்றார்.

வக்கீலாக இருந்து பின்னர் யோகியாக மாறிய கிருஷ்ணனிடம் ஜூலியன் தன்னுடைய வாழ்க்கையைப் பற்றி கூறினார். தன் முந்தைய வாழ்வில் அனுபவித்த வசதிகளைப் பற்றியும் செல்வாக்கைப் பற்றியும் கூறினார். வேலை வேலை என்று அதுவே குறிக்கோளாக இருந்தது என்றும், பொருட்செல்வத்தை நாடிச் சென்றது என்பதையும் கூறினார். சீர்குலைந்து போன தன் வாழ்க்கைமுறையில் தன்னுடைய வாழ்வின் ஒளி ஆட்டம்கண்டதைப் பற்றியும், அதனால் தன் ஆழ்மனதில் எழுந்த குழப்பங்கள் பற்றியும் ஜூலியன், யோகியிடம் கொட்டித் தீர்த்தார்.

"என் நண்பனே, நீ கடந்த பாதையை நானும் கடந்து வந்திருக்கிறேன். உனக்கு இருக்கும் வலி எனக்கும் வந்திருக்கிறது. ஆனால் எல்லாமே ஒரு காரணத்திற்காகத்தான் நடக்கிறது என்பதை நான் கற்றுக் கொண்டுள்ளேன்" என்று யோகி கிருஷ்ணன், ஜூலியனுக்குப் பரிவுடன் எடுத்துச் சொன்னார். "ஒவ்வொரு நிகழ்வும் ஒரு காரணத்திற்காக நடக்கிறது. ஒவ்வொரு தோல்வியும் சில பாடங்களை கற்றுக் கொடுப்பதற்காக ஏற்படுகிறது என்பதை கண்டுள்ளேன். சொந்த விஷயங்களில், பணி சார்ந்த விஷயங்களில், ஏன் ஆன்மீகத்தில் கூட தோல்வி காண்பது தனி நபர் வளர்ச்சிக்கு மிகவும் முக்கியம் என்பதை கற்றுக்கொண்டிருக்கிறேன். அது ஆத்மார்த்தமான பல நன்மைகளை கொண்டு வருகிறது. அதனால் உன்னுடைய கடந்த காலத்தை எண்ணி என்றுமே வருத்தப்படாதே. உன் கடந்த காலம் தான் உன்னுடைய ஆசான் என்பதை முழுமையாக ஏற்றுக்கொண்டு அதை ஆரத்தழுவி விடு" என்று அறிவுறுத்தினார் கிருஷ்ணன்.

கிருஷ்ணன் சொன்னதைக் கேட்டதும் ஜூலியனுக்கு உள்ளூர ஏதோ ஒரு பரபரப்பு ஏற்பட்டது. தான் தேடி வந்த அந்த குரு யோகி கிருஷ்ணனிடம் தான் கிடைத்தாரோ என்று எண்ணலானார். வாழ்க்கையை சந்தோஷமாகவும் சீராகவும் வாழ்வது எப்படி என்பதை கற்றுக் கொடுக்க, தன்னுடைய சொந்த ஆன்மீக பயணத்தின் மூலம் சிறப்பான வாழ்க்கையை கண்டுபிடித்த ஒரு முன்னாள் வக்கீலை விட சிறந்த ஆசான் கிடைக்க முடியுமா என்ன!

"எனக்கு உங்கள் உதவி அவசியம் தேவை கிருஷ்ணன். முழுமையான அழகான வாழ்க்கை வாழ்வது எப்படி என்று நான் கற்றுக்கொள்ள வேண்டும்".

"என்னால் முடிந்த எந்த ஓர் உதவியையும் உங்களுக்கு அளிப்பதை கவுரவமாகக் கருதுகிறேன்" என்றார் அந்த யோகி. "ஆனால் அதற்கு முன் ஒரு சிறு யோசனையை கூறலாமா?" என்றும் வினவினார்.

"நிச்சயம், சொல்லுங்களேன்!"

"இந்த சிறிய கிராமத்தில் இந்த கோவிலில் பணிபுரிந்து கொண்டிருந்த நாட்களில் நான் ஒரு விஷயம் கேள்விப்பட்டேன். இமயமலையில் மிகவும் உயரமான நிலையில் சில துறவிகள் இருக்கிறார்களாம். மக்களின் வாழ்க்கை முறையை வெகு அழகாக மாற்றி அமைக்கும் படி அவர்கள் ஏதோ ஒரு புதிய வழிமுறையை கண்டுபிடித்துள்ளார்களாம். அதுவும் வெறும் மேலோட்டமாக மட்டுமல்ல, உடல் பொருள் ஆத்மா எல்லாவற்றையுமே ஒன்றிணைத்து அழகாக சீரமைத்து முழுமையான முறையில் மனிதனின் முழு ஆற்றலையும் வெளிக்கொண்டு வருவதற்கு ஒரு முறையாம். அதுவும் காலங்கள் கடந்து நிற்கும் தத்துவங்களின் அடிப்படையில் அமைக்கப்பெற்ற முறையாம்" என்றார் கிருஷ்ணன். ஜூலியன் இதை கேட்டு பரவசமடைந்தார். இதுவே மிகச் சரியான வழி என்று அவருக்குத் தோன்றியது.

"அவர்கள் எங்கே தங்கி இருக்கிறார்கள்?" என்று ஆவலாகக் கேட்டார் ஜூலியன்.

"அது யாருக்கும் தெரியவில்லை! நானும் தேட ஆரம்பிக்கலாம் என்றால், எனக்கும் வயதாகிவிட்டது. ஆனால் ஒன்று மட்டும் நிச்சயம் - அவர்களைத் தேடிச் சென்ற பலர் தோற்றிருக்கிறார்கள், சிலர் வாழ்க்கையையே தொலைத்திருக்கிறார்கள் . இமயமலையின் உச்சி என்பது யாருமே கற்பனை செய்து முடியாத அளவுக்கு கடினமானது. அங்கே செல்லும் பாதையும் அதன் இயற்கையின் சீற்றத்தையும்

எந்த ஒரு தேர்ந்த மலையேற்ற நிபுணராலும் கூட கடப்பது மிக மிகக் கடினம். ஆனால் சிறந்த உடல்நலமும் குறைவில்லா சந்தோஷமும் ஆத்மார்த்தமான திருப்தியும் உனக்கு தேவை என்றால், அதற்கான வழிமுறை என்னிடம் இல்லை, அவர்களிடம் தான் உள்ளது" என்றார் கிருஷ்ணன்.

ஜூலியன் அவ்வளவு எளிதாக எதையுமே விட்டுவிடுபவர் அல்லவே! கிருஷ்ணனை மீண்டும் கேட்டார் "அவர்கள் இருக்கும் இடம் உங்களுக்கு நிஜமாகவே தெரியாதா?"

"எனக்கு ஒரு விஷயம் நன்றாகத் தெரியும் - உள்ளூர்வாசிகள் அவர்களை "சிவானா-வின் ஞானிகள்" என்று அழைக்கிறார்கள். அவர்களுடைய பண்டைய கதைகளில் சிவானா என்றால் 'ஞானத்தின் சோலை' என்று அர்த்தமாம். கிராமவாசிகள் இந்த ஞானிகளை கடவுளுக்குச் சமமாகவே பாவிக்கிறார்களாம். அவர்கள் எங்கே இருக்கிறார்கள் என்று எனக்குத் தெரிந்திருந்தால், நான் அந்த இடத்தைப் பற்றி உன்னிடம் சொல்லியிருப்பேன். ஆனால் எனக்குத் தெரியாது. சொல்லப்போனால், யாருக்குமே தெரியாது" என்றார்.

மறுநாள் காலை, சூரியனின் முதல் கதிர்கள் தொடுவானத்தில் நடனமிட ஆரம்பிக்கும் போது, ஜூலியன் சிவானாவின் இடத்தைத் தேடும் பயணத்தை ஆரம்பித்தார். முதலில், மலை ஏறுவதற்கு உதவிசெய்ய ஒரு ஷெர்பா உதவியாளரை நாடலாம் என்றுதான் யோசித்தார், ஆனால் இந்த பயணத்தை தான் தனியாகவேதான் மேற்கொள்ள வேண்டும் என்று அவருடைய உள்ளுணர்வு கூறியது. அதனால், வாழ்க்கையில் முதன்முறையாக, காரணகாரியங்களின் பாதுகாப்பை விடுத்து, வெறும் உள்ளுணர்வு சொல்வதை மட்டும் கேட்டு பிரயாணத்தைத் தொடங்கினார். இந்த முறை அவர் நாடுவது நிச்சயம் கிடைக்கும் என்று ஏதோ ஒன்று அவருக்கு சொல்வதுபோல் இருந்தது. அதனால், புதிய உத்வேகத்துடன் அவர் மலை ஏறலானார்.

உயரே செல்லச்செல்ல சிறிது நேரத்திலேயே மிகப்பெரிய ஓவியம் போன்ற இயற்கைக்காட்சியில் அவர் விட்டுக் கிளம்பிய அந்த அழகிய கிராமம் வெறும் புள்ளி போல் தோற்றமளிக்கும் அளவு சிறிதாகத் தெரிந்தது. பனி படர்ந்த இமய மலை உச்சி அவருடைய இதயத்துடிப்பை அதிகரிக்கும் அளவு அழகாகத் தெரிந்தது. பல ஆண்டுகள் நண்பர்களாக இருந்த இருவர் எப்படி ஒருவருக்கொருவர் தங்களுடைய சிந்தனைகளையும் நகைச்சுவையையும் உடனுக்குடன் புரிந்துகொள்ளும் அளவு ஒரு பிணைப்பு உருவாகுமோ, அதே

தன் பொக்கிஷத்தை விற்ற துறவி

போன்ற ஒரு அழகான பிணைப்பு தனக்கும் தன்னைச் சுற்றி இருந்த இயற்கைக்கும் இருப்பது போன்று ஜூலியன் உணர்ந்தார். அவர்தான் உலகெல்லாம் சுற்றித்திரிந்தவர் ஆயிற்றே, அதனால் எல்லாவிதமான இயற்கை அழகையும் பார்த்தாயிற்று என்று நினைத்திருந்த அவருக்கு, இப்படிப்பட்ட அழகு புதிதாகவே இருந்தது. அங்கே அவர் கண்ட அற்புதக்காட்சிகள் இயற்கையின் படைப்பாற்றலுக்குப் பெரும் புகழாரமாகவே இருந்தன போலும் ! ஒருசேர மகிழ்ச்சியும் கவலையின்மையும் உன்னதமான கிளர்ச்சி நிலையும் அடைந்ததுபோல் உணர்ந்தார். இந்த உயரத்தில், அவர் அறிந்த மனித இனம் மொத்தமும் கீழே அதலபாதாளத்தில் இருக்கும் இந்த உயரத்தில், ஜூலியன் இதுவரை வாழ்ந்த சாமானிய வாழ்க்கையைத் தாண்டி அசாதாரணமான, 'அதையும் தாண்டிப் புனிதமான ஒரு நிலையை உணரத் தொடங்கினார்.

"அந்த நொடிப்பொழுதில் என் மனதில் ஓடிக்கொண்டிருந்த சிந்தனை எனக்கு இன்னும் நினைவில் இருக்கிறது ஜான். நாம் எடுக்கும் முடிவுகள் தான் நம்முடைய வாழ்க்கையை நிர்ணயிக்கின்றன என்பது தெள்ளத்தெளிவாக புரிந்தது. ஒவ்வொருவரின் விதி என்பது அவரவரும் எடுக்கும் முடிவுகளைச் சார்ந்தே இருக்கும். இந்த விஷயத்தில் நான் எடுத்த முடிவு சரியானதுதான் என்று எனக்கு சந்தேகத்திற்கு இடமில்லாமல் தோன்றியது. என் வாழ்க்கை நிச்சயம் மாறப்போகிறது, எதோ ஒரு அதிசயமான ஆச்சரியமான மாற்றம் வரப்போகிறது என்று எனக்குத் தோன்றியது. இதுவே ஒரு உற்சாகமூட்டும் சிந்தனையாக இருந்தது.

இமயமலை உச்சியில் குறைந்த காற்றழுத்தம் இருக்கும் உயரத்தில் அவர் ஏற ஏற, அவருக்குள் ஒருவித பதட்டநிலை ஏற்படுவதை உணர்ந்தார். "ஆனால் இது நிச்சயம் கவலை அல்ல. ஒருவிதமான... எப்படி சொல்வது, முதன்முறை ஒரு பெண்ணோடு பார்ட்டிக்குப் போகும்போது ஏற்படுமே, ஒரு முக்கியமான வழக்கின் முதல் நாளில் செய்தியாளர்கள் புடைசூழ நீதிமன்றத்தில் நுழையும்போது ஏற்படுமே அதுபோன்ற ஒரு எதிர்பார்ப்புடன் கூடிய பதட்டம் இருந்தது. கையில் வழிகாட்டியோ வரைபடமோ எதுவும் இருக்கவில்லை. ஆனால் முன்னேசெல்லும் ஒரு மெல்லிய பாதை தெரிந்தது, யாரும் அதிகம் உபயோகிக்காத ஒரு பாதை. அது என்னை மேலே மேலே, பனிமலையில் உச்சிக்கு வழிநடத்திச் சென்றது. எனக்குள்ளே எதோ ஒரு திசைகாட்டும் கருவி என் இலக்கை நோக்கி என்னைச்

செலுத்துவதை உணர்ந்தேன். நானே வேண்டும் என்றாலும் மலை ஏறுவதை நிறுத்தமுடியாது என்பது போல் இருந்தது" என்றார் ஜூலியன். மழைக்குப்பின் மலையோடையில் கொட்டும் தண்ணீர் போல வார்த்தைகள் ததும்பின.

இந்தப் பாதை சிவானாவை நோக்கித்தான் செல்லவேண்டும் என்ற எதிர்பார்ப்புடன் அவர் இன்னும் இரண்டு நாட்கள் பயணிக்கும் போது அவர் மனதில் அவருடைய முன்னாள் வாழ்க்கை அடிக்கடி வந்து போகும். அந்த வாழ்க்கைமுறை அவருள் உருவாக்கிய அழுத்தமும் பதட்டநிலையும் இப்போது முற்றிலும் இல்லை என்றாலும், ஹார்வார்ட் சட்டக்கல்லூரியில் பயின்ற நாள் முதல் அவருக்குக் கிடைத்து வந்த, பொருளீட்டலுக்கான அறிவு சார்ந்த சவால்கள் இனிமேல் கிடைக்குமா என்று ஐயப்பட்டார். நகரத்தின் மையப்பகுதியில் பளபளக்கும் கட்டிடத்தில் அவர் உபயோகித்த ஆடம்பரமான அலுவலக அறை, மிகக் குறைந்த விலையில் அவர் விற்றுச்சென்ற அவருடைய சொகுசு வீடு ஆகியவை நினைவுக்கு வந்தன. உயர்ரக ஹோட்டல்களில் உல்லாசமாகக் களியாட்டம் போட கூட்டிச் சென்ற நண்பர்களும், சாவி போட்டு ஆன் செய்ததுமே கம்பீரமான ஒலியுடன் சீறிப்பாய தயாராகும் அவருடைய ஃபெர்ராரி காரும் அதன்மூலம் அவர் மனம் அடைந்த பூரிப்பும் நினைவில் கடந்து சென்றன.

அந்த மலைகளின் உயரங்களில் மேலே செல்லச்செல்ல அங்கே கண்ட அதிசயக்காட்சிகள் அவருடைய நினைவலைகளை குறுக்கிட்டன. அங்கே இயற்கை எழிலை அனுபவித்துக் கொண்டிருக்கும் போது, அவரே திடுக்கிடும்படியாக ஒன்று நடந்தது.

அவருடைய பார்வையின் ஓரத்தில் யாரோ ஒருவர் நடந்து செல்வதைக் கண்டார். நீண்ட சிகப்புநிற அங்கி, கருநீல தலைப்பாகை அணிந்திருந்த அவர், ஜூலியனுக்கு சற்று முன்னதாக நடந்து கொண்டிருந்தார். ஏழு நாட்கள் கடுமையான முயற்சிக்குப் பிறகு வந்து சேர்ந்த அந்த தனிமையான இடத்தில் இன்னொரு மனிதரா! ஆச்சரியப்பட்டார் ஜூலியன். எந்த ஒரு பண்பட்ட ஊரக அமைப்பும் அருகே இல்லாத அந்த இடத்தின் உறுதியின்மை, தன்னுடைய இறுதி இலக்கான 'சிவானா' என்ற மாயாபுரி இன்னும் எவ்வளவு தூரத்தில் இருக்கிறது என்று தெரியாத நிலை. பெரும் குழப்பத்தில் இருந்த ஜூலியன் அந்த புதிய பிரயாணியை கூப்பிட்டார்.

அந்த உருவமோ, பதில் கூறாமல் இன்னும் வேகமாக நடக்க ஆரம்பித்தது! சிறிது நேரத்தில் அந்த பிரயாணி ஓடவே ஆரம்பித்தார். காயப்போட்ட துணிகள் காற்றில் கொடியில் ஆடுமே, அதுபோல அவருடைய நீண்ட அங்கி அவர்பின்னே சலசலத்துக் கொண்டே சென்றது.

"நண்பரே, சிவானா எங்கே இருக்கிறது என்று கண்டுபிடிக்க தயவுசெய்து எனக்கு உதவுங்கள். உணவு தண்ணீர் இல்லாமல் ஏழு நாட்களாக நடந்துகொண்டிருக்கிறேன். நான் தொலைந்து போய்விட்டேன் என்று நினைக்கிறேன். எனக்கு உதவி செய்யுங்கள்!" என்று உரத்த குரலில் கேட்டார் ஜூலியன்.

அந்த உருவம் நின்றது. சலனமற்று நின்றிருந்த அந்த புதிய மனிதரை ஜூலியன் ஜாக்கிரதையாக அணுகினார். அந்த மனிதரின் தலையோ கைகளோ, கால்களோ எதுவுமே நகரவில்லை. அவர் அணிந்திருந்த தலைப்பாகையினுள் மறைந்திருந்த முகத்தை ஜூலியனால் பார்க்க முடியவில்லை, ஆனால் அவர் கைகளில் இருந்த சிறிய கூடையும், அதில் இருந்த மெல்லிய அழகான மலர்கள் அவர் பார்வையை ஈர்த்தன. பாலைவனத்தில் பனித்துளிகள் போல், இந்த இமாலய உயரத்தில் அரிதாக இருக்கும் ஜூலியன் போன்ற மேற்கத்திய மனிதரைக் கண்டதும் வரும் நம்பிக்கையின்மையா, அல்லது அந்த பூக்களின் மேல் இருக்கும் உரிமையா தெரியவில்லை, அந்த மர்ம மனிதர் தன் கூடையை இன்னும் பத்திரமாக இறுக்கிப் பிடித்துக் கொண்டார்.

ஜூலியன் அந்த புதிய சக பிரயாணியை மிகுந்த ஆர்வத்துடன் கூர்ந்து நோக்கினார். ஒரே ஒரு சூரிய ஒளிக்கீற்று திடீரென வந்து, அந்த கருநீல தலைப்பாகையினுள் இருப்பது ஒரு ஆணின் முகம்தான் என்பதை உறுதி செய்தது. ஆனால் ஜூலியன் இப்படிப்பட்ட ஒரு மனிதரை என்றுமே பார்த்திருந்ததில்லை. பார்க்க தன்னொத்த வயதுக்காரர்தான் என்று தோன்றினாலும், அவருடைய முகத்தோற்றம், ஜூலியனை அப்படியே கட்டிப்போட்டாற்போல் ஆக்கி, அவரையே பார்த்துக்கொண்டு இருக்கும்படி செய்தது. பூனையைப்போன்ற அவருடைய கண்கள் ஜூலியனை அப்படியே ஊடுருவுவதுபோல் பார்த்தன. ஜூலியானால் அந்த கூர்ந்த பார்வையைத் தாங்க முடியவில்லை, தன் பார்வையை விலக்கிக்கொண்டார். ஆலிவ் பழ நிறம்கொண்ட அவருடைய சருமம் மிருதுவாகவும் இளமையாகவும் இருந்தது. அவருடைய உடல் ஆரோக்கியமாக இருந்தது.

அவருடைய கைகள் அவர் சற்றே வயதானவர் தான் என்பதை காட்டிக்கொடுத்தாலும், அவரிடம் இருந்து வெளிப்பட்ட இளமை ஆற்றலைக் கண்ட ஜூலியன், மந்திரவாதியை முதன்முறை கண்ட குழந்தையைப்போல அப்படியே ஸ்தம்பித்துப்போய் பார்த்திருந்தார்.

"இவர் சிவானாவின் ஞானிகளில் ஒருவராக இருக்கக்கூடும்" என்று நினைத்த ஜூலியனுக்கு, தன்னுடைய இந்த கண்டுபிடிப்பின் மகிழ்ச்சியை கட்டுப்படுத்த முடியவில்லை.

"என் பெயர் ஜூலியன் மாண்டில். நான் சிவானாவின் ஞானிகளிடம் கற்றுக்கொள்வதற்காக வந்திருக்கிறேன். அவர்கள் எங்கே இருப்பார்கள் என்று உங்களுக்குத் தெரியுமா?" என்று வினவினார்.

அந்த மனிதர், சோர்வடைந்திருந்த இந்த மேற்கத்திய விருந்தாளியை யோசனையுடன் கூர்ந்து கவனித்தார். அவருடைய அக புற அமைதி அவரை, எல்லாம் அறிந்த தேவதையைப் போல காட்சியளிக்கச் செய்தது. தாழ்ந்த மெல்லிய குரலில் கேட்டார் "இந்த ஞானிகளை எதற்காகத் தேடுகிறீர்கள் நண்பரே?"

தனக்கு முன் இருப்பது, பலருக்கு கிடைக்காமல் போன அந்த ஞானிகளில் ஒருவர்தான் என்று ஜூலியனுக்குத் தோன்றியது. தன்னுடைய தேடலைப் பற்றியும் தன் நீண்ட பயணத்தைக் பற்றியும் அவர் அந்த புதியவரிடம் மனத்தைத் திறந்து கொட்டித் தீர்த்தார். தன் கடந்தகால வாழ்க்கையைப் பற்றியும், தான் ஆத்மார்த்தமாக அனுபவித்த நெருக்கடிகளைப் பற்றியும், தன் வக்கீல் தொழில் கொடுக்கும் பொருட்செல்வத்திற்காக தன் மன ஆற்றலையும் உடல் ஆரோக்கியத்தையும் இழந்ததைப் பற்றியும் சொன்னார்.

தன் ஆன்மாவை விற்று பணம் சம்பாதித்து, 'சிறிதுகாலமே வாழ்ந்தாலும் அதிவேகமான வாழ்க்கை வாழவேண்டும்' என்று இருந்த தன் பழைய சித்தாந்தத்தை சொன்னார். அதன் பிறகு, ஆன்மிகத்தைத் தேடி இந்தியா வந்ததைப் பற்றியும், தன்னைப் போலவே முன்னாள் வழக்கறிஞராக இருந்து ஆத்மார்த்தமான அமைதியைத் தேடிய யோகி கிருஷ்ணனைப் பற்றியும் சொன்னார்.

புதியவர் அமைதியாக சலனமில்லாமல் கேட்டார். பழமையான கலாச்சாரத்தின்படி ஞானம் பெற்ற உயரிய வாழ்க்கைமுறையை ஒரு வெறியுடன் தேடி வந்ததைப்பற்றி ஜூலியன் சொல்ல ஆரம்பித்ததும் தான் அந்த புதியவர் மறுபடி பேசினார். ஜூலியனின் தோளை அன்பாகத் தொட்டு, பரிவுடன் சொன்னார் "நீங்கள் உண்மையான

தன் பொக்கிஷத்தை விற்ற துறவி

மனதுடன், சிறந்த வாழ்க்கைமுறையை நாடுகிறீர்கள் என்றால், உங்களுக்கு உதவி செய்வது என் கடமையாகிறது. நீங்கள் தேடிவந்த அந்த ஞானிகளில் நானும் ஒருவன்தான். பலப்பல ஆண்டுகளில் எங்களை வெற்றிகரமாகத் தேடி வந்த முதல் மனிதர் நீங்கள்தான். அதற்காக என் வாழ்த்துக்கள்! உங்கள் விடாப்பிடியான குணத்தை நான் பாராட்டுகின்றேன். அதை வைத்துப்பார்த்தாலே நீங்கள் ஒரு மிகச் சிறந்த வழக்கறிஞராக இருந்திருப்பீர்கள் என்று தோன்றுகிறது!" என்றார்.

அடுத்து என்ன செய்வது என்று சரியாகத் தெரியாதது போல் தயங்கினார். பின்னர் தொடர்ந்தார். "நீங்கள் விருப்பப்பட்டால் எங்கள் கோவிலுக்கு என்னுடைய விருந்தாளியாக வாருங்கள். அது இங்கிருந்து பல மணிநேரம் தூரத்தில் மலைப்பிரதேசத்தின் மறைவில் இருக்கிறது. அங்கே இருக்கும் என் சகோதர சகோதரிகள் உங்களை வரவேற்பார்கள். எங்களது மூதாதையர்கள் எங்களுக்கு வழிவழியாகக் கற்றுக்கொடுத்த தத்துவங்களையும் நெறிமுறைகளையும் நாங்கள் அனைவரும் சேர்ந்து உங்களுக்கு கற்றுத்தருகிறோம்."

"உங்களை எங்கள் தனி உலகிற்குள் கூட்டிச்சென்று, உங்கள் வாழ்க்கையை மேலும் மகிழ்ச்சியானதாகவும் வலுவானதாகவும் அர்த்தமுள்ளதாகவும் ஆக்க, எங்கள் வழிமுறைகளை கற்றுத் தருவதற்கு முன்னால், உங்களிடம் இருந்து ஒரு உறுதிமொழி வேண்டும். இந்த காலம்கடந்த வழிமுறைகளைக் கற்றுக்கொண்டபின் நீங்கள் மேற்கில் உள்ள உங்கள் நாட்டிற்கு திரும்பிச் சென்று, யாருக்கெல்லாம் இதன் அவசியம் இருக்கிறதோ அவர்களுடன் இதை நீங்கள் பகிர்ந்து கொள்ள வேண்டும். என்னதான் நாங்கள் இந்த மலையுச்சியில் தனித்து இருந்தாலும், உங்கள் உலகத்தில் இருக்கும் குழப்பங்கள் பற்றி நாங்கள் அறிவோம். நல்லவர்கள் திசைமாறி போய்க்கொண்டு இருக்கிறார்கள். நீங்கள்தான் அவர்களுக்குத் தேவையான நம்பிக்கையை ஊட்ட வேண்டும். அதைவிட முக்கியமான ஒன்று இருக்கிறது - அவர்கள் தங்களுடைய கனவுகளை நனவாக்க நீங்கள்தான் வழி சொல்ல வேண்டும். நான் கேட்பது இதுதான்" என்றார்.

அவர் வைத்த நிபந்தனைகளை ஜூலியன் உடனடியாக ஒப்புக்கொண்டார். விலைமதிப்பிட முடியாத அவர்களுடைய செய்தியை மேற்கத்திய உலகிற்கு எடுத்துச் செல்வதாக உறுதி அளித்தார். இருவரும் சிவானா கிராமத்தை நோக்கி இன்னும் மேலே

நடக்க, சூரிய அஸ்தமனம் துவங்கியது. நீண்ட நாள் களைப்படையும் அளவிற்கு ஒளிதரும் பணியை செய்து முடித்த சூரியன் ஆழ்ந்த உறக்கத்திற்கு தயாராகியது. ஜூலியன் வர்ணிக்கும்போது, அந்த அதிசய கணத்தின் பிரம்மாண்டத்தை மறக்கமுடியாது என்றார். வயதுவரம்பைத் தாண்டிய அந்த ஞானியுடன் உருவான சகோதரப் பாசத்தையும், அவர் ஏங்கிக்கொண்டிருந்த இடத்தை நோக்கிச் சென்றதையும் விவரித்தார்.

"சந்தேகமே இல்லாமல் என் வாழ்க்கையின் மிகவும் மறக்கமுடியாத தருணம் அதுதான்" என்று ஜூலியன் என்னிடம் சொன்னார். வாழ்க்கை என்பது சில முக்கியமான தருணங்களில் அடங்கிவிடும் என்று அவர் எப்போதுமே நம்பினார். இதுவும் அதுபோன்ற ஒரு தருணம் தான். இதுவரை இருந்ததைவிட இன்னும் அதிகம் அர்த்தமுள்ளதாக இருக்கப் போகும் அவருடைய அடுத்தகட்ட வாழ்க்கையின் முதல் நொடி அதுதான் என்று அவருடைய உள்மனதில் ஆழமாகப் பட்டது.

நான்காவது அத்தியாயம்

சிவானாவின் ஞானிகளுடன் ஓர் அற்புதமான சந்திப்பு

புல்போர்த்திய நெளிவு சுளிவான பாதைகளில் பல மணி நேரங்கள் நடந்த பின் இருவரும் ஒரு பசுமையான பள்ளத்தாக்கிற்கு வந்து சேர்ந்தார்கள். ஓய்வெடுத்துக் கொண்டிருக்கும் படைத்தளபதிகளைக் காக்கும் போர் வீரர்களை போல், பனிபடர்ந்த இமய மலைகள் இந்த பள்ளத்தாக்கின் ஒரு பக்கம் காவலாய் நின்றன. மறுபக்கம் பைன் மரங்களின் அடர்ந்த காடு ஓர் இயற்கையான வேலியாய் அழகான இந்த அதிசய உலகைச் சூழ்ந்து நின்றது.

அந்த ஞானி ஜூலியனைப் பார்த்து கனிவாகப் புன்னகைத்து, "சிவானாவிற்கு உங்களை வரவேற்கிறேன்" என்றார்.

இருவரும் சற்று கீழ் இறங்கிச் சென்று, அந்த அழகிய பள்ளத்தாக்கின் அடர்ந்த காட்டினுள் சென்றனர். சந்தனமும் தேவதாருவும் கலந்த வாசனை அந்த குளிர்ந்த மலைக்காற்றில் வீசியது. வலியெடுத்த பாதங்களுக்கு ஓய்வு தர காலணிகளை கழற்றியிருந்த ஜூலியன், தன் வெறுங்காலில் பட்ட ஈரப்பதத்தை உணர்ந்தார். இந்த சிறிய சொர்கத்தின் அழகைக் கொண்டாடுவதுபோல் மரங்களில் நடனமாடிக் கொண்டிருந்த பலவண்ண மந்தாரை மலர்களையும் வேறு பல மலர்களையும் கண்டு அதிசயித்தார்.

சற்று தொலைவில் செவிகளுக்கு இதமாக ஒலிக்கும் பல குரல்கள் ஜூலியனின் வந்தடைந்தன. ஓசையின்றி அந்த ஞானியைப் பின்தொடர்ந்தார். கால் மணிநேரம் நடந்த பின்னர், இருவரும் ஒரு திறந்தவெளியை வந்தடைந்தனர். அங்கே அவர் கண்ட காட்சி,

உலகெங்கிலும் சுற்றியிருந்த அவராலேயே நம்பமுடியாத ஒன்றாக இருந்தது. முழுவதும் ரோஜா மலர்களாலேயே செய்தது போல் இருந்த ஒரு சிறிய அழகிய கிராமம் அங்கே இருந்தது. அதன் நட்டநடுவில் ஒரு சிறிய கோவில் இருந்தது. ஜூலியன் இதுபோன்ற பல கோவில்களை தன் தாய்லாந்து மற்றும் நேபாளப் பயணங்களில் கண்டிருந்தார். ஆனால் - இங்கே இந்தக் கோவில், சிவப்பு வெள்ளை மற்றும் இளஞ்சிவப்பு நிற ரோஜாக்களை நீண்ட வண்ணமயமான நூல்களாலும் கிளைகளாலும் பிணைத்துச் செய்யப்பட்டு இருந்தது! எஞ்சியிருந்த இடத்தில் ஆங்காங்கே இருந்த குடில்கள் ஞானிகளின் ஆடம்பரமற்ற இருப்பிடங்கள்தான் என்று ஜூலியனுக்குத் தோன்றியது. அந்தக் குடில்களும் ரோஜா பூக்களால் ஆனவை! ஜூலியன் பேச்சற்று நின்றார்!

அங்கே ஜூலியன் கண்ட ஞானிகள் எல்லோரும், தன்னை இங்கு அழைத்துவந்தவரைப் போலவே இருப்பதாக அவருக்குப்பட்டது. கூட வந்தவர், தன் பெயர் யோகி ராமன் என்று சொன்னார். அவர்தான் இந்த குழுவில் மூத்தவரும், தலைவருமாம். இந்த கனவு கிராமத்தில் வசித்தவர்கள் எல்லோருமே மிகவும் இளமையான தோற்றத்துடனும், ஒரு குறிக்கோளுடனும் நிதானத்துடனும் நடப்பதை ஜூலியன் கவனித்தார். யாரும் வாயைத் திறந்து பேசவில்லை. மாறாக, இந்த அழகிய இடத்தின் அமைதியை மதித்து தங்கள் பணிகளை அமைதியாகவே செய்துகொண்டிருந்தனர்.

அங்கே சுமார் பத்து ஆண்கள் தான் இருந்திருப்பார்கள் போலும். அவர்கள் அனைவரும் யோகி ராமனைப் போலவே சிவப்பு அங்கி அணிந்திருந்தார்கள். ஜூலியன் அவர்களது கிராமத்தில் நுழைவதைக் கண்டு அவரைப் பார்த்து அன்பாகப் புன்னகைத்தார்கள். அனைவருமே சாந்தமாகவும் ஆரோக்கியமாகவும் மனா நிறைவுடனும் இருந்தார்கள். நம் நவீன உலகில் இருக்கும் மன அழுத்தங்கள் யாவுமே, அமைதியின் உச்சகட்டமான இந்த இடத்தில் சிறிதும் இல்லாமல் போனது போல் தோன்றியது. அங்கே அவர்கள் மத்தியில் புதியவர் ஒருவர் வருவதற்கு வாய்ப்பே இல்லாவிட்டாலும், அவர்கள் யாருமே தங்கள் வரவேற்பில் நிதானத்தை இழக்காமல், இவ்வளவு தூரம் வந்திருந்தவரைப் பார்த்து வெறும் சிரம்தாழ்த்திய வணக்கத்துடன் வரவேற்றார்கள்.

அங்கே இருந்த பெண்மணிகள் இதேபோன்று வசீகரமாக இருந்தார்கள். நீண்ட இளஞ்சிவப்பு நிற புடவை அணிந்து, நீண்ட

கருங்கூந்தலில் வெள்ளைத் தாமரை அணிந்து, அந்த கிராமத்தில் அதிசயிக்கத் தக்க வேகத்தில் நடந்து கொண்டிருந்தனர்.

ஆனால், இது நம்முடைய சமூகத்திலுள்ள எல்லோரையும் விழுங்கிக்கொண்டிருக்கும் பரபரப்பு அல்ல. அவர்களுடைய வேலை மும்முரம், அழகான நளினமான ஒன்றாக இருந்தது. சாந்தமாக, மிகுந்த கவனத்தோடு சிலர் கோவிலுக்குள் ஒரு விழாவிற்காக ஏற்பாடுகள் செய்துகொண்டிருந்தார்கள். வேறு சிலர் விறகுக்கட்டைகளையும் வண்ண வண்ண அலங்காரங்கள் நிறைந்த துணிகளையும் எடுத்துச் சென்று கொண்டிருந்தார்கள். அனைவருமே உபயோகமான காரியங்களையே செய்துக் கொண்டிருந்தார்கள். அனைவரும் மகிழ்ச்சியாகக் காட்சியளித்தார்கள்.

சிவானாவின் வாழ்க்கைமுறையின் ஆற்றலை அவர்களுடைய முகங்களில் காண முடிந்தது. அவர்கள் அனைவருமே சற்றே மூத்தவர்கள் தான் என்றாலும், ஒவ்வொருவரும் குழந்தயைப்போல் உற்சாகமாக இருந்தனர். அவர்கள் கண்களில் இளமை மின்னியது. யாருடைய சருமத்திலும் சுருக்கங்களோ நரைமுடியோ இருக்கவில்லை. யாருமே வயதானவர்கள் போல் தோற்றமளிக்கவில்லை.

ஜூலியன் தான் அனுபவித்துக் கொண்டிருந்ததை நம்ப முடியாமல் பார்த்துக் கொண்டிருந்தார். சிறிதுநேரத்தில் அவருக்கு விருந்தாக புத்துணர்ச்சியூட்டும் பழங்களும் சிறப்பான அழகிய காய்கறிகளும் வழங்கப்பட்டன. ஞானிகளுக்குக் கிடைத்த பொக்கிஷமான உடல் ஆரோக்கியத்திற்கான முக்கிய காரணி இந்த உணவுமுறைதான் என்பதை ஜூலியன் பிறகு தெரிந்துகொண்டார். உணவருந்திய பின்னர், யோகி ராமன் அவரை அவருடைய இருப்பிடத்திற்குக் கூட்டிச் சென்றார். மலர்கள் நிறைந்த சிறிய குடில், அதில் ஒரு சிறிய கட்டில், ஒரு காலியான குறிப்புப்புத்தகம். இன்னும் சிலகாலத்திற்கு ஜூலியனுடைய இல்லம் இதுதான்.

ஜூலியன் இந்த சிவானாவின் மாய உலகைப்போல வேறெதுவும் இதுவரை கண்டிருந்ததே இல்லை. ஆனால், தன்னுடைய சொந்தமான இருப்பிடத்திற்குத் திரும்புவது போல், அவர் முன்னரே அறிந்திருந்த சொர்க்கத்திற்கு திரும்பி வந்ததைப்போல் ஏனோ உணர்ந்தார். ரோஜாப்பூக்கள் நிறைந்த இந்த சிறு கிராமம் அவருக்கு புதியதாகவே தோன்றவில்லை. சிறிதுகாலமே என்றாலும், இங்குதான் அவருக்கு சரியான இருப்பிடம் என்று அவருடைய உள்ளுணர்வு கூறியது. அவருடைய வழக்கறிஞர் தொழிலின் பரபரப்பு திருடிச்சென்ற

அவருடைய ஆன்மாவையும் வாழ்க்கையின் மேல் இருந்த நாட்டத்தையும் திரும்பப் பெறும் இடமாக, உடைந்து கிடந்தத அவருடைய ஆத்மா மீண்டும் சீரடைவதற்கான ஒரு சரணாலயமாக இதை உணர்ந்தார் அவர். அப்படியாக, ஜூலியனின் வாழ்க்கை எளிமையாக, இனிமையாக சாந்தமாக, சிவானாவின் ஞானிகளுடன் ஒற்றுமையாக ஆரம்பித்தது. அவருக்கு மேலும் உன்னதமான அனுபவங்கள் காத்திருந்தன.

ஐந்தாவது அத்தியாயம்

ஞானிகளின் ஆத்மார்த்தமான மாணவன்

பெரிதளவில் கனவு காண்பவர்களின் கனவுகள் வெறுமே நனவாவது மட்டுல்லாமல், அளவிலும் சிறப்பிலும் கனவுகளையும் விஞ்சி நிற்கும்.

- ஆல்ஃபிரெட் லார்ட் வைட்ஹெட்

இரவு 8 மணி ஆகிவிட்டிருந்தது. நாளை நீதிமன்றத்தில் வாதாட வேண்டியது பற்றிய ஏற்பாடுகள் செய்யவேண்டி இருந்தது. ஆனால், முன்பொரு காலத்தில் பெரிய வழக்கறிஞராக இருந்து, இந்தியாவின் ஞானிகளைச் சந்தித்தபின் தன் வாழ்க்கையையே மாற்றிக்கொண்ட ஜூலியனின் அனுபவங்களைப் பற்றி கேட்கவும் ஆவலாக இருந்தது. எவ்வளவு ஆச்சரியமான மாற்றம்! இமாலயத்தின் உயரத்தில் ஜூலியன் கற்றுகொண்டவை என் வாழ்க்கையின் தரத்தையும் மேம்படுத்த உதவுமா என்றும், நாம் வசிக்கும் உலகத்தில் மீது எனக்கு என் இளம் வயதில் இருந்த ஆர்வத்தை மீண்டும் தட்டியெழுப்புமா என்றும் நான் ஏங்கினேன். ஜூலியன் சொல்வதைக் கேட்கக் கேட்க என் ஆன்மா தொய்வடைந்திருந்தது போல் உணர்ந்தேன். ஓர் இளைஞனாக இருந்தபோது, செய்யும் ஒவ்வொரு விஷயத்திலும் நான் பெரும் உத்வேகம் கொண்டிருப்பேன், இன்று அது என்னவாயிற்று, எங்கே போயிற்று? அப்போதெல்லாம், சின்னஞ்சிறு விஷயங்களும் என்னைப் பெருமகிழ்ச்சியில் ஆழ்த்துமே! இப்போது என்ன ஆச்சு! என்னுடைய விதியை நானே மாற்றியமைக்கும் நேரம் வந்துவிட்டதோ!

தன் பெரும்பயணத்தின் கதை, மற்றும் ஞானிகள் கற்றுக்கொடுத்த புதிய வாழ்க்கைமுறை ஆகியவற்றைப் பற்றி மேலும் கற்றுக்கொள்வதில் எனக்கிருந்த ஆர்வத்தை தெரிந்து கொண்ட ஜூலியன், தன் பகிரும்வேகத்தை இன்னும் அதிகப் படுத்தினார். புதியவற்றை கற்றுக்கொள்ளும் ஆர்வமும், நீதிமன்ற விவாதங்களில் பெற்ற பயிற்சியினால் இன்னும் கூர்மையாக்கப்பட்ட அவருடைய அறிவுத்திறனும், அவரை சிவானாவின் சமூகத்தில் மிகவும் விரும்பப்பட்டவராக ஆக்கியது. சிவானாவின் ஞானிகள், ஜூலியன்பால் கொண்டிருந்த அன்பின் வெளிப்பாடாக, தங்களில் ஒருவராகவே பாவிக்க ஆரம்பித்தார்கள்.

மனம், உடல் மற்றும் ஆன்மா ஆகியவற்றின் செயல்பாட்டினைப் பற்றி இன்னும் அதிகம் தெரிந்து கொள்ளவும், தன்னுடைய புலன்களின் மீது ஆளுமை கொள்ளவும், ஜூலியன் விழித்திருந்த ஒவ்வொரு நிமிடமும் யோகி ராமனிடம் இருந்து கற்றுக்கொள்ளத் துவங்கினார். இருவருக்கும் சில வருடங்களே வயது வித்தியாசம் இருந்தாலும், அந்த ஞானி ஜூலியனுக்கு குருவாக இல்லாமல் ஒரு தந்தையைப் போலவே இருந்தார். பல பிறவிகள் கடந்த அறிவாற்றலும் ஞானமும் அவரிடம் இருந்ததும், அவர் அதை ஜூலியனுடன் பகிர்ந்துகொள்ள தயங்கவில்லை என்பதும் நிரூபணம் ஆயிற்று.

காலையில், விடிவதற்கு முன்னதாகவே, தன்னுடைய ஊக்கம் நிறைந்த மாணவர் ஜூலியனுடன், யோகி ராமன் அமர்ந்து, வாழ்க்கையின் அர்த்தத்தைப் பற்றியும், உற்சாகத்துடனும் ஆக்கப்பூர்வமான உணர்வுடனும் நிறைவோடும் வாழ்வது எப்படி என்ற வழிமுறைகளை கற்றுக் கொடுத்தார். யார் வேண்டுமானாலும் பயன்படுத்தி நீண்ட ஆயுளுடன், இளமையான, மகிழ்ச்சியான வாழ்க்கையை வாழ்வதற்கான உத்திகளை கற்றுக்கொடுத்தார்.

சுய ஒழுக்கமும், பொறுப்புணர்வும் இருந்தால், அவருடைய முந்தைய வாழ்வின் களேபரங்களில் இருந்து எப்படி மீண்டு வரலாம் என்பதையும் ஜூலியன் கற்றுக்கொண்டார். வாரங்கள் மாதங்களாக, தன் மனத்திற்குள் ஆழ்ந்த உறக்கத்தில் இருக்கும் பெரும் ஆற்றலையும், அதை விழிப்படையச் செய்தால், பெரிய பல சாதனைகளை எட்டமுடியும் என்பதையும் அவர் புரிந்து கொண்டார். சில பொழுதுகளில் குருவும் சீடனும் கீழே அடர்ந்த பச்சை வயல்களில் இருந்து உதித்து எழும் சூரியனை பார்த்தவாறு அமைதியாக

32

உட்கார்ந்திருப்பார்கள். சிலசமயங்களில் தியானத்தின் அமைதி தரும் அழகான தருணங்களை ரசித்தவாறு அமர்ந்திருப்பார்கள். சில நேரங்களில், தத்துவங்களை விவாதித்தவாறு அங்கே ஓங்கி வளர்ந்திருந்த தேவதாரு மரங்களின் ஊடே நடந்துகொண்டு இருப்பார்கள்.

சிவானாவில் மூன்று வாரங்கள் முடிந்த பின்னர்தான், தன்னளவில் வளர்ந்து வருவதன் அறிகுறிகள் முதல் முறையாக தனக்குத் தெரிய ஆரம்பித்ததாக ஜூலியன் என்னிடம் சொன்னார். தன்னைச் சுற்றியுள்ள மிகவும் சாதாரணமான விஷயங்களிலும் இருக்கும் அழகை கவனிக்கத் துவங்கினார். நட்சத்திரங்கள் நிறைந்த இரவோ, மழை பெய்து நின்றதும் பளபளக்கும் சிலந்திவலையின் அழகோ, ஜூலியன் எல்லாவற்றையும் தன் மனத்தில் ஏற்றுக் கொண்டார். தன் புதிய வாழ்க்கைமுறையும் பழக்கங்களும் தன் அகத்தின் உலகிலும் பிரதிபலிக்க ஆரம்பித்ததை உணர்ந்தார். மேற்கத்திய வாழ்க்கையில் அவருக்கு கிடைக்காத ஆழ்ந்த நிம்மதியையும் அமைதியையும், ஞானிகளிடம் கற்றுக்கொண்ட வழிமுறைகளை செயல்படுத்த ஆரம்பித்த முதல் மாதத்திலேயே அடைந்ததாக உணர்ந்தார். அவர் இன்னும் அதிகமாகவே குதூகலமானார், அதிக ஆற்றலும் ஆக்கசக்தியும் அடைந்ததை உணர்ந்தார்.

ஜூலியனின் மனத்தளவு மாற்றங்களோடு அக வலிமையையும் புற இளமையும் சேர்ந்தன. முன்காலத்தில் எடை கூடிய அவருடைய உடல் மெலிந்து வலிமையானது, வெளிறிப்போன முகச்சருமம் ஆரோக்கியத்தால் பளபளப்பானதாக மாறியது. தன்னால் எதுவும் செய்யமுடியும், தன்னுள் இருக்கும் முடிவில்லா ஆற்றலை கட்டவிழ்த்து உபயோகிக்க முடியும் என்று ஜூலியன் உணர்ந்தார். வாழ்க்கையை அனுபவிக்கலானார், ஒவ்வொன்றிலும் இருக்கும் தெய்வீகத் தன்மையை பாராட்டலானார். இந்த ஞானிகளின் பழைமை வாய்ந்த வாழ்க்கை முறை தனது புதிய அதிசயங்களை காட்டத் துவங்கியிருந்தது.

தான் சொல்லிக் கொண்டிருந்ததை தானே நம்பாததுபோல் ஒருகணம் நிறுத்தி, சற்றே ஆழ்ந்த சிந்தனையுடன் பேசலானார் ஜூலியன். "ஜான், நான் ஒரு விஷயத்தை நன்றாகக் புரிந்துகொண்டேன். இந்த உலகம் இருக்கிறதே, நான் என்னுள் இருக்கும் உலகையும் சேர்த்ததுதான் சொல்கிறேன். இந்த உலகமே மிகவும் விசேஷமானது. உள்ளிருந்தும் வெற்றி அடையாமல், வெறும் வெளியுலக வெற்றி மட்டும்

அர்த்தமில்லாதது என்று நான் நன்றாக புரிந்து கொண்டிருக்கிறேன். நான் பெரிய வழக்கறிஞராக இருந்தபோது, இதுபோல் தங்களது அக-புற ஆரோக்கியத்தை மேம்படுத்த முயன்று கொண்டிருந்தவர்களைப் பார்த்து நான் ஏளனம் செய்திருக்கிறேன். 'என்னடா வெட்டிவேலை செய்துக்கொண்டிருக்கிறீர்கள்' என்று பலமுறை நினைத்துள்ளேன். ஆனால், தன்மீது ஆளுமை கொள்வதும் தன் மனம் உடல் ஆன்மா ஆகியவற்றை பராமரித்துக் கொள்வதும் மட்டுமே தன்னை உயரிய நிலைக்கு கொண்டுபோய் தன் கனவுகளை நனவாக்க உதவும் என்று எனக்குப் புரிந்தது."

"தன்னைப்பற்றிய அக்கறை இல்லை என்றால், பிறர் மீது எப்படி சரியாக அக்கறை எடுத்துக் கொள்ள முடியும்! உங்களுக்குள்ளேயே நல்லதை உணரவில்லை என்றால், மற்றவர்களுக்கு எப்படி நல்லது செய்ய முடியும்! நான் என்னையே காதலிக்கவில்லை என்றால், உங்களை காதலிக்க முடியாது!" என்று அழுத்தம் திருத்தமாக ஆனால் நிதானமாக விளக்கினார். திடீரென்று, என்னமோபோல் ஆனார் அவர். "என்னை மன்னித்துவிடு ஜான், நான் என்னுடைய உள்ளுணர்வைப் பற்றி இந்த அளவிற்கு வெளிப்படையாக யாரிடமும் பேசியதில்லை. ஆனால், அந்த இமயமலை உச்சியில் எனக்கு கிடைத்த அனுபவம் அந்த அளவு ஆழமானது. ஆத்மார்த்தமாக எனக்கு கிடைத்தத் தூய்மை, இந்த பிரபஞ்சத்தில் உள்ள ஆற்றல் அனைத்துமே என்னுள் எகுச்சியடைந்ததுபோல் கிடைத்த உணர்ச்சியினை நான் அனுபவித்தது போலவே மற்றவர்களும் உணர வேண்டும் என்று எனக்குத் தோன்றியது" என்றார்.

நேரம் ஆகிக்கொண்டிருந்ததை கவனித்த ஜூலியன், உத்தரவு வாங்கிக்கொண்டு கிளம்புவதாகச் சொன்னார்.

"என்ன ஜூலியன், இப்போது கிளம்புகிறேன் என்கிறீர்களே! கூடாது. இமயமலையில் உங்களுக்குக் கிடைத்த ஆழமான தெளிவிலும் நீங்கள் வெளியுலகுடன் பகிர்ந்துகொள்வேன் என்று கூறிய விஷயங்களிலும் நான் மிக ஆர்வமாக இருக்கிறேன். நீங்கள் என்னை இப்படி ஒரு மர்மத்துடன் விட்டுச் சென்றால் நான் என்ன ஆவேன் என்பது உங்களுக்கு நன்றாகத் தெரியும் அல்லவா!" என்றேன்.

"நண்பனே, நான் நிச்சயம் மீண்டும் வருவேன். உனக்குத்தான் என்னைப் பற்றி தெரியுமே, ஒரு கதை சொல்ல ஆரம்பித்தால் நான் தான் நிறுத்தாமல் பேசிக்கொண்டே இருப்பேனே! ஆனால் உனக்கு

தன் பொக்கிஷத்தை விற்ற துறவி

உன்னுடைய வேலை மீதி இருக்கிறது. எனக்கும் முடிக்க வேண்டிய சில முக்கியமான தனிப்பட்ட வேலைகள் இருக்கின்றன" என்றார்.

"சரி, அப்போது ஒரே ஒரு விஷயம் மற்றும் சொல்லுங்கள். நீங்கள் சிவானாவில் கற்றுக்கொண்ட வழிமுறைகள் எனக்கும் சரிவருமா?" என்று ஆவலாகக் கேட்டேன்.

"மாணவர் தயாராக இருக்கும்போது ஆசிரியர் தானாகவே தோன்றுவார்" என்று உடனடியாக பதில் வந்தது. "எனக்கு கிடைத்த இந்த அறிவைப் பெற நீயும், நம் சமுதாயத்தில் இருக்கும் பலரும் தயாராக இருக்கிறீர்கள். ஞானிகளின் இந்த செய்தி அனைவருமே அறிந்துகொள்ள வேண்டும். இது அனைவருக்கும் நல்லது தரும். தங்கள் இயற்கை நிலையின் உன்னத நிலையை அனைவரும் அறிந்துகொள்ள வேண்டும். நான் கற்றுக்கொண்ட அந்த பழைமையான ஞானத்தை நிச்சயம் பகிர்ந்து கொள்வேன், இது சத்தியம். ஆனால் சற்று பொறுமை கொள்! நாளை இரவு உன்னை உன் வீட்டில் சந்திக்கிறேன். உன் வாழ்க்கையை இன்னும் அர்த்தமானதாக வாழ உனக்குத் தேவையானதை நாளை சொல்கிறேன். சரிதானே! " என்றார்.

"சரிதான்" என்று ஒப்புக்கொண்டேன் நான். "இத்தனை ஆண்டுகள் எனக்குத் தெரியாமல் இருந்த விஷயங்கள் இன்னும் ஓர் இருபத்திநாலு மணிநேரம் தெரியாமல் இருந்தால் ஒன்றும் ஆகிவிடாது தான்" என்று சற்று ஏமாற்றத்தோடு சொன்னேன்.

என் அலுவலக அறையில் அமைதியாக உட்கார்ந்திருந்த போது, உண்மையில் நம்முடைய உலகம் எவ்வளவு சிறியது என்பதை உணர்ந்தேன். கல்லாதது உலகளவு இருக்கிறதே என்பதை பற்றி யோசித்தேன். வாழ்க்கையைப்பற்றி நான் முன்பு கொண்டிருந்த உற்சாகமும் இளமைப்பருவத்தில் எல்லாவற்றிலும் எனக்கிருந்த ஆர்வமும் மீண்டும் கிடைத்தால் எப்படி இருக்கும் என்றும் நினைத்துப் பார்த்தேன். இன்னும் அதிக உற்சாகத்துடனும் வாழ்வில் புத்துணர்வுடனும் இருக்க நிச்சயம் எனக்கும் ஆசைதான். 'நானும் இந்த வழக்கறிஞர் தொழிலை விட்டுவிடுவேனோ, எனக்கும் இதே போன்று ஒரு உன்னதமான பணி காத்திருக்கிறதோ' என்ற யோசனைகளோடு நான் என் அலுவலக அறையின் விளக்குகளை அணைத்து, கதவைப் பூட்டிக்கொண்டு, மற்றுமொரு கோடைக்கால இரவின் வெப்பத்தில் வெளியேறினேன்.

ஆறாவது அத்தியாயம்

சுயமாற்றத்தில் விளையும் விவேகம்

வாழ்வதே ஒரு கலை தான்; என் வாழ்க்கையே என் கலையின் வெளிப்பாடு.

- சுஸுகி

சொன்னதைப்போல, ஜூலியன் மறுநாள் மாலை என் வீட்டிற்கு வந்தார்.பிரபல கட்டிடக்கலை பத்திரிகை "கேப் காட்" இல், வருமளவிற்கு அழகாக இருக்கிறது என்று என் மனைவிகூட நம்புகிறாளே, அப்படிப்பட்ட அழகான என் வீட்டின் கதவில் சரியாக நான்கு முறை தட்டினார். முந்தைய தினம் அவரிடம் இருந்த அதே ஆரோக்கியமும் அமைதியும் தெரிந்தாலும். அணிந்திருந்த ஆடையால், மிகவும் வித்தியாசமாகத் தெரிந்தார். அது என்னை என்னவோ செய்தது. சிகப்பு நிற நீண்ட அங்கியும் நீல நிறத்தில் தொப்பி போன்ற தலைப்பாகையும் அவருடைய ஆரோக்கியமான உடலை அலங்கரித்தன. இந்த வெப்பமான ஜூலை மாத இரவில் அவர் தலைப்பாகை அணிந்திருந்தது இன்னும் ஆச்சரியமாக இருந்தது.

"வணக்கம் நண்பனே, வணக்கம்" என்று என்னை உற்சாகத்துடன் வாழ்த்திக் கொண்டே வந்தவர், "என்ன இவ்வளவு வியப்புடன் பார்க்கிறாய்! நான் என்ன முன்பு போல மிக விலைஉயர்ந்த அர்மானி சூட் அணிந்திருப்பேன் என்றா எதிர்பார்த்தாய்?"என்றதும், இருவருமே

சிரித்துவிட்டோம். முதலில் மெல்லிய குறுஞ்சிரிப்பாக ஆரம்பித்தது பின்னர் கடகடவென்று உரத்த சிரிப்பொலியாக மாறியது. என்னை பலகாலம் நல்ல களிப்பான மன நிலையில் வைத்திருந்த நகைச்சுவை உணர்வு நிச்சயம் அப்படியேதான் இருந்தது!

அங்கங்கே கொஞ்சம் ஒழுங்கு படுத்தப்படாமல் இருந்தாலும் வசதியாக இருந்த என் வரவேற்பறையில் இருவரும் உட்கார்ந்ததும், அவர் கழுத்தை அலங்கரித்த மரத்தினாலான ஜெப மாலையை கவனித்தேன். "அது என்னது! ரொம்ப அழகாக இருக்கிறதே!" என்றேன்.

அந்த மாலையை தடவிக் கொடுத்துக்கொண்டே "அதைப் பற்றி பிறகு சொல்கிறேன். நாம் பேச வேண்டியது நிறையவே உள்ளது" என்றார்.

"அதுவும் சரிதான், நாம் இன்று சந்திக்க இருப்பதைப் பற்றியே யோசித்துக் கொண்டிருந்தேனா, அலுவலகத்தில் வேலையே ஓடவில்லை!" என்றேன் ஆவலாக.

என் ஆவலை உணர்ந்து கொண்ட ஜூலியன், தன்னிடம் எப்படி மாற்றம் ஏற்பட்டது என்றும், அது எவ்வளவு இயல்பாக நடந்தது என்பதையும் பற்றி சொல்ல ஆரம்பித்தார். மனதை கட்டுப்பாட்டில் வைத்திருக்கும் கலையையும், நம் சமுதாயத்தில் பலரையும் பாதிக்கும் 'கவலைப்படுவது' என்ற பழக்கத்தை விடுவது எப்படி என்றும் கற்றுக் கொண்டதையும் சொன்னார். வாழ்க்கையை இன்னும் அர்த்தமுள்ளதாகவும் முழுமையாகவும் வாழ்வது எப்படி என்று யோகி ராமனும் மற்ற ஞானிகளும் தனக்குக் கற்றுத் தந்ததைப் பற்றி சொன்னார். நம் அனைவருக்குள்ளும் அடி ஆழத்தில் உறங்கிக் கொண்டிருக்கும் இளமை எனும் ஊற்றினையும், அளப்பரிய சக்தியையும் கட்டவிழ்த்து விடுவதற்கான வழிமுறைகளையும் சொன்னார்.

தான் உறுதியாக நம்புவதையே அவர் சொன்னாலும், எனக்குத்தான் ஏனோ இவற்றை எல்லாம் நம்புவது கடினமாக இருந்தது. இவர் என்னை வைத்து வேடிக்கை செய்கிறாரோ என்றும் சந்தேகித்தேன். ஹார்வார்டில் படித்த இந்த பிரபல வழக்கறிஞர், முன்பெல்லாம் நிறுவனத்தில் இருக்கும் எல்லோரிடமும் நிஜம் என்று நம்பும் விதத்தில் அடிக்கடி ஏதாவது சேட்டையும் கிண்டலும் செய்து சிரிக்க வைப்பதில் வல்லவர் என்று புகழ் பெற்றவர் ஆயிற்றே! இவர் சொல்லிக் கொண்டிருந்தவைகளும் ஏதோ பிரமாதமாய், ஆனால்

நடைமுறைக்கு அப்பாற்பட்டதாகத் தோன்றியது. நீங்களே யோசித்துப் பாருங்கள் - நாட்டின் மிகப்பெரிய வழக்கறிஞர்களில் ஒருவர் திடீரென்று ஒருநாள் எல்லாவற்றையும் உதறித்தள்ளிவிட்டு,, தன் சொத்துக்கள் எதுவுமே வேண்டாம் என்று விட்டுவிட்டு, ஆன்மிகப் பயணமாக இந்தியா சென்று, இமாலயத்தில் இருந்து ஞானம் பெற்றுத் திரும்புகிறாராம். இது உண்மையாக இருக்க முடியுமா?

"என்ன ஜூலியன் இது! என்னை வைத்துத் தமாஷ் செய்ய வேண்டாமே! இவை எல்லாமே பிரபலமான உங்கள் பழைய சேட்டைகளைப் போலவே இருக்கிறது. என் அலுவலகத்தின் எதிரே இருக்கும் கடையில் இருந்துதான் நீங்கள் அந்த அங்கியை வாடகைக்கு எடுத்திருக்கிறீர்கள், அல்லவா!" என்றேன் நான் சற்றே பயம் கலந்த சிரிப்புடன்.

நான் நம்பமாட்டேன் என்பதை எதிர்பார்த்தவரைப் போல சட்டென்று ஜூலியன் "சரி, நீதிமன்றத்தில் எதையாவது நிரூபிக்க வேண்டும் என்றால் எப்படி செய்வாய்" என்றார்.

"ஆணித்தரமான ஆதாரங்களுடன் தான்!" என்றேன்.

"மிகவும் சரி, உன் முன் இருக்கும் ஆதாரங்களைப் பார். சுருக்கங்களில்லாத என் முகத்தைப் பார். ஆரோக்கியம் ததும்பும் என் உடற்கட்டைப் பார். என்னுள் இருக்கும் அளவில்லா துடிப்பும் சக்தியும் உனக்குத் தெரியவில்லையா! என் அமைதியான நிலை உனக்குத் தெரிகிறதல்லவா! நான் மாறியிருக்கிறேன் என்று உனக்குப் புரியவில்லையா என்ன!" என்று கேட்டார்.

அவர் கேள்வியில் நியாயம் இருந்தது. சில வருடங்களுக்கு முன்தான், இவர் ரொம்பவே வயதானவராகத் தோற்றம் அளித்தவர் ஆயிற்றே!

"நீங்கள் பிளாஸ்டிக் சர்ஜரி எதுவும் செய்து கொள்ளவில்லை தானே!" என்றேன் நான். மெல்லிய புன்சிரிப்புடன் "இல்லை" என்றார். "அவையெல்லாம் வெளிப்புறத் தோற்றத்தை மட்டுமே மாற்றி அமைக்கும். எனக்கோ உள்ளிருந்து சிகிச்சை வேண்டியிருந்தது. என் பரபரப்பான, களேபரமான வாழ்க்கைமுறை என்னை பெரிய இக்கட்டில் கொண்டுவிட்டிருந்தது. எனக்கு வந்தது வெறும் மாரடைப்பு மட்டுமல்ல. என்னுடைய அடிநாதமே உடைந்திருந்தது."

"ஆனால், உங்கள் மாற்றத்துக்கான காரணங்களாக நீங்கள் சொல்வது, ரொம்ப மர்மமாக அசாதாரணமாக இருக்கிறதே" என்றேன்.

நான் மீண்டும் மீண்டும் கேட்டதில் பொறுமை இழக்காமல் அமைதியாகவே இருந்தார் அவர். அருகில் மேஜையில் ஜாடியில் அவருக்காக வைத்திருந்த தேநீரை எடுத்து, கோப்பைக்குள் ஊற்ற ஆரம்பித்தார். கோப்பை நிரம்ப ஊற்றினார். அது முழுவதும் நிரம்பி, தட்டில் வழிய ஆரம்பித்துப்பின் அதுவும் நிரம்பி மேலும் வழிந்து, என் மனைவி மிகவும் விரும்பி வாங்கி, கீழே தரையில் விரித்திருந்த விலை உயந்த - கார்ப்பெட்டிலும் வழிந்தோடியது. முதலில் அமைதியாகத்தான் இருந்தேன், பின் என்னால் தாங்க முடியவில்லை.

“என்ன செயகிறீர்கள் ஜூலியன்! கோப்பை தான் வழிந்து கொண்டிருக்கிறதே! நீங்கள் என்னதான் செய்தாலும் கோப்பைக்குள் இன்னும் கொள்ளாது!” என்று கத்தியே விட்டேன்.

என்னை நீண்டநேரம் உற்றுப் பார்த்தார். “நான் சொல்லப் போவதை தவறாக எடுத்துக் கொள்ளாதே ஜான். எனக்கு உன்மேல் எப்போதுமே பெரும் மதிப்பு இருக்கிறது. ஆனால் இந்த கோப்பையைப் போலவே நீயும், ஏற்கனவே சேமித்துக் கொண்ட சிந்தனைகளாலும் நம்பிக்கைகளாலும் நிரம்பி இருக்கிறாய். நீ உன் கோப்பையை முதலில் காலி செய்யவில்லை என்றால், அதற்குள் இன்னும் எப்படி ஊற்ற முடியும்?” என்றார்.

அவருடைய வார்த்தைகளில் இருந்த உண்மை என்னைத் தாக்கியது. அவர் சரியாகத்தான் சொன்னார். பல ஆண்டுகளாக நான் இருக்கும் சட்டத்துறையில், ஒவ்வொரு நாளும் ஒரே விதமாக யோசிக்கும் அதே மனிதர்களுடன் என் நாட்களை கழித்தது என் உள்மனக் கோப்பையை முழுவதுமாக நிரப்பி இருந்தது. ‘புதிதாக ஏதாவது செய்யலாமே, புதிய மனிதர்களைச் சந்திக்கலாமே’ என்று என் மனைவி ஜென்னி அடிக்கடி சொல்வாள்.

“ஏதாவது சுவாரசியமாக செய்ய வேண்டும் என்று உனக்குத் தோன்றாதா” என்பாள்.

சட்டத் துறையை தவிர்த்து வேறு ஏதாவது விஷயத்தைப் பற்றி கடைசியாக நான் என்ன புத்தகம், எப்போது படித்தேன் என்று எனக்கு நிச்சயமாக நினைவில்லை. இந்தத் தொழில் தான் என் வாழ்க்கை என்று ஆகி இருந்தது. மிகவும் பழக்கப்பட்டுவிட்ட இந்த வறண்ட உலகம் என் ஆக்க சக்தியை மழுங்கச் செய்து என் பார்வையை, அதன் வீச்சை மிகவும் குறைத்திருந்தது.

“சரிதான், நீங்கள் சொல்வது எனக்குப் புரிகிறது” என்று ஒப்புக்கொண்டேன். “இத்தனை வருடங்களாக நீதிமன்றங்களில்

எதிர் வாதம் மட்டுமே செய்து பழகிய எனக்கு எதையும் எளிதில் நம்புவது கடினமாக ஆகிவிட்டது போலும். நேற்று உங்களை என் அலுவலகத்தில் பார்த்ததில் இருந்தே, உங்கள் மாற்றம் உண்மையானது தான் என்று உணரத் தொடங்கினேன். அதிலிருந்து நானும் கற்றுக் கொள்ளலாம் என்றும் தோன்றியது. இருந்தும்கூட, நான்தான் நம்ப விரும்பவில்லையோ என்னவோ!"

"ஜான், உன்னுடைய புதிய வாழ்வில் இன்றுதான் முதல் நாள். நான் உன்னிடம் கேட்பதெல்லாம் ஒன்றே ஒன்றுதான். இப்போது நான் உன்னிடம் பகிர்ந்து கொள்ளும் தத்துவங்களையும் உத்திகளையும் பற்றி நீ ஆழ்ந்து சிந்தித்து, வெறும் ஒரு மாத காலம் திடமான நம்பிக்கையுடன், நான் சொல்லும் வழிமுறைகளை நடைமுறைபடுத்து. கிடைக்க இருக்கும் அரிய பலன்களை நம்பி, அவற்றை முழுவதுமாக ஏற்று நடத்து. நிச்சயம் பலன் அளிக்கின்றன என்ற ஒரே காரணத்தால் தான் ஆயிரம் ஆயிரம் ஆண்டுகளாக அவை இன்னமும் நடைமுறையில் இருக்கின்றன.

"ஒரு மாதமா! ரொம்ப அதிகமாகத் தோன்றுகிறதே." என்றேன் சற்று தயக்கமாக.

"மீதம் உள்ள உன் முழு வாழ்க்கையின் ஒவ்வொரு நொடியையும் ஆக்கபூர்வமாக மாற்றி அமைக்கும்ஒரு அற்புதமான விஷயத்திற்கு விலை என்பது வெறும் முப்பதே நாட்கள் தான்என்பது நல்ல டீல் என உனக்குத் தோன்றவில்லையா? நீ உனக்காகவே செய்து கொள்ளும் முதலீடுதான் நீ செய்யக்கூடிய மிகச் சிறந்த முதலீடு. இது உன்னை மட்டும் இல்லை, உன்னைச் சுற்றியுள்ள அனைவரின் வாழ்க்கையையும் மேம்படுத்தப் போகிறது." என்றார்.

"அது எப்படி?" என்று சற்று தயக்கமாகவே கேட்டேன்.

"நீ உன்மேல் முழுமையாக அன்பு வைத்திருந்தால் தான், மற்றவர்களின் மீது அன்பு செலுத்த முடியும். நீ உன் இதயத்தைத் திறந்த பின்னர்தான் மற்றவர்களின் இதயத்தைத் தொட முடியும். நீ முழு உயிர்ப்புடன் இருப்பதாக உணர்ந்தால் தான், இன்னும் சிறந்த மனிதனாக மாறுவதற்கு நீ சரியான நிலையில் இருப்பாய்" என்றார்.

இன்னும் கொஞ்சம் நம்பிக்கை கூடி, "சரி, இந்த ஒரு மாதத்தின் முடிவில் என்ன நடக்கும் என்று நான் எதிர் பார்க்கலாம்" என்று வினவினேன்.

"உன் மனத்தில், உடலில், ஏன் உன் ஆத்மாவில் கூட ஆச்சரியப்பட வைக்கும் அளவுக்கு நல்ல மாற்றங்கள் ஏற்படுவதை

தன் பொக்கிஷத்தை விற்ற துறவி

நீயே உணர்வாய். நீ உன் வாழ்நாளில் இதுவரை அனுபவித்ததை விட அதிக ஆற்றல், உற்சாகம், உள்மன அமைதி ஆகியவற்றை உணர்வாய். உன் வாழ்க்கையில் நலனும் சமநிலையும் விரைவில் திரும்பும். இவையெல்லாம் சிவானா முறையின் பலன்களில் சில!" என்றார்.

"ஆஹா, அற்புதம்" என்றேன்.

"இன்று நீ அறியப் போகும் விஷயங்கள் உன் தனிப்பட்ட வாழ்க்கையையும் உன் பணி வாழ்க்கையையும் மட்டுமல்லாது, உன் ஆன்மிக சிந்தனையையும் நல்வழிப்படுத்தவே உருவானவை. அந்த ஞானிகளின் அறிவுரை ஐந்தாயிரம் வருடங்களுக்கு முன்னர் எப்படி பொருத்தமாக இருந்ததோ, அதே போல்தான் இன்றும் இருக்கின்றன. இவை உன்னை உள் அளவில் மட்டும் இன்றி, உன் வெளியுலகையும் இன்னும் செழிப்பாக்கி நீ செய்யும் எல்லா விஷயங்களிலும் இன்னும் அதிக நற்பயனைத் தரும். நான் இதுவரை கண்டதில் மிகவும் சக்தி வாய்ந்த ஆற்றல் என்பதே இந்த ஞானம் தான். இது நேரடியானது, யதார்த்தமானது, பற்பல நூறாண்டுகளாய் வாழ்க்கையில் தொடர்ந்து பரிசோதிக்கப்பட்டது."

மேலும் தொடர்ந்தவர், "மிக முக்கியமான ஒன்று, இது அனைவருக்கும் செயல்படும். ஆனால், இதை உன்னுடன் பகிர்ந்து கொள்ளும் முன் நீ எனக்கு ஒரு வாக்குறுதி தர வேண்டும்" என்று நிறுத்தினார்.

நிச்சயம் ஏதோ நிபந்தனைகள் போடுவார் என்று எனக்குத் தெரியும். "இலவசமான சாப்பாடு எங்கேயும் கிடைக்காது. மகனே, எல்லாவற்றிற்கும் ஒரு விலை கொடுக்க வேண்டியிருக்கும்" என்று என் தாய் அடிக்கடி சொல்லுவாள்.

"சிவானாவின் ஞானிகள் எனக்குக் கற்றுத்தந்த வழிமுறைகளையும் திறமைகளையும், அவை உன் வாழ்வில் கொண்டுவரும் நற்பலன்களையும் நீ பார்த்த பிறகு, மற்றவர்களுக்கு பயனளிக்கும்படி நீயும் அவற்றை பகிர்ந்து கொள்ள வேண்டும். நான் உன்னிடம் கேட்கப்போவது இதுமட்டும் தான். நீ இதற்கு ஒப்புக்கொண்டால், நான் யோகி ராமனுக்குக் கொடுத்த வாக்குறுதியை நடைமுறை படுத்த நீ எனக்கு உதவுவது போல் ஆகும்" என்றார்.

நான் உடனடியாக ஒப்புக்கொண்டதும், ஜூலியன் புனிதமாகக் கருதிய அந்த வழிமுறையை எனக்கு கற்றுக்கொடுக்க ஆரம்பித்தார். அவர் அங்கே கற்றுக்கொண்ட சில விதிகள் சற்றே மாறுபட்டு

இருந்தாலும், அடிப்படையாக சிவானா முறை ஏழு முக்கியமான நல்ல பழக்கங்களைக் கொண்டுள்ளது என்றார். சுய மேலாண்மை, தன் செயல்களுக்கும் சிந்தனைகளுக்கும் தாமே பொறுப்பேற்றுக் கொள்வது, மற்றும் ஆன்மிக எழுச்சி ஆகியவற்றை அந்த ஏழு பழக்கங்களும் எளிதில் சாத்தியமாக்கும்.

சிவானாவில் சில மாதங்கள் கடந்த பின் யோகி ராமன் தனக்கு இந்த ஏழு பழக்கங்களை சொல்லிக்கொடுத்தார் என்று ஜூலியன் சொன்னார். ஒருநாள், அனைவரும் உறங்கிக்கொண்டிருந்த வேளையில், ஜூலியனின் குடில் கதவை ராமன் சத்தமில்லாமல் தட்டினாராம். நிதானமான வழிகாட்டி போல சாந்தமான குரலில் சொன்னாராம் "ஜூலியன், உன்னை நான் பல நாட்களாக கூர்ந்து கவனித்து வருகிறேன். வாழ்க்கையில் நல்லவற்றை சேகரிக்க விரும்பும் நல்ல மனிதன் நீ. இங்கே வந்து சேர்ந்த நாள் முதல், எங்கள் பழக்கங்களை முழுமையாக ஏற்றுக்கொண்டு நீயும் பின்பற்றி வருகிறாய். எங்கள் தினசரி பழக்கங்கள் பலவற்றை கற்றுக்கொண்டு, அவற்றின் பலன்களையும் நீ அறிந்துகொண்டுள்ளாய். எங்கள் வாழ்க்கைமுறையை மதிக்கின்றாய். இன்று இரவு, நீ சிவானாவிற்கு வந்து மூன்றாவது மாதம் ஆரம்பிக்க உள்ளது. எங்கள் வழிமுறையைப் பற்றி நான் உனக்கு சொல்லிக்கொடுக்க ஆரம்பிக்கப் போகிறேன்.

உனக்காக மட்டுமல்ல, நீ வசிக்கும் உலகில் மற்ற மக்களுக்காகவும் தான். என் மகன் சிறுவனாக இருக்கும் பொழுது எப்படி நான் தினமும் அவனை என்னருகில் உட்கார வைத்து சொல்லிக் கொடுத்தேனோ, அதேபோல் உனக்கும் சொல்லிக் கொடுக்கிறேன். சில வருடங்களுக்கு முன் அவன் துரதிர்ஷ்டவசமாக போய் சேர்ந்து விட்டான். ஆனால் அவன் காலம் முடிந்து விட்டது என்று வருந்திக்கொண்டு நான் அதன் காரணகாரியங்களை ஆராயாமல் விட்டுவிட்டேன். அவனுடன் நான் இருந்த நாட்களையம் அவன் நினைவுகளையும் அவ்வப்போது சந்தோஷமாக எண்ணிப்பார்ப்பேன். இப்போது உன்னை என் மகனாகப் பார்க்கிறேன். கடந்த இத்தனை வருடங்களாக நான் கற்றுக்கொண்டவை உன்மூலம் தொடரும் என்பதை எண்ணி எனக்கு நன்றியுணர்வுதான் ஓங்குகிறது" என்றார்.

ஜூலியனின் கண்கள் மூடியிருந்தன. ஞானம் எனும் வெள்ளத்தில் நனைந்த அந்த மாய உலகிற்கு அவர் மனதளவில் பயணம் செய்துக்கொண்டு இருந்ததாகத் தோன்றியது. "ஆழ்மன அமைதி, மகிழ்ச்சி மற்றும் ஆன்மிக பரிசுகள் நிறைந்த ஒரு வாழ்க்கையைப்

பெற அவசியமான ஏழு நல்ல பழக்கங்களும் ஒரு சிறிய கதைக்குள் அடங்கி இருக்கின்றன என்று யோகி ராமன் என்னிடம் சொன்னார்" என்று ஜூலியன் மெல்ல மெல்ல தன் சிந்தனையை வர்ணிக்கலானார். தொடர்ந்து, "அந்த அழகான கதைதான் அனைத்தையும் உள்ளடக்கிய கரு. இப்போது உன் வீட்டு வரவேற்பறையில் உட்கார்ந்திருக்கிறேனே, இதைப்போலவே அந்த இமாலய உச்சியில் இருந்த குடிலில் யோகி ராமன் என்னை என்னை கண்களை மூடிக்கொண்டு உட்காரச் சொன்னார். பிறகு, இப்போது நான் உன்னிடம் விவரிக்கும் காட்சியை என் மனக்கண்ணில் கற்பனை செய்து பார்க்கச் சொன்னார்" என்றார்.

தன் அனுபவத்தை விவரித்துக் கொண்டிருந்த ஜூலியன் தொடர்ந்தார் - "ஒரு பெரிய பசுமையான தோட்டத்தின் மத்தியில் நீ உட்கார்ந்து கொண்டிருக்கிறாய். தோட்டம் முழுவதிலும் இதுவரை நீ கண்டதிலேயே மிகமிக அழகான மலர்கள் இருக்கின்றன. உன்னைச் சுற்றி மிகுந்த சாந்தம், அமைதி. இந்த தோட்டம் உன் ஐம்புலன்களுக்கும் தரும் இன்பத்தையும் உணர்ந்து, இந்த இயற்கை சோலையை அனுபவிக்க உனக்கு வேண்டிய நேரம் எடுத்துக்கொள்ளலாம் என்பதை உணர். உன்னைத் சுற்றி பார்க்கும்போது, இந்த தோட்டத்தின் நட்ட நடுவில் ஆறு அடுக்குமாடிகள் கொண்ட ஒரு உயர்ந்த சிவப்புநிற கலங்கரை விளக்கம் போன்ற கட்டிடம் இருப்பதைக் காண்கிறாய். திடீரென்று அங்கே நிலவும் அமைதியை உடைப்பதுபோல், அந்த கட்டிடத்தின் கீழே உள்ள கதவு கிறீச்சிட்டுத் திறக்கும் சத்தம். அங்கிருந்து, ஒன்பது அடி உயரமும், நானூறு கிலோ எடையும் உள்ள ஒரு ஜப்பானிய சுமோ மல்யுத்த வீரன் மெல்ல நடந்து வருகிறான்" என்றார். சிரிப்பை அடக்கிக்கொண்டு "அந்த ஜப்பானிய சுமோ வீரன் இருக்கிறானே. அவன் கிட்டத்தட்ட நிர்வாணமாக, தன் ஆண் குறியை வெறும் பிங்க் நிற கம்பி கொண்டு மறைத்திருக்கிறான்" என்றவர், மேலும் தொடர்ந்தார்.

"அந்த சுமோ வீரன் மெல்ல தோட்டத்தைச் சுற்றி வருகிறான். நிதானமாக, கவனத்துடன் நடக்கிறான். அப்போது, கீழே கிடக்கும் ஒன்று அவன் பார்வையில் விழுகிறது. யாரோ பல வருடங்களுக்கு முன் அங்கே விட்டுச்சென்ற ஒரு பளபளப்பான தங்க நிற கடிகாரம் - ஓட்டப் பந்தயங்களுக்கு நேரம் கணக்கிட ஒரு ஸ்டாப் வாட்ச் உபயோகிப்பார்களே, அதுபோன்றது- அதைப் பார்க்கிறான். அவன் குனிந்து, அதை எடுத்து தன் கையில் மாட்டிக்கொண்டதுமே,

பொதேர் என்று பெரிய சத்தத்துடன் கீழே விழுந்துவிடுகிறான். அங்கேயே அசையாமல் மயக்கம் அடைந்தது போல் சலனமற்று கிடக்கிறான். ஐயோ அவன் மூச்சு நின்றேவிட்டதோ என்று எண்ணும் வேளையில், அருகில் இருக்கும் அழகான மஞ்சள் ரோஜாக்களின் வாசனையினால் உந்தப்பட்டதுபோல் மெல்ல அசைந்து பின்னர் எழுந்து கொள்கிறான். புத்துணர்ச்சி பெற்று எழுந்து நின்ற அவன், தன் இடதுபக்கம் பார்த்து அசந்து போகிறான். அங்கே, தோட்டத்தின் ஓரத்தில் புதர்களுக்கு நடுவே, மின்னும் வைரக்கற்கள் பதித்த ஒரு நீண்ட, வளைந்து நெளிந்து செல்லும் பாதை ஆச்சரியத்துடன் பார்க்கிறான். அவனை எதோ ஒரு சக்தி உந்த, அவனும் அந்த பாதையை நோக்கிச் செல்கிறான். அந்த பாதை அவனை நிரந்தர மகிழ்ச்சிக்கும் நிம்மதிக்கும் கொண்டு சேர்க்கிறது". இப்படிப்பட்ட ஒரு காட்சியை கற்பனை செய்து கொள்ளும்படி ஜூலியனுக்கு யோகி ராமன் அறிவுறுத்தினார்.

இமயமலையின் உச்சியில், ஞானத்தின் ஒளிப்பிழம்பை கையகப்படுத்தினாற்போல் இருந்த யோகி ராமன் விவரித்த இந்த காட்சியை கேட்ட பொழுது ஜூலியன் உண்மையிலேயே ஏமாற்றம் அடைந்தாராம். அந்த மாபெரும் ஞானி, இவரிடம் பெரும் தத்துவத்தை போதித்து, புதிய ஆற்றலை அவருக்குள் உருவாக்கி உணர்ச்சிவசப்பட வைத்து, செயலாற்றச் செய்யப் போகிறார் என்று நினைத்தவருக்கு, சுமோ வீரரும் கலங்கரை விளக்கும் பற்றிய இந்தக் கதை மிகவும் சிறுபிள்ளைத்தனமாக இருந்தது. யோகி ராமன் அவருடைய ஏமாற்றத்தை கவனித்தார். "எளிமையின் சக்தியை குறைவாக எடைபோடாதே" என்றார் ஆறுதலாக. "நீ எதிர்பார்த்த அளவு தத்துவங்கள் நிறைந்த சொற்பொழிவு நிச்சயம் நடக்கவில்லை தான். ஆனால் இந்த எளிமையான கதையில் உலகளாவிய உண்மையும் தூய்மையான நோக்கமும் இருப்பதை நீ அறிவாய். நீ இங்கே வந்த நாள் முதலாகவே எங்களுடைய ஞானத்தை உன்னிடம் எப்படிப் பகிர்ந்து கொள்வது என்று யோசித்துக் கொண்டிருந்தேன். சில மாதங்களாக மெல்ல மெல்ல சில சொற்பொழிவுகள் நடத்தலாம் என்றுதான் முதலில் நினைத்திருந்தேன். ஆனால் நீ பெறப்போகும் மெய்யறிவுக்கு அந்த முறை சரிவராதுஎன்று உணர்ந்தேன். பின்னர், இங்கே இருக்கும் நம்முடைய சகோதர சகோதரிகள் அனைவரையும் ஆளுக்கு சிறிது நேரம் உன்னுடன் செலவிட்டு, அவர்களுக்குத் தெரிந்தவற்றை உன்னுடன் பகிரச் சொல்லலாம்

தன் பொக்கிஷத்தை விற்ற துறவி

என்றும் நினைத்தேன். ஆனால் உனக்கு நாங்கள் கற்றுக்கொடுக்கப் போகும் விஷயத்திற்கு அந்த வழிமுறையும் உசிதமானது இல்லை. இறுதியில், பல்வேறு யோசனைகளுக்குப் பிறகு, சிவானாவின் ஞானத்தையும் அதன் ஏழு நல்ல பழக்கங்களையும் உனக்கு போதிக்க மிகச்சிறந்த, மிகப்புதுமையான வழி இதுதான் என்று முடிவுசெய்தேன். இந்த கதைதான் அந்த வழி" என்று விளக்கினார்.

மேலே தொடர்ந்த அவர் "முதன்முறை இதனை கேட்கும்பொழுது இது குழந்தைத்தனமாகவே கூட தோன்றலாம். ஆனால் இந்த கதையில் ஒவ்வொரு விஷயத்திற்கும் ஆழமான அர்த்தம் இருக்கிறது, அவை ஒவ்வொன்றும் ஒளிமயமான வாழ்க்கை வாழ மிகவும் முக்கியமான விஷயங்கள் தான். கதையில் நீ கேட்ட தோட்டம், கலங்கரை விளக்கம், சுமோ வீரன், பிங்க் நிற வயர் கம்பி, மணிகாட்டும் கடிகாரம், ரோஜாக்கள், வைரம்பதிந்த பாதை என ஒவ்வொன்றுமே, அறிவார்ந்த வாழ்க்கைக்கு அவசியம் என்று நான் கூறிய ஏழு நல்ல பழக்கங்களுக்கான குறியீடுகள் ஆகும். இந்த எளிய கதையையும், அது எடுத்துச் சொல்லும் முக்கியமான உண்மைகளையும் நீ மறக்காமல் எப்போதும் நினைவில் வைத்திருந்தால், உன்னுடைய வாழ்க்கையை மிக உயர்ந்த நிலைக்கு கொண்டுசெல்லத் தேவையான அனைத்தும் உன் வசப்படும்."

"உன் வாழ்க்கையையும் உன்னை சார்ந்தவர்கள் வாழ்க்கையையும் நீ முற்றிலும் நல்ல நிலைமைக்கு மாற்ற உனக்கு வேண்டிய தகவல்களும் செயல்முறையும் உன்னிடமே இருக்கும். இவற்றை நீ உன்னுடைய தினசரி வாழ்க்கையில் மனத்தளவிலும், உணர்ச்சிபூர்வமாகவும், உடலளவிலும், ஆன்மிக ரீதியாகவும் செயல்படுத்தினால், நீ முற்றிலும் மாறிவிடுவாய். இந்தக் கதையை உன் மனதில் ஆழமாக பதித்துக்கொள். எந்த ஒரு சந்தேகமும் இல்லாமல் நீ இதை அணுகினால் மட்டுமே, அது வியத்தகு மாற்றங்களை உன்னுள் கொண்டு சேர்க்கும்" என்று முடித்தார்.

ஜூலியன் என்னிடம் சொன்னார் "ஜான், அவர் சொன்னதை நான் முழுவதுமாக ஏற்றுக்கொண்டேன். 'நீ உன் மனத்துக்குள் கூர்ந்து கவனித்தால் மட்டுமே உன் பார்வை தெளிவடையும்.

வெளிப்புறத்தைக் காண்பவர்கள் கனவு காண்கிறார்கள். தனக்குள்ளேயே தேடுகிறவர்கள் விழித்தெழுகிறார்கள்' என்று பிரபல மனவியல் நிபுணர் கார்ல் யுங் சொல்லியிருக்கிறார்.

நான் என்னுள் ஆழமாகத் தேடி, என் மனதை வளமானதாக்கி, உடலை சரியாக உபயோகப்படுத்தி ஆன்மாவை வலுவூட்டுவது எப்படி என்ற பழமையான ரகசியத்தை அறியத் தயாரானேன். நான் அப்படி கற்றுக்கொண்டதை, இப்போது உன்னுடன் பகிர்ந்துகொள்ளப் போகிறேன்" என்றார்.

ஏழாவது அத்தியாயம்

அதிசயங்கள் நிறைந்த தோட்டம்

> பெரும்பாலான மனிதர்கள் உடலால், மனத்தால், நெறிகளால் தங்கள் முழு ஆற்றலையும் உபயோகிக்காமல் ஒரு குறுகிய வட்டத்திற்குள்ளேதான் வாழ்ந்து வருகிறார்கள். நம் யாருமே நினைத்துப்பார்க்காத அளவிற்கு நம் அனைவரிடமும் வாழும் சக்தி இருக்கிறது.
>
> - வில்லியம் ஜேம்ஸ்

ஜூலியன் எனக்குப் புரியும்படி விளக்க ஆரம்பித்தார் "நான் ஒரு கதை சொன்னேன் அல்லவா, அதில் வரும் தோட்டம் என்பது நம்முடைய மனத்தை குறிக்கிறது. உன் மனதை நீ பத்திரமாக கவனித்துக்கொண்டால், வளமான தோட்டத்தைப் போல பாதுகாத்து பேணிக் காத்தால் அது நீ எதிர்பார்த்ததை விட அதிகம் மலர்ந்து வளமாகும். ஆனால் அதில் வெறும் களைகளோ வேண்டாத விஷச்செடிகளோ வளர விட்டால், நீண்ட மனநிம்மதியும் உள்மன சுமுகநிலையும் அமைதியும் எப்பொழுதுமே அண்டாது" என்றார்.

"ஜான், உன்னிடம் ஒரு கேள்வி கேட்கிறேன். நீ மிகவும் பெருமையாகக் கருதும் உன் தோட்டத்தில் போய் உன்னுடைய அழகான மலர்ச்செடிகள் மீது நான் கழிவுப்பொருட்களையும் குப்பையையும் கொட்டினால் நீ நிச்சயம் சந்தோஷப்பட மாட்டாய் தானே?"என்று கேட்டார்.

"நிச்சயமாக!" என்றேன்.

"சரிதான்! நல்ல தோட்டங்களை உருவாக்கி பராமரிக்கும் யாருமே தங்கள் தோட்டத்தை போர்வீரர்கள் போல் பாதுகாத்து, அதில் எந்த ஒரு விஷப்பொருளும் நுழையாதவாறு பார்த்துக்கொள்வார்கள். அவர்கள் கூட, வெறும் செடிகளைக் கொண்ட தோட்டத்தைவிட வளமான தங்கள் மனதில் வேண்டாத விஷப்பொருட்களை அவர்களே அள்ளி அள்ளி போட்டுக்கொள்கிறார்கள்! வேண்டாத கவலைகள், கடந்தகாலத்தைப் பற்றிய நினைவுகள், வருங்காலத்தைப் பற்றிய சிந்தனைகள், தங்கள் மனதில் உருவாகும் வேண்டாத பிரச்னைகள், நமக்கு நாமே என்னென்ன தீங்குகள் செய்து கொள்கிறோம்! உனக்கு ஒன்று தெரியுமா, ஆயிரம் காலங்களாய் இருக்கும் சிவானாவின் பண்டைய மொழியில், கவலை என்ற வார்த்தைக்கு அவர்கள் பயன்படுத்தும் அதே குறியீட்டை தான் ஈமச்சடங்கின் சிதைக்கும் அவர்கள் பயன்படுத்துகிறார்கள். இது ஏதோ தற்செயலாக நடந்த ஒன்று அல்ல என்று யோகி ராமன் சொன்னார். கவலை என்பது மனதின் ஆற்றலை சிறிதுசிறிதாக உறிஞ்சிஎடுத்து, ஆன்மாவையும் பாதிக்கிறது" என்றார்.

"உன் வாழ்க்கையை நீ முழுமையாக வாழ வேண்டும் என்றால், உன் தோட்டத்தின் நுழைவாயிலில் நின்று, மிகச்சிறந்த தகவல்களையும் சிந்தனைகளையும் மட்டுமே நீ உள்ளே நுழைய அனுமதிக்க வேண்டும். வேண்டாத எதிர்மறையான ஒரு சிந்தனையை அனுமதிப்பது கூட, உனக்கு நல்லதல்ல. உலகத்தில் மிகவும் ஆனந்தமாக நிம்மதியாக இருப்பவர்கள் உன்னைவிடவோ என்னைவிடவோ எந்த விதத்திலும் மாறுபட்டவர்கள் அல்ல. நாம் அனைவருமே எலும்பும் சதையும் கொண்டு படைக்கப்பட்டவர்கள் தானே! நாம் அனைவரும் பிரபஞ் சத்தின் ஒரே மூலப்பொருளில் இருந்து தான் வருகிறோம். ஆனால், வெறுமே உயிர்வாழ்வதைத் தாண்டி, தங்களது முழு ஆற்றலையும் உபயோகித்து வாழ்க்கையை முழுமையாக வாழ்கிறவர்கள், சில விஷயங்களை வித்தியாசமாகச் செய்கிறார்கள், அவ்வளவுதான்! முதலாவதாக, தங்களை சுற்றியுள்ள உலகத்தைப் பற்றியும் அதில் இருக்கும் எல்லா விஷயங்களை பற்றியும் அவர்கள் சற்று மாறுபட்ட அடிப்படைக் கருத்து வைத்துள்ளார்கள்.

ஜூலியன் சொன்னார் " ஒவ்வொரு சராசரி மனிதனின் மனதிலும் ஒரு சராசரி தினத்தில் சுமார் அறுபதாயிரம் சிந்தனைகள் ஓடுகின்றனவாம்! அந்த ஞானிகள் இதை எனக்கு சொன்னார்கள்.

ஆனால், அதைவிட ஆச்சரியமான ஒன்றும் சொன்னார்கள் - அதில் தொண்ணூற்றியைந்து சதவீத சிந்தனைகள் அதே மனிதருக்கு அதற்கு முந்தைய நாளும் வந்திருக்கின்றனவாம்!" என்றார்.

"நிஜமாவா?" வியந்தேன் நான்!

"ஆமாம், வேறென்ன சொல்ல! யோசிப்பதில் கஞ்சத்தனம் காட்டினால் இந்தக் கொடுமைதானே நேரும்! தினம் தினம் ஒரே விஷயத்தைப் பற்றி, அதிலும் அதிகப்படியானது வேண்டாத எதிர்மறை சிந்தனைகள்தான், யோசிப்பவர்கள் தேவையற்ற கெட்ட சிந்தனை பழக்கத்திற்கு ஆளானவர்கள் என்று சொல்லலாம். அவர்கள் தங்கள் வாழ்க்கையில் உள்ள நல்ல விஷயங்களை பற்றி யோசித்து இன்னும் வளர்வதற்கு பதிலாக, தங்களுடைய கடந்தகாலத்தின் கைதிபோல் உட்கார்ந்திருப்பார்கள். சிலர் தோற்றுப்போன உறவுகள் பற்றியோ பண நெருக்கடிகள் பற்றியோ யோசிப்பார்கள். வேறு சிலர் ஏதாவது தவறிப் போயிருக்கக் கூடுமோ என்று தங்கள் குழந்தைப் பருவத்தைப் பற்றி யோசிப்பார்கள். இன்னும் சிலரோ, தேவையற்ற சில்லறைத் தனமான விஷயங்களுக்கெல்லாம் கவலைப்படுவார்கள் - கடைக்காரன் என்னிடம் சரியாக பதில் சொல்லவில்லையோ, என்னுடன் பணிபுரிகிறானே அவன் என்னைப் பற்றி ஏதோ உள்ளர்த்தத்துடன் பேசியிருப்பானோ, என்றெல்லாம் யோசிக்கிறார்கள். தங்கள் மனதில் இப்படிப்பட்ட யோசனைகளை ஓட விடுபவர்கள், தங்கள் வாழ்க்கையின் மகிழ்ச்சியை கவலையிடம் தோற்று விடுகிறார்கள். மனதளவிலும் உணர்ச்சிப்பூர்வமாகவும் ஏன் ஆன்மிக அளவிலும் அற்புதங்கள் நிகழ்த்தும் அளவிற்கு தங்கள் மனத்தில் இருக்கும் முழு ஆற்றலையும் கட்டவிழ்த்து விட்டு வெற்றி காண்பதற்கு பதில், தங்கள் கவலைகளால் ஒரு பெரிய அணை போல தடை ஒன்றை உருவாக்கி விடுகிறார்கள். வாழ்க்கையை மேம்படுத்த மனதை மேம்படுத்த வேண்டும் என்று இவர்கள் புரிந்து கொள்வதேயில்லை." என்றார்

"நீ யோசிப்பது எல்லாமே நீ பழகியதும் பழக்கியதையும் பொறுத்ததுதான்" என்றார் ஜூலியன். "பலர் அவர்கள் மனத்தின் ஆற்றல் என்னவென்று தெரிந்து கொள்வதே இல்லை. மிகச்சிறந்த விதமாக சிந்திக்கக் கூடியவர்கள் கூட தங்கள் முடிந்த அளவில் பத்தாயிரத்தில் ஒரு பங்கு தான் தங்கள் ஆற்றலை உபயோகிக்கிறார்கள் என்று நான் கேள்விப்பட்டேன். சிவானாவின் ஞானிகள் தாங்கள் இதுவரை உபயோகிக்காமல் வைத்திருந்த மன

ஆற்றலை அவ்வப்போது உபயோகம் செய்து பார்ப்பார்களாம். மிகவும் ஆச்சரியமான விளைவுகள் வந்தனவாம் . விடாமல் செய்து, தன் இதயத்துடிப்பை மெதுவாக ஆக்கிவிடும் அளவிற்கு யோகி ராமன் தன் மனதை கட்டுப்படுத்தியுளார். பல வாரங்கள் தூங்காமல் இருக்கவும் தன்னை தயார்படுத்தியுள்ளார். இவற்றையெல்லாம் நீயும் செய்ய வேண்டும் என்று நான் ஒருபோதும் சொல்லப் போவதில்லை தான். ஆனால், இயற்கையின் இந்த வரம் கிடைத்ததுபோல் நீ உன் மனதையும் பார்க்கவேண்டும்" என்றார்.

"மனக் கட்டுப்பாடு என்கிறீர்களே, இதை செய்ய ஏதாவது பயிற்சிகள் இருக்கிறதா? என் இதயத்தை மெதுவாகத் துடிக்கச் செய்யும் வித்தையை காட்டி எவ்வளவு பேர்களிடம் கைதட்டல் வாங்கலாம் தெரியுமா!" என்றேன் வேடிக்கையாக.

"அதைப்பற்றி இப்பொழுதே கவலைப்பட வேண்டாம் ஜான்! அந்த பண்டைய வழிமுறையின் முழு ஆற்றலையும் நீ அனுபவிக்க உனக்கு சில எளிய பயிற்சிகள் கற்றுக்கொடுக்கிறேன். இப்போதைக்கு நீ புரிந்துக்கொள்ள வேண்டியது என்னவென்றால், சில பயிற்சிகள் மூலம் மனதை கட்டுப்படுத்தலாம் என்பது தான். நாம் எல்லோருமே ஒரே விதமான மூலப்பொருட்களினால் உருவாகி இருக்கிறோம். சாதாரணமானவர்களை விட அதிக சாதனைகள் செய்தவர்களோ அதிக மகிழ்சசி அனுபவிப்பவர்களோ ஒரே ஒரு விஷயத்தில் தான் வித்தியாசப்படுகிறார்கள் - எல்லோரைப் போலவே தங்களுக்கும் கிடைக்கும் மூலப்பொருட்களை அவர்கள் எப்படி உபயோகித்து மேம்படுத்துகிறார்கள் என்பதில் தான் அது வெளிப்படும். நீ உள்ளிருந்து மாற்றங்கள் செய்யத் துவங்கினால், சாதாரணமான விஷயங்களைத் தாண்டி அதி சிறப்பான அசாதாரணமான உலகிற்கு சென்றுவிடுவாய்" என்றார் அவர்.

என் ஆன்மிக ஆசிரியர் கொஞ்சம் கொஞ்சமாக உணர்ச்சிவசப்பட்டுக் கொண்டிருந்தார் என்பதை உணர்ந்தேன். மனதின் ஆற்றலைப் பற்றியும் அது உருவாக்கும் நற்பலன்களை பற்றியும் பேசப் பேச அவர் கண்களில் இருந்து ஒருவித ஒளி தெரிந்தது.

"உனக்கு ஒன்று தெரியுமா ஜான்! ஒரே ஒரு விஷயத்தின் மேல் தான் நமக்கு முழுவதுமான உரிமையும் ஆளுமையும் இருக்கிறது" என்றார்.

"நம் குழந்தைகள் மீதா?" என்று ஒரு மொக்கை ஜோக் அடித்தேன்.

தன் பொக்கிஷத்தை விற்ற துறவி

"இல்லை, நம் மனதின் மீது! நம்மைச் சுற்றியுள்ள போக்குவரத்து நெரிசல் மீதோ வானிலை மீதோ நம்மைச் சுற்றியுள்ளவர்களுடைய மனநிலை மீதோ நமக்கு எந்த ஒரு கட்டுப்பாடும் விதிக்க முடியாது. ஆனால், அவற்றின் மீது நம்முடைய எதிர்வினை என்னவாக இருக்கும் என்பது நம்முடைய கட்டுப்பாட்டின் தானே இருக்கிறது! எந்த ஒரு வினாடியும் நாம் என்ன யோசித்துக் கொண்டிருக்கிறோம் என்பதை பற்றிய முழு கட்டுப்பாடும் நம்மிடம் தான் இருக்கிறது. இந்த ஒரு விசேஷ சக்தி தான் நம்மை மனிதர்களாக ஆக்குகிறது. என் இந்தியப் பயணத்தின் போது நான் கற்றுக்கொண்ட மிகவும் அடிப்படையான உலக ஞானம் என்பது மிகவும் எளிதான ஒன்று" என்று நிறுத்தினார்.

"என்னது அது" என்று ஆவலாக வினவினேன்.

"மறுக்கப்பட முடியாத அல்லது விவாதிக்கப்பட முடியாத அப்பட்டமான உண்மை என்று எதுவுமே இல்லை, என்பதுதான் அது. உன்னுடைய மிகப்பெரிய எதிரி என்னுடைய மிக நெருங்கிய நண்பனாக இருக்கலாம். ஒருவருக்கு மிகுந்த துயரத்தை அளித்த அதே நிகழ்வு இன்னொருவருக்கு அளவில்லா வாய்ப்புகள் உருவாக்கலாம். எப்போதுமே உற்சாகத்துடன் நன்மையே நடக்கும் என்ற நம்பிக்கையுடன் இருக்கும் ஒருவரை, எப்போதும் சோகமே உருவாக இருப்பவரிடம் இருந்து பிரித்துக்காட்டுவது, அவர்கள் வாழ்க்கையின் திருப்பங்களை எப்படிக் கையாள்கிறார்கள் என்பதுதான்" என்றார் அவர்.

"ஆனால், துயரம் என்பது துயரம் தானே, வேறு எப்படி இருக்க முடியும்" என்று எனக்குள் எழுந்த சந்தேகத்தை கேட்டேன்.

"ஒரு சிறிய உதாரணம் சொல்கிறேன். கேள். நான் கல்கத்தா வழியாக சென்று கொண்டிருந்த போது, மல்லிகா சந்த் என்ற ஒரு பள்ளி ஆசிரியையை சந்தித்தேன். அவர் தன்னுடைய மாணவர்களை தன் குழந்தைகளாகவே பாவித்து, அவர்களுக்கு நல்ல விஷயங்கள் கற்றுக்கொடுத்து அவர்களை அன்புடன் தட்டிக்கொடுத்து வளர்த்து வந்தார். 'என்னால் முடியும்' என்ற உன் மனப்பாங்கு உன் படிப்பறிவை விட முக்கியம என்று நம்புபவர் அவர். அவர் சுற்றத்தில் அவரை எல்லோரும் 'மற்றவர்களுக்குத் தயங்காமல் வழங்கும் வள்ளல்" என்றே கருதினார்கள். ஆனால், மாணவர்களின் முன்னேற்றத்தை பெருமையாக அமைதியாக பார்த்துக்கொண்டிருந்த அவர்களுடைய பள்ளி கட்டிடத்தை யாரோ ஒரு வஞ்சகன் ஒருநாள் தீவைத்து

கொளுத்திவிட்டான். அந்த சுற்றத்தில் இருந்த அனைவரும் மிகுந்த சோகத்தில் ஆழ்ந்தார்கள். காலம் கடந்து செல்ல, அவர்கள் சோகமும் ஆத்திரமும் அக்கறையின்மையாக மாறி, 'நம் குழந்தைகளுக்கு இனி பள்ளிக்கூடம் இல்லை என்று வைத்துக்கொள்வோம்' என்பது போல் யோசிக்கத் துவங்கினார்கள்" என்று ஒரு இடைவெளி விட்டார்.

"மல்லிகா என்ன செய்தாள்" என்றேன் ஆவலை கட்டுப்படுத்த முடியாமல்.

"அவர்தான் எப்பொழுதுமே நல்லதையே நினைத்து, நல்லதே நடக்கும் என்று எண்ணுபவர் ஆயிற்றே, அதனால் மற்றவர்கள் பெருந்துயரம் என்று கருதியதை அவர் புதியதோர் வாய்ப்பாக எண்ணினார். 'ஒவ்வொரு பின்னடைவையும் சரியான கண்ணோட்டத்தில் பார்த்தால் ஒரு நல்ல பலன் கிடைக்கும்' என்று மற்றவர்களிடம் எடுத்துச் சொன்னார். 'இந்த நிகழ்வே கூட எதிர்பாராத ஒரு பரிசுதான்' என்றார். 'எரிந்து போயிருந்த கட்டிடம் பழையது, அதில் பற்பல விரிசல்கள் விட்டிருந்தன. கூரை ஒழுகிக் கொண்டிருந்தது. ஆயிரக்கணக்கான பிஞ்சு பாதங்களின் காலடிகள் பட்டு பட்டு அதன் தரை இறுதியாக நொறுங்கியே விட்டது. இப்போது ஒரு புதிய மேலும் வசதியான கல்விக்கூடத்தை நாம் எல்லோரும் இணைந்து உருவாக்க, ஓர் அற்புதமான வாய்ப்பு கிடைத்திருக்கிறது' என்று அவர்களுக்கு உணர்த்தினார்."

ஜூலியன் தொடர்ந்தார். "அவர் எடுத்துச் சொன்ன விதத்தாலும், சுட்டிக்காட்டிய திசையாலும், இன்னும் பல்லாண்டுகள் பலப்பல மாணவர்களுக்கான ஒரு புத்தம்புதிய பள்ளியை உருவாக்க ஒரு வாய்ப்பாக இந்த அசம்பாவிதத்தைக் கருதி, அந்த சுறுசுறுப்பான அறுபத்து நான்கு வயது பெண்மணியின் தலைமையில் அங்கிருந்த மக்கள் ஒன்றுகூடி முழுமூச்சாக இறங்கி நிதியும் பொருளும் திரட்டினார்கள். துயரத்தின் போது தெளிவான சிந்தனையுடன் செயல்பட்ட அவர்களுடைய உழைப்பின் சான்றாக ஒரு புத்தம்புதிய கட்டிடம் எழும்பியது" என்று ஒரு துயரத்தின் முடிவை, சாதனையின் வெளிப்பாடாக மாற்றிக் காட்டிய நிகழ்ச்சியை அழகாக விளக்கினார்.

"அதாவது, கோப்பையை பாதியளவு காலியாக இருக்கிறதே என்பதற்கு பதில் பாதியளவு நிரம்பியிருக்கிறதே என்று பார்க்கலாம் என்றுஒரு பழமொழி சொல்வார்களே, அது போலவா சொல்கிறீர்கள்?" என்று என் மனதில் எழுந்த சந்தேகத்தை கேட்டேன்.

“ஆமாம். வாழ்க்கையில் எது நடந்தாலும், அதை எதிர்கொள்ள நம் செயல்பாடு என்னவாக இருக்கும் என்பது நம்மிடம் தானே இருக்கிறது. எப்போது நம் வாழ்வில் இருக்கும் ஒவ்வொரு விஷயத்திலும் ஒவ்வொரு சந்தர்ப்பத்திலும் இருக்கும் நல்லதை மட்டும் காண்கிறோமோ, அப்போது நம் வாழ்க்கையே அடுத்த உயரிய நிலைக்கு போய்விடுகிறது. இது இயற்கையின் மிக முக்கியமான விதிகளில் ஒன்று” என்று விளக்கம் அளித்தார்.

“நம் மனதை சிறப்பான முறையில் உபயோகித்தால் இது வந்துவிடுமா?” என்றேன்.

“மிகச்சரியாக சொன்னாய் ஜான். பொருள் ரீதியாகவோ ஆன்மிக ரீதியாகவோ வாழ்க்கையில் எந்த விதமான வெற்றியுமே மூளை மற்றும் இதயம் என்கிற அந்த இரு அங்கங்களில் தான் சாத்தியமாகின்றன. இன்னும் குறிப்பிட்டுச் சொல்லப்போனால், நம் வாழ்க்கையின் ஒவ்வொரு நாளும் ஒவ்வொரு நிமிடமும் ஒவ்வொரு நொடியும் மனதில் என்னென்ன யோசனைகள் ஓடிக் கொண்டு இருக்கின்றனவோ அதை பொறுத்துதான் நம் வாழ்க்கையின் வெற்றிகள் அமையும். நம்முடைய சிந்தனையையும், வாழ்க்கையின் சந்தர்ப்பங்களுக்கு நம்முடைய எதிர்வினைகளையும் நம்முடைய கட்டுப்பாட்டிற்குள் கொண்டுவந்தால், நம் விதியை நாமே நிர்ணயிக்கலாம்“ என்றார்.

“நீங்கள் சொல்வது எனக்கு நன்றாகக் புரிகிறது ஜூலியன். என் வாழ்க்கையின் தினசரி பரபரப்பில் எனக்கு இதைப்பற்றி சிந்திக்க நேரம் கிடைத்ததே இல்லையோ என்று தோன்றுகிறது. நான் சட்டக்கல்லூரியில் படித்துக்கொண்டிருக்கும் போது, என் நெருங்கிய நண்பன் அலெக்ஸ் பல சுய முன்னேற்றப் புத்தகங்கள் படிப்பான். எங்களுக்கு இருந்த வேலைப்பளுவின் மத்தியில் தன்னைத்தானே ஊக்கப்படுத்திக் கொள்ள அந்த புத்தகங்கள் அவனுக்கு மிகவும் உதவியாக இருந்தனவாம். அவன் ஒருமுறை ஒரு புத்தகத்தில் படித்ததை என்னிடம் பகிர்ந்து கொண்டது இன்னும் நினைவில் இருக்கிறது - ‘பிரச்சனை என்ற வார்த்தைக்கு சீன மொழியின் எழுத்துவடிவத்தை பிரித்தால், ‘ஆபத்து’ என்ற அர்த்தம் கொண்ட ஒரு சொல்லும் ‘வாய்ப்பு’ என்ற அர்த்தம் கொண்ட இன்னொரு சொல்லும் வருமாம். அதாவது, மனவலிமையுடன் தேடிப்பார்த்தால், ஒவ்வொரு பிரச்னையிலும் ஒரு நல்ல வாய்ப்பு ஆழ்ந்திருக்கும் என்று பண்டைய சீன ஞானிகள் அறிந்திருக்கிறார்கள் போலும்“ என்றேன்.

"யோகி ராமன் இதையேதான் வேறு விதமாக சொன்னார் - வாழ்க்கையில் தவறுகள் என்பதே இல்லை. எல்லாமே பாடங்கள் தான். எந்த நிகழ்வுமே கெட்ட அனுபவம் இல்லை, கற்றுக்கொண்டு வாழ்க்கையில் முன்னேறுவதற்கு வாய்ப்புகள் தான். போராட்டத்திலிருந்து தான் வலிமை கிடைக்கிறது. சிலசமயம் வலி கூட நல்ல பாடங்களைக் கற்றுக்கொடுக்கும்." என்றார் ஜூலியன்.

"வலியில் இருந்து எப்படி." என்றேன் நம்பமுடியாமல்.

"ஆம், வலியைத் தாண்டி கடந்து செல்வதற்கு முதலில் வலியை அனுபவிக்க வேண்டும். இதையே வேறு விதமாக சொல்கிறேன், புரிகிறதா பார். மலையின் உச்சியை எட்டிய மகிழ்ச்சியை அனுபவிக்க, முதலில் அதல பாதாளத்தை அனுபவித்திருக்க வேண்டும்" என்று விளக்கம் அளித்தார்.

"அதாவது, நல்லதை அனுபவித்து ருசிக்க, முதலில் கெட்டதை கண்டறிய வேண்டும் என்கிறீர்களா?"

"ஆனால் முதலில் நீ எல்லாவற்றையும் நல்லது கெட்டது என்று பெயரிடுவதை நிறுத்திக்கொள்ள முயற்சி செய். அதற்கு பதில், வரும் எல்லாவற்றையும் நன்றாக அனுபவி, அவற்றை மகிழ்ச்சியுடன் ஏற்றுக்கொண்டு அவற்றிடம் இருந்து கற்றுக்கொள். ஒவ்வொரு நிகழ்வும் கற்றுக்கொள்ள அனுபவங்கள் நிறைந்ததாக இருக்கும். அவை உள்ளிருந்தும் வெளியிலிருந்தும் நாம் வளர்ச்சி பெற உதவும். இல்லையென்றால் நாம் அனைவருமே வளர்ச்சியில்லாமல் தேக்க நிலையில் இருப்போம். நம் தினசரி வாழ்க்கையிலேயே பார்க்கலாமே, நாம் சந்தித்த அல்லது கேட்டறிந்த பலர் தங்களது மிகுந்த சவாலான அனுபவங்களில் இருந்து கற்றுதான் வளர்த்திருக்கிறார்கள். நாம் விரும்பிய முடிவு நமக்கு கிடைக்கவில்லை என்றால் என்ன! அதனால் ஏமாற்றம் அடையவேண்டாமே. எப்போதுமே ஒரு கதவை மூடினால் இன்னொரு கதவு நமக்கு நிச்சயம் திறக்க இயற்கை வழி செய்திருக்கும்." என்று நம்பிக்கையூட்டும் விதமாக சொன்னார்.

ஜூலியனுக்குள் இருக்கும் உற்சாகம் அதிகமாகி அவர் தன் கைகளை உயர்த்தி பேசலானார். "இப்போது நான் சொன்னதை நீ உன் அன்றாட வாழ்க்கையில் உபயோகித்து, ஒவ்வொரு நிகழ்விலும் நல்லதை மட்டுமே காண உன் மனதை பதப்படுத்த ஆரம்பித்தால், கவலை என்பதையே என்றென்றைக்கும் ஒழித்து விடலாம். கடந்தகாலத்தின் மனச்சிறையில் இருந்து விடுபட்டு, எதிர்காலத்தை வடிவமைக்க ஆரம்பிப்பாய்" என்றார்.

"ம்ம் எனக்குப் புரிய ஆரம்பிக்கிறது. ஒவ்வொரு அனுபவத்திலும் கற்றுக்கொள்ள பாடம் இருக்கிறது. ஆகவே, ஒவ்வொரு நிகழ்விலும் புதிதாக கற்றுக்கொள்ள வேண்டிய பாடங்களை ஏற்றுக்கொள்ள என் மனத்தை நான் பக்குவப்படுத்திக் கொள்ளவேண்டும். அப்படிச்செய்தால் என் வலிமையையும் மகிழ்ச்சியும் கூடும். சரிதானே! ஒரு சாதாரண நடுத்தரவர்க்க வக்கீல் வேறு என்னவெல்லாம் செய்யவேண்டும்? கொஞ்சம் கூறுங்களேன்!" என்று கேட்டுக்கொண்டேன்.

"முதலில் உன் நினைவுகளில் வாழ்வதை நிறுத்தி, உன் கற்பனையில் வாழ ஆரம்பி" என்றார்.

"என்னது, சுத்தமாக புரியவில்லை" என்றேன்.

"நான் சொல்வது மிகச்சுலபமானது - உன் உடலின், மனத்தின், ஆன்மாவின், முழு ஆற்றலையும் கட்டவிழ்த்துவிட, முதலில் உன் கற்பனைசக்தியை விரிவுபடுத்து. ஒவ்வொரு விஷயமும் இரண்டுமுறை உருவாகிறது - மனம் எனும் பரிசோதனைச் சாலையில் முதலிலும், அதன்பிறகே உண்மையிலும் உருவாகிறது. இதை "செயல்திட்டம் அமைப்பது" என்பேன். அதாவது, உன் வெளியுலகில் நீ உருவாக்கும் எதுவுமே முதன்முதலில் உன் மனதின் பசுமையான உலகத்தில் உருவெடுக்கிறது."

அவர் மேலும் தொடர்ந்து, "உன் எண்ணங்களின் மேல் கட்டுப்பாட்டை உருவாக்கி, முழு எதிர்பார்ப்போடு இந்த உலகில் நீ விரும்பும் அனைத்தையும் கற்பனை செய்து பார்த்தால், உனக்குள் இருக்கும் அபாரமான சக்திகள் எழும். உனக்கு கிடைக்கவேண்டிய அற்புதமான வாழ்வை நீ அடைய உன் மனத்தின் ஆற்றல் வெளிப்பட ஆரம்பிக்கும். இன்று முதலே, கடந்தகாலத்தைப் பற்றி மறந்துவிடு. உன் தற்போதைய நிலையைவிட நீ மேலானவன் என்று கற்பனை செய்து பார். சிறந்ததை எதிர்பார்த்திரு. ஆச்சரியப்படும் அளவு பலன்கள் கிடைக்கும்" என்று புதியதொரு தத்துவத்தை அழகாக விளக்கினார்.

"உனக்குத் தெரியுமா, இந்த சட்டத்துறையில் நான் இத்தனை ஆண்டுகள் இருந்திருக்கிறேனே, எனக்கு எல்லாமே தெரியும் என்று எண்ணியிருந்தேன். சிறந்த பள்ளி கல்லூரிகளில் பயின்று, கிடைக்கும் எல்லா சட்டப் புத்தகங்களையும் படித்து சிறந்த நிபுணர்களுடன் பணியாற்றியிருக்கிறேன். சட்டம் என்ற துறையில் நான் சிறந்த வெற்றிகள் கண்டவன்தான். ஆனால், வாழ்க்கையில் நான் தோற்றுக் கொண்டிருக்கிறேன் என்று பின்னர் தான் எனக்கு

புரிய ஆரம்பித்தது. வாழ்க்கையின் பெரிய சுகங்களை துரத்தும் பொழுது சிறுசிறு சந்தோஷங்களை இழந்து கொண்டிருந்தேன். சிறந்த புத்தகங்கள் என்று என் தந்தை எனக்கு பரிந்துரைத்த எதையுமே படிக்க எனக்கு நேரம் கிடைக்கவில்லை. பெரிதாக நண்பர்கள் யாரும் எனக்கு இல்லை. இசையை ரசிக்கும் திறனும் வளர்த்துக் கொள்ளவில்லை. எனினும், நான் என்னை அதிர்ஷ்டசாலி என்றே நினைத்துக் கொள்கிறேன். எனக்கு அன்று மாரடைப்பு ஏற்பட்டதே, அது ஒருவிதத்தில் எனக்கு ஒரு அபாய மணியாகவே இருந்தது. நம்பினால் நம்பு, அர்த்தமுள்ள ஒரு சிறந்த வாழ்க்கையை வாழ வேண்டும் என்று எனக்கு இரண்டாவது வாய்ப்பு ஏற்படுத்திக் கொடுத்ததுபோல் உணர்ந்தேன். மல்லிகா சந்த்-ஐப் போலவே நானும் எனக்கு வந்த இந்த இக்கட்டில் ஒரு வாய்ப்பை கண்டேன். மிக முக்கியமாக, அந்த வாய்ப்பையும் கனவையும் வளர்த்துவிட்ட எனக்கு ஒரு தைரியம் இருந்ததையும் உணர்ந்தேன்.

வெளித்தோற்றத்தில் மிகவும் வயது குறைந்தவர்போல் ஆகி இருந்த ஜூலியன், உள்ளிருந்து மிகுந்த முதிர்ச்சியும் விவேகமும் பெற்றிருந்தார் என்பது எனக்கு தெரிந்தது. இந்த மாலைப்பொழுது நீண்டநாட்களுக்குப் பிறகு சந்திக்கும் இரு நண்பர்களின் உரையாடலைத் தாண்டி, இன்னும் சிறப்பாக வேறெதுவோ ஒன்று நடந்துகொண்டிருப்பதை உணர்ந்தேன். இன்று எனக்கு உள்ளிருந்து ஒரு புதிய பிறவி எடுத்தாற்போல் ஒரு புதிய ஆரம்பம் நடக்கப் போகிறது என்பதை உணர்ந்தேன். என் வாழ்க்கையில் நடந்துகொண்டிருந்த எல்லா தவறான விஷயங்களையும் என் மனது பட்டியலிட்டுக் கொண்டிருந்தது. எனக்கென்று ஒரு அழகான குடும்பம், மற்றவர்களின் நன்மதிப்பைப் பெற்ற ஒரு உத்தியோகம் ஆகியவை இருந்தும், இன்னும் ஏதோ ஒன்று இருக்கவேண்டுமே என்று நான் தனிமையில் நினைத்து ஏங்கியது உண்டு. என் வாழ்க்கையைச் சூழ்ந்துக் கொண்டிருந்த அந்த வெற்றிடத்தை நான் நிரப்பிய ஆகவேண்டும் என்று எனக்குத் தெளிவாகவே தோன்றியது.

நான் சிறுவனாக இருக்கும்பொழுது என்னவெல்லாம் கனவு கொண்டிருந்தேன் தெரியுமா! ஒரு பிரபலமான விளையாட்டு வீரனாக, அல்லது வணிக சாம்ராஜ்யத்தின் தலைவனாக ஆகவேண்டும் என்று என்னன்னவோ கனவுகள் இருந்தன. நான் என்ன நினைக்கிறேனோ அதுவாகவே ஆகலாம், செய்யலாம் கையகப்படுத்தலாம் என்றெல்லாம் நான் கனவு கொண்டிருந்தேன்.

மேற்குக் கடற்கரையோரம் நான் வளர்ந்த இடத்தில், உல்லாசம் என்பது சிறுசிறு சந்தோஷத் தருணங்களில் கிடைத்திருந்தது - மதிய வெயிலில் நீச்சலடிப்பதோ மங்களுக்கிடையே சைக்கிள் ஓட்டுவதிலோ தான் எத்தனை உற்சாகம் கிடைத்தது! வாழ்க்கையில் நான் எவ்வளவு ஆர்வம் கொண்டிருந்தேன்! என் எதிர்காலம் தடைகளே இல்லாத ஒன்றாக எனக்கு அப்போது தோன்றியிருந்தது. ஆனால் கடந்த பதினைந்து ஆண்டுகளில் ஒரு முறையாவது அதுபோன்ற மகிழ்ச்சியைப் பெற்றிருப்பேனா, சந்தேகம்தான்! என்ன ஆயிற்று எனக்கு!

வளர்ந்து பெரியவனாகியபொழுது அந்த மகிழ்ச்சியையும் கனவுகளையும் தொலைத்தேனோ என்னவோ! அல்லது, சட்டக்கல்லூரியில் படித்த பின்னர், வக்கீல்கள் இப்படித்தான் பேச வேண்டும் என்று நினைத்துக்கொண்டு அவ்வாறே உரையாட ஆரம்பித்தபொழுது தொலைத்தேனோ! எது எப்படியோ, அன்றைய இரவு, ஜூலியனுடன் உட்கார்ந்து ஆறிப்போன டீயை குடித்தவாறே உரையாடலில் ஆழ்ந்திருந்த போது, இதுவரை பணம் சம்பாதிக்க மட்டுமே பிழைத்திருந்தது போதும், வாழ்க்கையை அனுபவிக்க இனியாவது வாழவேண்டும் என்ற தீர்மானம் எனக்குள்ளே வந்தது.

"உன் வாழ்க்கையைப்பற்றி உன்னை சிந்திக்க வைத்துவிட்டேன் போலும்" என்றார் ஜூலியன். "ஒரு மாற்றத்திற்கு என்றாவாவது, நீ உன் சிறுவயதில் கண்ட உன் கனவுகளை பற்றி சிந்தித்திருப்பாயே, அதுபோல சற்று யோசித்துப்பார். "*என் சிறுவயதில் எனக்கு நல்ல கனவுகளும் கெட்ட கனவுகளும் அடிக்கடி வரும். என்னுடைய நல்ல கனவுகள் மூலமாக என் கெட்ட சொப்பனங்களை நான் தோற்கடித்தேன்*" என்று பிரபல விஞ்ஞானி ஜோனாஸ் சால்க் கூறியிருக்கிறார். உன் கனவுகளைத் தூசிதட்டி எழுப்பு ஜான். வாழ்க்கைக்கு மதிப்பு கொடுத்து அதன் அற்புதங்களைக் கொண்டாடு. நீ வேண்டுவது உன்னாலேயே சாதிக்க முடியும் என்ற அந்த ஆற்றலை உன் மனதில் எழுந்து நிறுத்தத் செய். நீ இதை செய்ததுமே, உன்னோடு சேர்ந்து உன் வாழ்வில் அற்புதங்களை நிகழ்த்த இந்த பிரபஞ்சமே உன்னோடு ஒன்று சேரும்" என்று எனக்கு தைரியம் ஊட்டும் விதமாக சொன்னார்.

ஜூலியன் தன் நீண்ட அங்கியின் பாக்கெட்டில் இருந்து ஒரு சிறிய அட்டையை எடுத்தார். பலமுறை உபயோகிக்கப் பட்டது போல் அதன் ஓரங்கள் கிழிய ஆரம்பித்திருந்தன.

"ஒருநாள், நானும் யோகி ராமனும் ஒரு அமைதியான மலைப்பாதையில் நடந்து கொண்டிருந்த போது, அவருக்கு மிகவும் பிடித்த தத்துவ ஞானி யார் என்று அவரிடம் கேட்டேன். தாம் பல ஞானிகளுடைய தத்துவங்களால் மெருகேற்றப்பட்டதால், ஒரே ஒருவரை குறிப்பிட்டுச் சொல்வது கடினம் என்று அவர் சொன்னார். ஆனால் ஒரே ஒரு கூற்று அவர் மனதில் ஆழ்ந்து பதிந்து அவர் வாழ்நாள் முழுதும் நம்பும் விஷயங்களை ரத்தினச்சுருக்கமாக எடுத்துக் கூறியது என்று தாம் கருதுவதாக என்னிடம் சொன்னார். அந்த அழகான இடத்தில் அந்த அற்புதமான கணத்தில் அதை என்னிடமும் பகிர்ந்து கொண்டதும், அதை நான் என் மனத்திலும் ஆழ பதித்துக் கொண்டேன்.

இந்தியாவின் தலைசிறந்த தத்துவ ஞானிகளில் ஒருவரான பதஞ்சலி அவர்களுடைய அந்த கூற்று, நாம் யார் என்றும் நம்மால் என்னவெல்லாம் சாத்தியம் என்றும் நமக்கு ஒவ்வொரு நாளும் நினைவுபடுத்தக் கூடியது. நான் தினமும் தியானம் செய்ய உட்காருவதற்கு முன் நான் அதை உரக்கக் கூறுவதால் எனக்குள் பல நன்மைகள் உண்டாவதை நானே உணர்கிறேன். வார்த்தைகள் நமக்குள் இருக்கும் ஆற்றலின் வாய்மொழி வடிவமாகும் என்பதை நினைவில் வைத்துக் கொண்டிருக்கிறாய் அல்லவா!" என்றார் ஜூலியன்.

பின்னர் என்னிடம் அந்த அட்டையை காண்பித்தார். அதில் இந்த வாசகம் எழுதப்பட்டிருந்தது:

வாழ்க்கையில் ஓர் உயரிய குறிக்கோள், ஒரு நோக்கம் இருந்தால், அதில் இருந்து ஊக்கம் பெற்றால், உங்கள் சிந்தனைகள் அனைத்துத் தடைகளையும் உடைத்தெறிந்து, உங்கள் மனம் எல்லா குறைபாடுகளையும் தாண்டி வளர்ந்து, உங்கள் உணர்ச்சிகள் எல்லா திசைகளிலும் பரவி உங்களை புதியதோர் சிறந்த உலகிற்கு கொண்டு செல்லும். உங்களுக்குள்ளே புதைந்து கிடந்த ஆற்றலும் புலன்களும் திறமைகளும் பொங்கியெழுந்து, நீங்களே நினைத்து ப்பார்த்ததை விட சிறந்தவராக மாறுவீர்கள்.

அந்த நொடிப்பொழுதில், வெளியுலகிற்குப் புலப்படும் உடல் ஆற்றலுக்கும் மனதின் சுறுசுறுப்புக்கும் இருக்கும் தொடர்பை உணர்ந்து கொண்டேன். நான் ஜூலியனை பல வருடங்களுக்கு முன்னே பார்த்ததைவிட இன்று பல ஆண்டுகள் வயது குறைந்தவர் போல் எனக்குத் தென்பட்டார். அவர் மிகவும் ஆரோக்கியமாக

தன் பொக்கிஷத்தை விற்ற துறவி

இருந்தார். உடலளவிலும் மனதளவிலும் உற்சாகத்துடனும், முடிவில்லா ஆற்றலுடனும், நன்னம்பிக்கையுடனும் இருந்து எனக்கு கண்கூடாகத் தெரிந்தது. அவர் தன்னுடைய வாழ்க்கைமுறையில் பல மாற்றங்கள் செய்திருந்தாலும், அதற்கெல்லாம் ஆரம்பமாகத் தன் மன ஆரோக்கியத்தை வளர்த்திருந்தார் என்பது புரிந்தது. வெளிப்புற வெற்றி நிச்சயம் உட்புற வெற்றியில் இருந்துதான் துவங்குகிறது என்பதற்குச் சான்றாக ஜூலியன் மாண்டில் தன் சிந்தனைகளை மாற்றி தன் வாழ்க்கையையே மாற்றி அமைத்திருந்தார்.

"இப்படிப்பட்ட ஒரு அமைதியான தெளிவான நேர்மறையான மனப்பான்மையை உருவாக்கிக் கொள்வது எப்படி என்று சொல்லுங்கள் ஜூலியன்! இவ்வளவு ஆண்டுகளாக ஒரே விதமான வேலையை செய்ததினால், என் மூளை சற்று தளர்வாகிவிட்டது என்று நினைக்கிறேன். சொல்லப்போனால், என் மன வெளியில் உலவிக்கொண்டிருக்கும் சிந்தனைகளின்மேல் எனக்கு சிறிதளவும் கட்டுப்பாடு இல்லாமல் போய் விட்டது என்றே நினைக்கிறேன்" என்று முழுவதும் சரணடைந்தேன்.

"இந்த மூளை இருக்கிறதே, அது நாம் சொல்வதை நன்றாகக் கேட்கும் ஒரு நல்ல சேவகன், ஆனால் அதனிடம் ஆளும் பொறுப்பை விட்டுவிட்டால் அது ஒரு கொடிய எஜமானன் போல் நடந்து கொள்ளும். உன் மனதில் எதிர்மறையான சிந்தனைகளே வந்து கொண்டிருக்கிறதென்றால், நீ உன் மனதை கட்டுப்படுத்தி நல்ல விஷயங்களையே யோசிக்க பயிற்சியளிக்கவில்லை என்றுதான் அர்த்தம். "மேன்மையின் விலை என்ன தெரியுமா, உன்னுடைய ஒவ்வொரு சிந்தனைக்கும் பொறுப்பேற்றுக் கொள்வதுதான்!" என்று வின்ஸ்டன் சர்ச்சில் ஒருமுறை சொல்லியிருக்கிறார். அப்போதுதான் நீ விரும்பும் ஆற்றல்மிக்க மனநிலையை அடைவாய். மூளையும் உன் உடலில் இருக்கும் மற்ற தசைகளைப்போல தான் - அதை உபயோகப்படுத்திக் கொண்டே பயிற்சி செய்துகொண்டே இருக்கவில்லை என்றால், அதை இழக்கவும் நேரிடலாம்!" என்றார் ஜூலியன்.

"உடற்பயிற்சி போல என் மூளைக்கும் தினமும் பயிற்சி கொடுக்காவிட்டால் அது வலுவிழந்து போய்விடும் என்றா சொல்கிறீர்கள்?" என் சந்தேகத்தை கேட்டுவிட்டேன்.

"ஆமாம். நான் சொன்னதை இப்படி யோசித்து பாரேன் - உன் கைகளில் உள்ள தசைகளை பலமாக்க வேண்டும் என்றால், அதற்கு

பயிற்சி கொடுக்க வேண்டும். கால்களில் உள்ள தசைகளுக்கும் அப்படித்தான் செய்யவேண்டும். இல்லையா? அதேபோல், உன் மனதிற்கு பயிற்சி கொடுத்து அனுமதியும் கொடுத்தால்தான், அதுவும் பல அற்புதமான விஷயங்களை சாதிக்கும்! அதை நீ சரியாக உபயோகிப்பது எப்படி என்று நீ கற்றுக்கொண்டால், நீ உன் வாழ்க்கையில் என்னவெல்லாம் விரும்புகிறாயோ, அதையெல்லாம் ஈர்க்கும். சாதனைகளையும் புரிந்த பின்னர், நீ விரும்பினால் அதன் இயற்கையான அமைதி நிலை, சாந்த நிலைக்கு மீண்டும் சென்று விடும். இதற்கு சிவானாவின் ஞானிகள் ஒரு ஆழமான கூற்று வைத்திருக்கிறார்கள் - உன் வாழ்க்கையின் வேலிகள் நீயே உருவாக்கியவை தான்' " என்று பொறுமையாக விளக்கினார்.

"நீங்கள் சொன்னது எனக்கு சரியாகப் புரியவில்லையே ஜூலியன்" என்றேன்.

"தங்கள் சிந்தனைகள் தான் தங்கள் வாழ்க்கையை உருவாக்குகின்றன என்று தெளிவுபெற்ற சிந்தனைவாதிகள் .அறிவார்கள். தங்கள் வாழ்க்கை முறையின் தரம் தங்கள் சிந்தனைகளின் தரத்தை பொறுத்தே அமைகின்றன என்றும் அவர்கள் அறிவார்கள். அமைதியான அர்த்தமுள்ள வாழ்க்கை வாழவேண்டும் என்றால் அமைதியான அர்த்தமுள்ள சிந்தனைகளையே நினைக்க வேண்டும்" என்று மீண்டும் ஒருமுறை விளக்கினார்.

"இதை சீக்கிரம் அடைய ஏதாவது குறுக்குவழி இருக்கிறதா?" என்றேன் பொறுமையில்லாமல்.

"என்ன கேட்கிறாய் புரியவில்லையே" என்று ஜூலியன் கேட்டார்.

"நீங்கள் சொல்வது மிகவும் சுவாரசியமாக இருக்கிறது. ஆனால் நான்தான் பொறுமையில்லாதவன் என்று நீங்கள் அறிவீர்களே. இந்த நொடிப்பொழுதிலேயே, இந்த அறையில் உட்கார்ந்து கொண்டே, என் மனநிலையை நான் மாற்றிக்கொள்ள எனக்கு ஏதாவது பயிற்சிகளோ செயல்முறையை இருக்கிறதா?" என்று மீண்டும் கேட்டேன்.

"இந்த விஷயத்தில் குறுக்கு வழிகள் எதுவும் சரிவராது. நீண்ட நாள் நீடிக்கக்கூடிய உள்மன மாற்றங்கள் உருவாக நேரமும் உழைப்பும் அவசியம். திரும்பத் திரும்ப பயிற்சி எடுப்பது தான் சுய மாற்றத்தின் முக்கிய காரணி. நான் இப்போது உனக்கு கற்றுக்கொடுக்கப் போகும் திட்டங்களை வெறும் ஒரே ஒரு மாதத்திற்கு நீ செயல்படுத்தினால், அதன் பலன்களைக் கண்டு நீயே ஆச்சரியப்படுவாய். நீ உன்னுடைய ஆற்றலின் மிகுந்த உயரிய நிலைக்குச் சென்று அதிசயங்கள் புரியத்

தொடங்குவாய். ஆனால் இந்த நிலைய சென்றடைய, நீ இந்த முடிவைப் பற்றியே யோசித்துக் கொண்டிருக்கக் கூடாது. அதற்கு மாறாக, சுய வளர்ச்சியின் மாற்றத்தை அனுபவி. ஒரு சுவாரசியமான முரண்பாடு என்ன தெரியுமா, நீ இறுதியில் கிடைக்கும் பலன்களைப் பற்றி சிந்திப்பதை குறைத்துக்கொண்டால், அது சீக்கிரமே உன்னை வந்தடையும்" என்றார் என்முன் இருந்த தத்துவ ஞானி.

"அது எப்படி முடியும்?" விடாமல் துரத்தினேன்,

"நீ இந்த பழங்கதையை கேட்டிருக்கிறாய் அல்லவா: ஒரு தத்துவ ஞானியிடம் கல்வி கற்க ஒரு சிறுவன் வெகுதூரம் சென்றானாம். அவரை சந்தித்தவுடன் 'உங்களைப்போல் ஞானம் பெற எனக்கு எவ்வளவு காலம் ஆகுமே என்று முதல் கேள்வி கேட்டானாம். 'ஐந்து வருடம் ஆகும்' என்றாராம் அந்த ஞானி. 'ஐயோ அது மிகவும் அதிகம் ஆயிற்றே, நான் இருமடங்கு உழைத்தால் எவ்வளவு காலம் ஆகும்' என்று மீண்டும் கேட்டானாம் சிறுவன். அதற்கு அவர் 'அப்படியானால் பத்து வருடம் ஆகும்' என்று பதிலளித்தாராம். 'பத்து வருடமா, ரொம்ப ஜாஸ்தி. இரவுபகலாக கல்வி கற்றால்?' என்றானாம் விடாமல். 'அப்போது பதினைந்து வருடம் பிடிக்கும்' என்றாராம். 'எனக்குப் புரியவில்லை குருவே. என் லட்சியத்திற்காக நான் இன்னும் அதிகம் உழைப்பேன் என்று சொன்னால், இன்னும் அதிக நேரம் ஆகும் என்கிறீர்களே. எப்படி முடியும்?' என்றானாம் அவன். அதற்கும் அவர் பொறுமையாகச் சொன்னாராம் - 'மிக எளிதான விஷயம் தான்! நீ சென்றடைய வேண்டிய இடத்திலேயே உன் பாதி கவனம் இருந்தால், உன் பாதையில் பாதி கவனம் தானே இருக்கும்!' " என்று ஒரு குட்டிக்கதை மூலம் இந்த பெரிய தத்துவத்தை எளிதாக விளக்கினார்.

"புரிந்தது யுவர் ஆனர். என் வாழ்க்கைக் கதை போலவே இருக்க்கிறதே" என்றேன்.

"நீ தேடுவதெல்லாம் உனக்கு கிடைக்கும் என்பதை நன்றாகக் புரிந்து கொண்டு, எதிர்பார்ப்போடு பொறுமையாகக் காத்திரு" என்றார்.

"ஆனால் எனக்கு எப்போதுமே அதிர்ஷ்டம் சரிப்பட்டு வருவதேயில்லையே. எனக்கு வாய்த்ததெல்லாம் வெறும் ஓயாத உழைப்பினால் மட்டும்தானே" என்று புலம்பினேன்.

"சரி, அதிர்ஷ்டம் என்பது தான் என்ன? நம்மை நாமே தயார்படுத்திக் கொள்ளுதலும் வாய்ப்பும் ஒருசேர இணைந்தால் அதுதானே!"

என்றார். பின்னர் இன்னும் கனிவாகத் தொடர்ந்து, "சிவானாவின் ஞானிகள் எனக்கு கற்றுத்தந்த சரியான வழிமுறைகளை உன்னுடன் பகிர்ந்து கொள்வதற்கு முன், சில முக்கியமான சித்தாந்தங்களை உனக்குச் சொல்ல வேண்டும். முதலாவதாக இதை புரிந்துகொள் - மனதினை ஆட்கொண்டு நிபுணத்துவம் பெற அடித்தளமாக இருப்பது கூர்ந்த கவனம் ஒன்றுதான்" என்றார்.

"நிஜமாவா" என்றேன் நான் அவரை நம்பாமல்.

"ஆம், எனக்கும் ஆச்சரியமாகத் தான் இருந்தது. ஆனால் உண்மை அதுதான். உன் மனதினால் பற்பல அதிசயங்கள் நிகழ்த்த முடியும் என்று நீ அறிந்து கொண்டாய். உனக்கு ஒரு குறிப்பிட்ட ஆசையோ கனவோ இருக்கிறது என்றாலே, அதை நீ அடைய உன்னுள் ஆற்றலும் இருக்கிறது என்றுதான் அர்த்தம். சிவானாவின் ஞானிகள் அறிந்த மிக முக்கியமான உலக நியதி இது. ஆனால், உன் மனத்தின் முழு ஆற்றலையும் கட்டவிழ்த்துவிட்ட, நீ அதனை முதலில் உன் கட்டுப்பாட்டிற்குள் கொண்டுவந்து உனக்கு இருக்கும் பணி மீது முழுவதும் கவனம் செலுத்த வேண்டும். உன் மனதினை ஒரே ஒரு குறிக்கோள் மேல் கவனம் செலுத்தச் செய்தால், உன் வாழ்க்கையில் பல அற்புதமான பரிசுகள் காத்திருக்கின்றன" என்றார்.

"நம் மனத்தினை அந்த அளவிற்கு கட்டுப்பாட்டுடன் ஒரே விஷயத்தில் கவனம் செலுத்துவது ஏன் அவ்வளவு முக்கியமானதாக இருக்கிறது?" என்று கேட்டேன்.

"உன் கேள்விக்கு விடை சொல்ல ஒரு நல்ல விடுகதை கேட்கிறேன். கடும் குளிர்காலத்தில் ஒரு காட்டில் நீ தொலைந்துவிட்டாய் என்று வைத்துக்கொள்வோம். அந்தக் குளிரில் நீ உயிர்வாழ உனக்கு வெப்பம் அவசியம் வேண்டும். உன் நெருங்கிய நண்பன் உனக்கு எழுதிய கடிதம், ஒரு ஜாடி மீன் ஊறுகாய், உன் மங்கலான பார்வையை ஈடுகொடுக்க நீ பயன்படுத்தும் சிறிய பூதக்கண்ணாடி ஆகியவைதான் உன்னிடம் இருக்கின்றன. நல்லவேளை உனக்கு சிறிதளவு சுள்ளிக்குச்சியும் கிடைத்துவிடுகிறது. ஆனால் அதை பற்றவைக்க தீக்குச்சிகள் இல்லை. எப்படி நெருப்பு மூட்டுவாய்?" என்று கேட்டார்.

'ஐயோ, இதற்கு விடை என்ன, தெரியவில்லையே! ஜூலியன் வழக்கம்போல் என்னை இக்கட்டான கேள்வி கேட்டு மடக்கிவிட்டாரே!' என்று தோன்றியது. "எனக்கு தெரியவில்லை" என்று ஒப்புக்கொண்டேன்.

"ரொம்ப சிம்பிள் நண்பனே! சுள்ளிக்குச்சிக்கு நடுவே உன் நண்பனின் கடிதத்தை வைத்து, அதற்கு மேலே உன் பூதக்கண்ணாடியை வை. சூரிய ஒளி அந்தக் காகிதத்தின்மேல் குவிந்து, சில நொடிகளிலேயே நெருப்பு பற்றிக்கொள்ளும்" என்று விளக்கினார்.

"சரி, அப்போ அந்த மீன் ஊறுகாய் ஜாடி எதற்கு?" என்று முழுதும் புரியாதவனாய் கேட்டேன்.

"ஓ அதுவா, உன் கண்முன்னே இருக்கும் விடையில் இருந்து உன் கவனத்தை திசைத்திருப்ப சும்மா குழப்புவதற்குத்தான் அது" என்று சிரித்துக்கொண்டே சொன்னார். "ஆனால் இந்த எடுத்துக்காட்டின் சாரம் இதுதான் - சுள்ளிக்குச்சிகள் மீது வெறுமனே காகிதத்தை வைத்தால் ஒன்றும் ஆகாது. ஆனால் எங்கும் பரந்து கிடக்கும் ஒளியை ஒரே புள்ளியில் குவித்தால், அது பற்றிக்கொள்ளும், இந்த உதாரணம் நம் மனத்திற்குக்கூட பொருந்தும். அர்த்தமுள்ள சரியான குறிக்கோள்களின் மீது அதன் அளவற்ற ஆற்றலை செலுத்தினால், வெகு விரைவில் உன்னுள் இருக்கும் ஆக்க சக்தியை தட்டியெழுப்பி நீயே ஆச்சரியப்படும் அளவுக்கு பலன்களை அனுபவிக்கலாம்" என்றார் அவர்.

"எப்படிப்பட்ட பலன்கள்?" என்ற என் கேள்வியை என்னிடமே திரும்பிவிட்டார். "அதை நீ மட்டுமே சொல்ல முடியும். நீ தேடுவது என்ன? இப்போது இருப்பதை விட இன்னும் சிறந்த தந்தையாக இருந்து, அமைதியான சிறப்பான வாழ்க்கையை விரும்புகிறாயா? ஆன்மிக நிறைவை எதிர்பார்க்கிறாயா? அல்லது, உன் வாழ்வில் கேளிக்கையும் அதிரடியான பொழுதுபோக்கும் வேண்டும் என்று நினைக்கிறாயா? நீயே யோசி" என்றார்.

"நிரந்தரமான மகிழ்ச்சி கிடைக்குமா" என்றேன் சற்றே எதிர்பார்ப்போடு.

"ம்ம்ம் ஏன் முடியாது, நிச்சயமாக முடியுமே!" என்று பதிலதித்தார்.

"அப்படியா எப்படி முடியும்" என்ற என் ஆச்சரியத்தை புரிந்துகொண்ட அவர் "சிவானாவின் ஞானிகள் பரிபூரண மகிழ்ச்சியின் ரகசியத்தை ஐயாயிரம் வருடங்களுக்கு மேலே தெரிந்து வைத்துக் கொண்டிருக்கிறார்கள். நல்லவேளையாக, அதை என்னிடம் பகிர்ந்து கொள்ள ஒப்புக்கொண்டார்கள். கேட்கிறாயா?" என்று ஆசை காட்டினார்.

"இப்போது வேண்டாம், நான் என் வீட்டின் அறைகளுக்கு முதலில் பெயிண்ட் அடிக்கலாம் என்று இருக்கிறேன். என்ன ஜூலியன், அத

கேட்கத்தானே ஆவலாக இருக்கிறேன்! அனைவருமே தேடுவது அதைத்தானே!" என்று பொய்க்கோபத்துடன் பதிலளித்தேன்.

"சரி இதோ ஆரம்பிக்கிறேன். ஆனால் அதற்கு முன்னாடி இன்னொரு கப் தேநீர் கிடைக்குமா" என்று என்னை பதிலுக்கு கிண்டலடித்தார்.

"அதெல்லாம் அப்புறம் பார்த்துக்கொள்ளலாம், முதலில் ஆரம்பியுங்கள்" என்றேன்கறாராக.

"சரி சரி. இந்தா கேட்டுக்கொள். மகிழ்ச்சியின் ரகசியம் இதுதான் - உனக்கு உண்மையாகவே என்ன பிடித்திருக்கிறது என்று அறிந்து கொண்டு, உன் முழு ஆற்றலையும் அதன்பால் செலுத்து. நம் உலகத்தில் உள்ள மிகவும் மகிழ்ச்சியான ஆரோக்கியமான நிம்மதியான மக்களை ஆராய்ந்து பார்த்தால், அவர்கள் எல்லோரிடமும் காணக்கூடிய ஒரு பொதுவான விஷயம் இருக்கும். அவர்கள் எல்லோருமே, தாங்கள் விரும்பியதை அடையாளம் கண்டு அவர்களுடைய நாட்களை அதன்பால் செலுத்தினார்கள். அதிலும் பார்த்தால், அந்த விருப்பமான விஷயம் என்பது, ஏதோ ஒரு விதத்தில் மற்றவர்களுடைய தேவைகளை பூர்த்தி செய்யும் விதமாகவே அமைந்திருக்கும். நீ விரும்பும் விஷயத்தில் உன்னுடைய முழு கவனத்தையும் ஆற்றலையும் செலுத்தினால், உன் வாழ்க்கையில் வளம் ஏற்பட்டு உன் தேவைகள் யாவும் எளிதாக பூர்த்தி செய்யப்படும்" என்றார்.

"அப்போ அவ்வளவுதானா, நாம் விரும்புவதை அடையாளம் கண்டுகொள்ள வேண்டும், அதை செய்ய வேண்டும், அப்படித்தானே!" என்றேன்.

"நீ விரும்புவது நல்ல மதிப்புடைய விஷயம் என்றால், ஆம் அவ்வளவுதான்" என்றார்.

"ஆனால் மதிப்புடையது என்று எப்படி அடையாளம் கண்டுகொள்வது" என்றேன் நான் மறுபடி கேள்வியுடன்.

"நான்தான் முன்னரே சொன்னேனே ஜான், நீ விரும்பும் விஷயம் ஏதோ ஒரு வகையில் மற்றவர்களின் சேவைக்கோ தேவைக்கோ உபயோகமாக இருக்க வேண்டும். இதைத்தான் விக்டர் ஃபிராங்க்ள் மிக அழகாகச் சொன்னார் "மகிழ்ச்சியைப் போலவே, வெற்றியையும் தேடித் செல்ல முடியாது. அது தானாகவே, நீ விரும்பும் செயலை, உன்னுடைய உயரிய குறிக்கோளை நீ பின்தொடர்ந்து செல்லும்போது அதுவும் நீ எதிர்பாராமலே வரும்." என்றார். உன் வாழ்க்கையின்

பணி என்னவென்று நீ அடையாளம் கண்டுகொண்டதுமே உன் உலகம் புத்துயிர் பெற்று எழும். ஒவ்வொரு காலைப்பொழுதும் நீ மட்டற்ற உற்சாகமும் ஆற்றலும் கொண்டு கண்விழிப்பாய். நீ குறிப்பிட்ட உன் குறிக்கோளை நோக்கித்தான் உன்னுடைய எல்லா சிந்தனைகளும் குவிந்திருக்கும். அதன் காரணமாக, நீ விலைமதிக்க முடியாத உன் உள்மன ஆற்றல் வேண்டாத யோசனைகளில் விரயமாகாது. தானாகவே, நீ கவலைப்படுவதை நிறுத்திவிட்டு, சிறந்த செயல்திறன் கொண்டு செயல்படுவாய். இதைத்தவிர இன்னொரு சுவாரசியமான விஷயம் என்னவென்றால், உனக்குள்ளேயே ஒரு மகிழ்ச்சியும் சீரான செயல்பாடும் இருப்பதை நீயே உணர்வாய். ஏதோ ஒரு விதத்தில் உன் குறிக்கோளை நோக்கி நீ உந்தப்படுகிறாய் என்றும் உன்னால் உணர முடியும். எனக்கு மிகவும் பிடித்தமான ஒரு மிக உன்னதமான உணர்வு அது" என்று நீண்ட விளக்கம் அளித்தார்.

"கேட்கவே மிக சுவாரசியமாக இருக்கிறதே! காலையில் எழுந்ததுமே உற்சாகத்துடன் எழுவது என்பதும் நன்றாக இருக்கிறது. உண்மையைச் சொல்லப்போனால், சில நாட்கள் எனக்கு சும்மா படுத்துக்கொண்டே இருக்கலாமோ என்று தோன்றும். சாலையில் உள்ள வாகன நெரிசலோ, பிரச்னைகளைக் கொண்டு வரும் கோபமான கட்சிக்காரர்களோ, எதிரணி வக்கீல்களோ, எப்போதும் குறையாத எதிர்மறையான சிந்தனைகளோ, இவற்றைப் பற்றி யோசித்தால் களைப்பாக ஆகிவிடுகின்றேன்" என்றேன்.

"சிலபேர் பலமணி நேரம் தூங்குகிறார்களே, ஏன் தெரியுமா? ஏனென்றால் அவர்களுக்கு செய்வதற்கு வேறெதுவும் இல்லை, அதனால்தான். சூரியன் உதிக்கும்போதே எழுந்துவிடுகிறார்களே அவர்கள் அனைவருக்குமே ஒரு விஷயம் பொதுவாக இருக்கிறது, என்ன தெரியுமா?" என்று கேட்டார்.

"எல்லோருக்கும் லேசாக மறை கழண்டிருக்கிறதோ!" என்று நானே வேடிக்கை என்று நினைத்துக் கேட்டேன்.

"அட போப்பா. அவர்கள் எல்லோருக்கும் தங்கள் முழு ஆற்றலையும் வெளிப்படுத்தக் கூடிய ஒரு குறிக்கோள் இருக்கும். அவர்கள் எல்லோரும் தங்களுக்கு முக்கியமானவற்றை தான் முதலில் செய்வார்கள், ஆனால் ஒரு வெறித்தனத்துடன் அல்லாது, ஒருவித உற்சாகத்துடன் மென்மையுடன் செய்து முடிப்பார்கள். அவர்கள் வாழ்க்கையில் அவர்களது பணியின் மேல் அவர்களுக்கு இருக்கும் ஈடுபாட்டினால் அவர்கள் ஒவ்வொரு நொடியின் உற்சாகத்தையும்

உணர்ந்தே வாழ்கிறார்கள். அவர்களது முழு கவனமும் அவர்கள் அந்த நேரத்தில் செய்யும் பணியின் மேல் இருப்பதினால் அவர்களது ஆற்றல் விரயமாவதில்லை. நீ சந்திக்கும் மிகவும் உற்சாகமான ஆற்றல் மிகுந்த மக்கள் அவர்களாகத்தான் இருப்பார்கள்" என்றார்.

"ஆற்றல் விரயமாகுமா என்ன! ஏதோ புதிய விஷயம்போல் இருக்கிறதே! இதை நீங்கள் நிச்சயமாக உங்கள் சட்டக்கல்லூரியில் கற்கவில்லை தானே!" என்று குறுக்கிட்டேன்.

"சரியாகச் சொன்னாய். நான் கல்லூரியில் கற்கவில்லை. சிவானாவின் ஞானிகள்தான் இந்த தத்துவத்தின் முன்னோடி. பல நூற்றாண்டுகளாகவே இந்த விஷயம் இருந்திருக்கிறது என்றாலும், அது இன்றும் அனைவருக்கும் பொருந்தும். நம்மில் பலபேர் வேண்டாத கவலைகளால் பாதிக்கப்படுகிறோம். இதனால், நமக்குள் இயற்கையாகவே இருக்கும் ஆற்றலும் உற்சாகமும் கரைந்து விடுகிறது. சரி, காற்று இறங்கிப்போன சைக்கிள் ட்யூப்-ஐ பார்த்திருக்கிறாய் அல்லவா" என்று அடுத்த உவமைக்குத் தயாரானார்.

"ஆமாம்" என்றேன்.

"அதில் காற்று முழுமையாக இருக்கும்போது, நீ செல்லவேண்டிய இடத்திற்கு உன்னை எளிதாகக் கொண்டுசெல்லும். ஆனால் அதில் சிறு துளை ஏற்பட்டு பஞ்சர் ஆகி அதில் இருந்து காற்று வெளியேறிக்கொண்டே இருந்தால், அதாவது, காற்று விரயமாகக் கொண்டிருந்தால், கடைசியில் ட்யூப் முழுதும் சுருங்கிப்போய், அதனால் உன் பயணமும் பாதியிலேயே நின்று விடும், அல்லவா! நம்முடைய மனமும் இதுபோலத்தான். எப்படி பஞ்சர் ஆகிய சைக்கிள் ட்யூபில் இருந்து காற்று வெளியேறிக்கொண்டே இருக்குமோ, அதே போல, கவலை இருக்கும் மனத்தில் இருந்து ஆற்றலும் உற்சாகமும் விரயமாகிக் கொண்டே இருக்கும். இறுதியில், இரண்டுமே மிஞ்சாது. ஆக்கசக்தியும், ஊக்கமும், உற்சாகமும் வெளியேறிப்போய் மனதளவில் மிகவும் சோர்வடைந்து விடுகிறோம்" என்று விளக்கமளித்தார்.

"நீங்கள் சொல்வது எனக்கு நன்றாகவே புரிகிறது. எனக்கு பல நாட்கள் களேபரமாகத்தான் கழியும். எல்லோருடைய தேவைகளையும் பூர்த்தி செய்யும் விதம் வேலை செய்தாலும், யாருமே திருப்தி அடைந்திருக்க மாட்டார்கள். அப்படிப்பட்ட நாட்களில், நான் உடலளவில் குறைவாகவே உழைத்திருந்தாலும், மனதளவில் முழுவதும் சோர்வடைந்து, எப்போது வீட்டிற்குச் சென்று மூளைக்கு

வேலையே கொடுக்காமல் நிம்மதியாக ஓய்வெடுப்போம் என்றே யோசித்துக்கொண்டிருப்பேன்" என்றேன்.

"இதைத்தான் நானும் சொல்கிறேன்" என்றார் ஜூலியன்." வாழ்வில் மிகுந்த அழுத்தம் இருந்தால் இதுபோல் ஆகிவிடும். ஆனால், வாழ்க்கையின் குறிக்கோள் என்னவென்று புரிந்துவிட்டால் அதே வாழ்க்கை மேலும் எளிதாகவும் பலன்கள் நிறைந்ததாகவும் மாறிவிடும். உன்னுடைய உண்மையான குறிக்கோள் அல்லது விதி என்னவென்று நீ அறிந்துகொண்டால், அதற்குப்பிறகு நீ உன் வாழ்க்கையில் பணி செய்யவே வேண்டியிருக்காது" என்று மர்மமாக முடித்தார்.

"என்ன சொல்கிறீர்கள்! சீக்கிரமாகவே ரிட்டையர் ஆகிவிடலாமா என்ன!" என்றேன்.

இப்போது சற்று பொறுமையாகவும் சீரியஸ்-ஆகவும் "இல்லை ஜான், அந்த குறிக்கோளை நீ கண்டுபிடித்துவிட்டால், நீ அதற்காக உழைப்பது உனக்கு பணியாகவே தெரியாது" என்றார்.

"இதெல்லாம் சரி. ஆனால், என்னுடைய உத்தியோகத்தை விட்டுவிட்டு என் குறிக்கோளையோ வாழ்க்கையின் அர்த்தத்தையோ தேடிச் செல்ல ஆரம்பிப்பது ஆபத்தான விஷயம் இல்லையா? என்னை நம்பி ஒரு குடும்பமே இருக்கிறதே, நான்கு உயிர்கள் இருக்கு, பல பொறுப்புகள் இருக்கின்றன" என்று மனதில் எழுந்த சந்தேகங்களை கேட்டுவிட்டேன்.

"உன்னுடைய வழக்கறிஞர் தொழிலை நாளைக்கே விட்டுவிடு என்று நான் சொல்லவேயில்லை. ஆனால் நீ சில புதிய சவால்களோ ரிஸ்குகளோ எடுக்கத்தான் வேண்டும். உன் வாழ்க்கையை சற்று மாற்றியமைக்க முயற்சி செய். உன் மனத்தில் இருக்கும் பழைய வழக்கங்களை மாற்று, ஒட்டடைகளை சுத்தம் செய். ஏதாவது வித்தியாசமாக செய்ய முற்பட்டு. இங்கே பலரும் தங்கள் வாழ்க்கைக்கு வசதியாக எது செய்ய முடிகிறதோ, அந்த ஒரு குறுகிய வட்டத்துக்குள்ளேயே தங்களை அமைத்துக்கொள்கிறார்கள். மிகவும் பழகிவிட்ட, மாற்றத்தை விரும்பாத இந்த வட்டத்தை விட்டுவிட்டு, அடிக்கடி வெளியே வந்து பார்ப்பது தான் நாம் நமக்குச் செய்துகொள்ளும் மிகச் சிறந்த தொண்டு என்று யோகி ராமன் தான் எனக்கு முதன்முதலில் எடுத்துச் சொன்னார். நம்மிடம் உள்ள முழுமையான ஆற்றலை உபயோகிக்கவும், நம்மீது நாமே முழு ஆளுமை பெறவும் இதுவே வழி" என்றார்.

"அது என்ன வழி" என்று என்னால் கேட்காமல் இருக்க முடியவில்லை.

"நம் உடல், மனம் மற்றும் ஆன்மா ஆகியவை தான் அந்த வழியைக் காட்டும்" என்றார்.

என் ஆவல் அதிகரித்தது, "ஓ அப்படியா. நான் எந்த விதமான சவால்கள் எடுத்துக்கொள்ள வேண்டும்?" என்று கேட்டேன்.

"முதலில், எல்லாவற்றையும் நடைமுறைக்கு ஒத்துவருமா என்ற கோணத்தில் பார்ப்பதை மாற்று. நீ என்ன செய்ய வேண்டும் என்று பலகாலமாக விரும்புகிறாயோ அதை செய்ய ஆரம்பி. மேடை நாடகங்களில் நடிக்கச் சென்ற பல வழக்கறிஞர்களையும், இசைக்கலைஞர்கள் ஆக மாறிய கணக்காளர்களையும் நான் பார்த்திருக்கிறேன். இந்த மாற்றத்தின் மூலம், அவர்கள் பல நாட்களாகத் தேடிக்கொண்டிருந்த சந்தோஷத்தை அவர்கள் மீட்டிருக்கிறார்கள் என்பதையும் நான் கண்டேன். வருடத்தில் இரண்டுமுறை சுற்றுலா விடுமுறை எடுக்கவோ அல்லது விலையுயர்ந்த பங்களா கட்டவோ கட்டுப்படி ஆகவில்லை என்றால் தான் என்ன! சரியாக சிந்தித்து புதியதை முயற்சி செய்ய முற்பட்டால், பலன் நிச்சயம் நன்றாகத்தான் இருக்கும். முதல் படியிலேயே இரண்டு கால்களையும் பதித்து வைத்திருந்தால், மூன்றாவது நான்காவது படி என்று எப்படி முன்னேறுவது!" என்றார்.

"ஹ்ம்ம் நீங்கள் சொல்வது புரிகிறது" என்றேன்.

"ஆகவே என் நண்பனே, நன்றாக ஆற அமர சிந்தித்துப்பார். நீ இந்த நிலையில் இருப்பதன் முக்கிய குறிக்கோள் என்னவென்று சிந்தித்துப்பார், அதை கண்டுபிடித்து, அதன்படி நடக்க தைரியம் கொள்" என்று எனக்கு உற்சாகம் ஊட்டினார்.

"ஆனால் ஜூலியன், என்னுடைய பிரச்னையே நான் ரொம்ப அதிகமாக சிந்திக்கிறேனோ என்பது தான். என் மூளையில் நிற்காமல் எப்போதும் சிந்தனைகளின் இரைச்சல்தான் ஓடிக்கொண்டே இருக்கிறது" என்றேன்.

"நான் சொல்வது கொஞ்சம் வித்தியாசமானது ஜான். சிவானாவின் ஞானிகள் இருந்தார்களே, அவர்கள் தினமும் அமைதியான நேரம் சற்று ஒதுக்கி, தாங்கள் செய்த விஷயங்கள் தாங்கள் தற்போது எட்டிய நிலை ஆகியவை மட்டுமல்லாது, தாங்கள் செய்யவேண்டியதை பற்றியும் செல்ல வேண்டிய பாதையைப் பற்றியும் சிந்திப்பார்கள். தங்கள் வாழ்க்கையின் குறிக்கோள் என்ன, தங்கள் வாழ்க்கையை

தன் பொக்கிஷத்தை விற்ற துறவி

எப்படி வாழ்ந்து கொண்டிருக்கிறார்கள் என்பதைப் பற்றியெல்லாம் தினமும் சிந்திப்பார்கள். முக்கியமான விஷயம் - வரவிருக்கும் தங்களுடைய அடுத்த தினத்தை இன்னும் சிறப்பாக எப்படி வாழ்வது என்பதை பற்றியும் சிந்திப்பார்கள். ஒவ்வொரு நாளும் சிறுகச் சிறுக மேம்பட்டால், நீண்ட நாட்களில் பெரியதொரு நல்ல மாற்றம் உண்டாகும்" என்று விளக்கினார்.

"அதாவது என்னுடைய வாழ்க்கையை பற்றி சிந்தித்துப் பார்க்க தினமும் சிறிது நேரம் ஒதுக்க வேண்டும் என்று கூறுகிறீர்கள் அல்லவா?"

"ஆமாம், ஒவ்வொரு நாளும் பத்தே பத்து நிமிடம் சிந்தித்தாலும் உன் வாழ்க்கையின் தரத்தில் நிச்சயமாக உயர்வை நீ காண்பாய்" என்று எனக்கு உறுதி அளித்தார்.

"நீங்கள் என்ன சொல்கிறீர்கள் என்று புரிகிறது ஜூலியன் ஆனால் பிரச்சினை என்னவென்றால் என் பணியிடத்திற்கு சென்று உட்கார்ந்த பின் என் நாள் துவங்கி விட்டால், நான் மதியம் உணவு சாப்பிடக் கூட பத்து நிமிடம் கூட கிடைப்பது இல்லையே" என்றேன்.

"நண்பனே, உன் வாழ்க்கையை பற்றி சிந்தித்துப் பார்த்து மேம்பாடு பெற நேரம் கிடைப்பதில்லை என்று நீ சொல்வது, வண்டி ஓட்டிக் கொண்டே இருப்பதால் பெட்ரோல் நிரப்பிக் கொள்ள நேரமில்லை என்று சொல்வது போல் ஆகும். என்றேனும் ஒரு நாள் நிச்சயம் அது உன்னை பாதித்தே தீரும்" என்றார் அந்த அறிவாளி.

"ஆம் நீங்கள் சொல்வதும் சரிதான். ஆனால் இதைப் பற்றி சில செயல்முறைகள் நீங்கள் சொல்லிக் கொடுக்கிறீர்கள் என்றீர்களே!" என்று நான் இந்த புதிய ஞானத்தை என் வாழ்க்கையிலும் சோதித்துப் பார்ப்பதற்கு ஆவலாக கேட்டேன்.

"நம் மனதின் மேல் ஆளுமை பெற ஒரு மிகச்சிறந்த வழி ஒன்று இருக்கிறது. சிவானாவின் ஞானிகளும் இதை மிகவும் நம்பி எனக்கு கற்றுக் கொடுத்தார்கள். இதை வெறும் இருபத்தோரு நாட்கள் நான் கடைபிடித்ததும் எனக்கு மிகவும் உற்சாகமும் ஆற்றலும் மனதில் ஒரு துள்ளலும் கிடைத்தது. இது நான்காயிரம் வருடங்கள் பழமை வாய்ந்த ஒரு செயல்முறையாகும். இதை 'ரோஜாப் பூவின் இதயம்' என்று கூறுவார்கள்" என்று என் ஆர்வத்தைத் தூண்டினார்.

"அப்படியா, மேலும்சொல்லுங்களேன்" என்றேன் ஆவலாக.

"இந்த பயிற்சியை செய்ய உனக்கு வேண்டியதெல்லாம் ஒரு ரோஜாப்பூவும் ஒரு அமைதியான இடமும் தான். இயற்கை சூழலில்

இதைச் செய்தால் நல்லது, என்றாலும், வீட்டில் ஒரு அமைதியான அறை இருந்தால் கூட போதும். முதலில், ரோஜாப்பூவின் இதயத்தை அதாவது அதன் மத்தியப் பகுதியை கூர்ந்து கவனி. ரோஜாப்பூவும் வாழ்க்கையைப் போலவே தான், முட்கள் இருந்தாலும், நம் கனவுகள் மீது நம்பிக்கை வைத்து அந்த முட்களைத் தாண்டிச் சென்றால் அந்த மலரின் உன்னதமான அழகைப்போல் வாழ்க்கையில் வெற்றியையும் சென்றடையலாம் என்று யோகி ராமன் என்னிடம் கூறுவார். ரோஜாப்பூவை கூர்ந்து கவனித்துக்கொண்டிரு. அதன் நிறத்தையும் வடிவமைப்பையும் கவனி. அதன் நறுமணத்தை முகர்ந்துபார். உன் முன்னே இருக்கும் அந்த அழகான பொருளைப் பற்றி மட்டும் நினைத்துப்பார். முதலில், அந்த மலரின் இதயத்தில் இருந்து உன் கவனத்தைக்கலைக்க பல்வேறு யோசனைகள் வரும். அது சகஜம் தான். பயிற்சி பெறாத மனதின் அடையாளம் தான் அது. ஆனால் கவலை வேண்டாம். இந்த நிலை நிச்சயம் மாறும். உன் கவனத்தை அந்த அழகான பொருளின் மீது மீண்டும் திசைதிருப்பு. சில நாட்களிலேயே உன் மனம் வலுப்பெற்று கட்டுப்பாட்டுடன் இருக்க ஆரம்பிக்கும்" என்று அந்த புதிய முறையைப் பற்றி சொல்லிக்கொடுத்தார்.

"அவ்வளவுதானா? கேட்க மிகவும் சுலபமானதாக இருக்கிறதே!" என்றேன் நான், நம்பமுடியாமல்.

"இந்த செயல்முறையின் அழகே அதுதான் ஜான்" என்று பதிலளித்தார். "ஆனால் இந்த முறை பலனளிக்க வேண்டும் என்றால், இதை ஒரு நாள் கூட தவறாது, தினம் செய்யவேண்டும். முதலில் சில நாட்களுக்கு, இதை ஐந்து நிமிடம் கூட செயல்படுத்த கடினமாக இருக்கும். நம்மில் பலபேர் பரபரப்பான வாழ்க்கை வாழ்ந்து கொண்டிருக்கிறோம் அல்லவா, அதனால், பூரண அமைதி என்ற ஒன்று நம்மில் பலருக்கு பரிச்சயமில்லாத ஒன்றாக இருக்கும். நான் சொன்ன இந்த செயல்முறையைப் பற்றி கேள்விப்படும் பலர், 'ஒரு பூவை எல்லாம் உட்கார்ந்து கவனித்துக்கொண்டிருக்க நேரம் இல்லை' என்றுதான் சொல்வார்கள். ஆனால் அதே மக்கள் தான், குழந்தையின் சிரிப்பையோ மழையில் வெறுங்காலோடு நடந்து செல்லும் இன்பத்தையோ அனுபவிக்க முடியவில்லை என்றும் புலம்புவார்கள். இவர்கள் எல்லோருமே 'இதற்கெல்லாம் நேரம் இல்லை' என்று எளிதாகக் கூறி விடுவார்கள். நல்ல உறுதியான நட்பு உருவாக நேரம் ஆகும் அல்லவா, அதனால் அவர்களுக்கு

நண்பர்களை உருவாக்கிக்கொள்ளக் கூட நேரம் இருப்பதில்லை" என்றார்.

"ஏதேது, உங்களுக்கு இவர்களைப்பற்றி நிறைய விஷயம் தெரிந்திருக்கிறதே!" என்றேன்.

"என்ன செய்வது. நானும் அப்படித்தான் இருந்தேன்!" என்ற ஜூலியன் அமைதியாகிவிட, எங்கள் புதுமனை புகுவிழாவிற்கு என் பாட்டி எங்களுக்கு பரிசாகக் கொடுத்த பழங்காலத்து கடிகாரத்தை நோக்கி அவர் கவனம் சென்றது. இப்படி தங்கள் வாழ்க்கையை வாழ்ந்து கொண்டிருக்கும் ஒவ்வொருவரைப் பற்றியும் நான் நினைக்கையில், என் தந்தைக்குப் பிடித்த பெரு பிரிட்டிஷ் எழுத்தாளரின் கூற்று நினைவுக்கு வருகிறது. 'இன்றைய பொழுது எவ்வளவு உன்னதமானது என்றும், சுவாரசியமானது என்றும், கடிகாரமும் நாள்காட்டியும் மறைத்துவிட அனுமதிக்கக் கூடாது' என்று அந்த எழுத்தாளர் சொன்னார்."

"இப்போது உள்ள நொடிப்பொழுதை அனுபவிக்க வேண்டும். நான் சொன்ன ரோஜாப்பூவின் இதயத்தை தினமும் மேலும் மேலும் அதிக நேரத்திற்கு கவனித்து வா. ஓரிரண்டு வாரங்களில் உன் மனது வேறு விஷயங்களுக்குத் தாவிச் செல்லாமல், இந்த செயல்முறையை எளிதாக இருப்பது நிமிடங்களுக்காவது நீ செய்யத் தயாராக வேண்டும். உன் மனம் என்னும் கோட்டையின் கட்டுப்பாட்டினை நீ உன்னிடம் மீண்டும் பெறுகிறாய் என்பதற்கான முதல் அடையாளம் இது. மெல்ல மெல்ல, உன் மனம் விரும்பும் விஷயங்களின் மேல் தான் உன் கவனம் செல்ல வேண்டும் என்ற பயிற்சி உனக்கு வரும். பின், அது உன் கட்டுப்பாட்டிற்குள் வந்து பல அதிசயமான விஷயங்களை நடத்திக்காட்டும். ஒரு விஷயம் மட்டும் நினைவில் வைத்துக்கொள் - நீ உன் மனதினை கட்டுப்பாட்டில் வைக்காவிடில், அது உன்னை கட்டுப்படுத்த ஆரம்பிக்கும்" என்றார்.

"உன் தினசரி வாழ்க்கையில் நீ இன்னும் சாந்தமான மனிதனாகி விடுவதை உன்னாலேயே உணர முடியும். நம்மில் பலரை துரத்தும் கவலை என்ற பழக்கத்தில் இருந்து விடுதலை பெற்று நீ இன்னும் அதிக ஆற்றலும் உற்சாகமும் ஏற்படுவதை உணர்வாய். அதைவிட முக்கியமாக, உன்னைத் சுற்றியுள்ள சிறுசிறு விஷயங்களையும் நீ கவனித்து, அதில் உள்ள நல்லதை அனுபவிக்கும் அளவிற்கு உனக்குள் மகிழ்ச்சி ஊற்றெடுக்கும். என்னதான் சவால்கள் இருந்தாலும் எவ்வளவு பரபரப்பான நாளாக இருந்தாலும், தவறாமல்

ஒவ்வொரு நாளும் இந்த ரோஜாப்பூவின் இதயம் செயல்முறையைத் தவறாது செய். அதுதான் உன் வாழ்க்கை என்னும் பரபரப்பான சூழலில் அமைதி தரும் பாலைவனச் சோலை போன்றது. அமைதியிலும் சலனமற்ற நிலையிலும் கூட இருக்கும் ஆற்றலை நீ புரிந்து கொள்வாய். உலகெங்கும் இருக்கும் ஒவ்வொரு உயிரிலும் ததும்பும் அறிவின் ஆதார சக்தியுடன் தொடர்பு கொள்ள சலனமற்ற அமைதிதான் முதல் படி." என்று அவர் சொல்லச் சொல்ல, என்னுள் ஒருவிதமான பரவசத்தை உணர்ந்தேன். "இவ்வளவு எளிதான முறையின் மூலம் என் வாழ்க்கையின் தரத்தை இந்த அளவு மாற்ற முடியுமா!" என்று வியந்தேன்.

"உங்களிடம் நான் காணும் மாற்றங்கள் இந்த ரோஜாவின் இதயம் முறை மூலமாக மட்டுமே வந்திருக்காது என்று எனக்குத் தோன்றுகிறதே" என்றேன்.

"ஆம், உண்மைதான். என்னுடைய இந்த மாற்றம் பல வழிமுறைகளை ஒருசேர உபயோகித்ததால் வந்தது. நீ ஒன்றும் கவலைப்படாதே - அவை எல்லாமே இதேபோல எளிதானவை தான், ஆனால் மிகவும் வலிமையானவை. இதற்கெல்லாம் மிக முக்கியமான ஒன்று ஜான் - உன் வாழ்க்கையை நீ இப்படி சிறந்த விதமாக வாழ வேண்டும் என்ற நிலைக்கு உன் மனதை திறந்து வைத்தால் மட்டுமே இதெல்லாம் முடியும்" என்றார்.

பின்னர், எப்போதும் போல அதே உற்சாகத்துடன், அவர் மற்ற விஷயங்களையும் என்னுடன் பகிர ஆரம்பித்தார். வாழ்க்கையை வீணடிக்கும் கவலைகள் எதிர்மறையான சிந்தனைகள் அனைத்தையும் மனதில் இருந்து விலக்க 'நேர்மறையான சிந்தனை'என்ற ஒரு சக்திவாய்ந்த செயல்முறையை யோகி ராமன் கற்றுக்கொடுத்ததை என்னிடம் பகிர்ந்தார். ஒரு குறிப்பிட்ட நேரத்தில் ஒரே ஒரு விஷயத்தைப் பற்றித்தான் நம் மனது யோசிக்க முடியும் என்பது இயற்கையின் நியதி என்பதை நான் கற்றுக் கொண்டேன். வேண்டும் என்றால், நீ சோதித்துப் பாரேன் ஜான் " என்றார்.

வக்கீல் அல்லவா, சோதித்துப் பார்த்தேன், உண்மைதான் என்று புரிந்துகொண்டேன்.

"பலருக்கும் தெரியாத இந்த உண்மையின் உதவியோடு, யார் வேண்டுமானாலும் வெகு விரைவாக ஒரு வளமான ஆற்றல் வாய்ந்த மனநிலையை உருவாக்கிக் கொள்ளலாம். இதன் செயல்முறை மிகவும் எளிதானது - உங்கள் மனதில் வேண்டாத

தன் பொக்கிஷத்தை விற்ற துறவி

ஏதாவதொரு எதிர்மறையான யோசனை வந்தால், உடனே அதை மாற்றி ஒரு நல்ல சிந்தனையைப் பற்றி நினைத்துக் கொள்ளுங்கள். உங்கள் மனதை படங்கள் காட்டும் ஒரு ப்ரொஜெக்டர் கருவிபோல் எண்ணிக்கொள்ளுங்கள் - எப்போதெல்லாம் ஒரு வேண்டாத சிந்தனை வருகிறதோ, அப்போது உடனடியாக ஒரு படச்சுருளை மாற்றி இன்னொன்று பொருத்திக்கொள்வது போல் அந்த எதிர்மறையான சிந்தனைக்கு பதிலாக ஒரு ஆற்றல் மிகுந்த நல்ல சிந்தனையை நினைத்துக் கொள்ளுங்கள். அவ்வளவுதான்" என்று மிகவும் எளிமைப்படுத்திச் சொன்னார். தொடர்ந்து "என் கழுத்தைச் சுற்றி பாசி மணிகளால் செய்யப்பட்ட ஜெபமாலை இருக்கிறதல்லவா, இது என் சிந்தனைகளைக் கட்டுப்படுத்த மிகவும் உதவியாக இருக்கிறது. எப்பொழுதெல்லாம் எனக்கு ஒரு கெட்ட சிந்தனையோ எதிர்மறை சிந்தனையோ வருகிறது என்று தோன்றுகிறதோ, அப்போது இந்த மாலையை கழற்றி, அதில் இருந்து ஒரு பாசிமணியை விலக்கி என் பையில் இருக்கும் ஒரு கோப்பைக்குள் போட்டு வைப்பேன். முழுமையான முறையில் என் மனத்தின் செயல்பாட்டினை நான் எந்த அளவிற்கு என் கட்டுப்பாட்டில் வைத்திருக்கிறேன் என்று அந்த கோப்பையில் இருக்கும் மணிகளின் எண்ணிக்கையின் மூலம் என்னை நானே ஞாபகப்படுத்திக் கொள்வேன்" என்று அருமையான ஒரு வழிமுறையையும் சொல்லிக்கொடுத்தார்.

"அட இது ஒரு அற்புதமான ஐடியா வாக இருக்கிறதே. இப்படி எதுவும் எனக்குத் தோன்றவே இல்லையே. இந்த நேர்மறையான சிந்தனை வழிமுறையைப் பற்றி இன்னும் கொஞ்சம் சொல்லுங்களேன்" என்று கேட்டுக்கொண்டேன்.

அவரும் உற்சாகத்துடன் "சரி, நம் அன்றாட வாழ்க்கையில் இருந்து ஒரு உதாரணம் தருகிறேன், கேட்டுக்கொள். நீதிமன்றத்தில் நீ ஒரு நாள் மிகக் கடுமையாக உழைத்திருந்தாலும் அன்றைய பொழுது சரியாக இருக்கவில்லை என்று உனக்குத் தோன்றுகிறது என்று வைத்துக்கொள். நீதிபதி உன் வாதங்களை ஒப்புக்கொள்ளவில்லை, எதிரணி வக்கீல் வெறிபிடித்தவன்போல் ஏதேதோ பேசிக்கொண்டிருக்கிறான். உன் கட்சிக்காரனும் உன்னுடன் உடன்படவில்லை என்று வைத்துக்கொள். நீ களைப்போடும் கடுப்போடும் சோகத்தோடும் உன் வீட்டுக்கு வந்து உன் நாற்காலியில் பொத்தென்று விழுகிறாய். நீ இப்படிப்பட்ட எதிர்மறையான, ஆற்றலை உறிஞ்சிவிடுகிற சிந்தனைகளை மனதில் கொண்டிருக்கிறாய் என்பதை முழுமையாக உணர்ந்துகொள்வதே

முதல் படி. எப்படி இந்தமாதிரியான எதிர்மறை கருத்துக்களை உன் மனதில் நுழைய விட்டாயோ அதேபோல் உற்சாகமூட்டும் ஆற்றல் மிகுந்த சிந்தனைகளையும் உன் மனதில் மிக எளிதாகக் கொண்டுவர முடியும் என்று உணர்வது இரண்டாவது படி. ஆகவே, சோகத்திற்கு நேரெதிர் பக்கம், இருக்கும்படியாக உற்சாகமான யோசனைகளை மனதில் வரவழைத்துக்கொள்.

உற்சாகமாக மகிழ்ச்சியாக இருக்கவேண்டும் என்பதில் முழு கவனமும் செலுத்து. நீ சந்தோஷமாக இருக்கிறாய் என்பதை உணர்ந்துகொள், முடிந்தால் கொஞ்சம் சிரி. நீ உற்சாகத்தோடு இருக்கும்போது உன் உடல் என்னென்ன செய்யுமோ அவற்றை செய்துபார். நிமிர்ந்து உட்கார். மூச்சை ஆழமாக இழு. உன் மனதில் நல்ல சிந்தனைகளையே ஒவ்வொன்றாக நினை. உன் மனநிலை வெகு சில நிமிடங்களிலேயே எப்படி மாறும் என்று நீயே உணர்வாய். உன் மனதில் கெட்ட எண்ணங்களோ எதிர்மறையான யோசனைகளோ எழும்போதெல்லாம் இந்த "நேர்மறையான சிந்தனை" முறையை பயன்படுத்தினால், சில வாரங்களிலேயே அப்படிப்பட்ட எதிர்மறையான சிந்தனைகளுக்கு உன் வாழ்க்கையிலேயே இடமில்லை என்பதனை நீயே உணர்வாய். நான் சொல்வது புரிகிறதல்லவா?" என்று, எனக்கு மிகவும் பரிச்சயப்பட்ட ஒரு சூழ்நிலையுடன் என் மனதில் உடனடியாக ஏறும் விதத்தில் உதாரணத்தை எடுத்து வைத்தார்.

ஜூலியன் மேலும் தொடர்ந்தார் "சிந்தனைகளை ஆற்றல்மிக்க சிறு உயிரினங்களாகப் பார்க்கலாம். பலரும் தங்கள் யோசனைகளை எப்படிப்பட்டவை என்பதைப்பற்றி சிந்திப்பதே இல்லை, ஆனால் நம் வாழ்க்கையின் தரமே நம் யோசனைகள் தன்மையைப் பொறுத்துதான் இருக்கிறது என்பதை நாம் மறந்து விடுகிறோம். நீ நடந்துபோகும் தெருவைப்போல, நீ நீந்தும் குளத்தைப்போல, உன் சிந்தனைகளும் உன் நிஜ உலகத்தின் இணைபிரியா அங்கம்தான். பலமற்ற மனநிலையும் சிந்தனைகளும் பலமற்ற செயல்களில்தான் போய் முடியும். தினசரி பயிற்சி மூலம் மனநிலையை கட்டுப்பாட்டுடன் வைத்திருந்து பலமான சிந்தனைகளை மட்டுமே யோசித்தால், நாமே அதிசயிக்கும் அளவிற்கு செயல்பாடுகள் அமையும். வாழ்க்கையை முழுமையாக வாழ வேண்டும் என்றால், உன் சிந்தனைகளை பொக்கிஷம்போல் பாதுகாத்துக்கொள். உள்மன சஞ்சலங்களை நீக்கினால், எண்ணற்ற பலன்கள் கிடைக்கும்" என்றார்.

"என் சிந்தனைகளை உயிருள்ளவையாக நான் நினைத்தே பார்த்ததில்லை ஜூலியன்! ஆனால் என் வாழ்க்கையின் ஒவ்வொரு அங்கத்தையும் அவை எப்படி பாதிக்கின்றன என்று எனக்குப் புரிகிறது" என்றேன்.

"நம் சிந்தனைகள் எப்போதுமே சாத்வீகமாக தூய்மையாக இருக்கவேண்டும் என்று சிவானாவின் ஞானிகள் நம்பினார்கள். நான் இதுவரை உனக்கு கற்றுத் தந்த வழிமுறைகள், மற்றும் இயற்கையான உணவுமுறை, நல்லவற்றையே மனதில் நிற்கவைக்கும் மந்திரங்கள் ஆகியவற்றின் மூலம் அவர்கள் இந்த சாத்வீக நிலையை அடைந்தார்கள். நுட்பமான நல்லறிவு நிறைந்த புத்தகங்கள் படிப்பது, மற்றும் சான்றோர்களுடனான சேர்க்கை மூலமும் இதை செய்தார்கள். புனிதமான கோயில்கள் எனக் கருதும் அவர்கள் மனதில் ஒரே ஒரு எதிர்மறையான எண்ணம் புகுந்தாலும், வெகுதூரத்தில் இருக்கும் ஒரு அருவிக்கு தனியாக நடந்துசென்று, குலைநடுங்கும் கடுங்குளிரில் நின்று தங்களை தண்டித்துக் கொள்வார்கள்." என்றார்.

"ஆமாம் இவர்கள் எல்லாம் அறிந்த ஞானிகள் என்று சொன்னீர்களே, ஒரேயொரு சிந்தனைக்காகப் போய் இமாலய மலை அருவியின் குளிரில் நிற்பது சாதாரணமான மனிதர்கள் செய்யும் செயலாக எனக்குத் தோன்றவில்லையே" என்றேன்.

உலகத்தரம் வாய்ந்த வழக்கறிஞர் அல்லவா, அதனால் ஜூலியனுடைய பதில் உடனடியாக வந்தது: "ஜான், நான் முகத்திலடித்தாற்போல் சொல்லி விடுகிறேன். ஒரே ஒரு சிறிய எதிர்மறையான எண்ணம் கூட உனக்கு கட்டுப்படியாகாது" என்றார்.

"அப்படியா!"

"ஆம் அப்படித்தான். ஒரு எதிர்மறையான சிந்தனை என்பது ஒரு கருவைப்போல மிகச் சிறியதாக ஆரம்பித்தாலும், மெல்ல மெல்ல வளர்ந்துகொண்டே போய் தனியொரு உயிராக வந்து நிற்கும்" என்று எச்சரித்தார். பின்னர் ஒருகணம் நிறுத்தி புன்னகையுடன் சொன்னார் "நான் ஒரு பிரச்சாரமோ, போதனையோ செய்வதாக உனக்குத் தோன்றினால் மன்னித்துவிடு. என் எண்ணம் அது அல்ல. தங்கள் வாழ்க்கையை முழுமையற்றதாகவோ உத்வேகம் இல்லாததாகவோ சோகமாகவோ கழித்துக்கொண்டிருக்கும் மக்களை, உற்சாகத்துக்குத் திரும்ப உதவக்கூடிய பல வழிமுறைகளை நான் கற்று வந்திருக்கிறேன். அவர்களுடைய தினசரி வாழ்க்கையில் சிறுசிறு மாற்றங்கள் செய்து, ரோஜாப்பூவின் இதயம் வழியாகவும், நற்சிந்தனை மூலமாகவும்

அவர்கள் விரும்பும் வாழ்க்கையை அவர்களால் வாழ முடியும். அவர்களுக்கு இதைப்பற்றி தெரிந்திருப்பது அவசியம்" என்று உணர்ச்சிபொங்கக் கூறினார்.

"தோட்டத்தில் இருந்து யோகி ராமனின் கதையின் அடுத்த பாகத்திற்கு செல்லும் முன், உன்னுடைய வளர்ச்சிக்கு மிகவும் முக்கியமான ஒரு ரகசியத்தை சொல்கிறேன் கேட்டுக்கொள். சிந்தனை எழும்போது ஒருமுறையும், பின்னர் நிஜத்தில் வரும்பொழுது இன்னொரு முறையும் என்று, ஒவ்வொரு விஷயமும் இரண்டு முறை உருவாக்கப்படுகின்றது என்ற பண்டைய தத்துவத்தின் அடிப்படையில் இந்த ரகசியம் அமைந்துள்ளது. நம்முடைய நிஜ உலகை நமக்கு ஏற்றாற்போல் மாற்றி அமைத்துக்கொள்ள நாம் அனுப்பும் தூதுவர்கள் தான் நம்முடைய சிந்தனைகள் என்று நான் ஏற்கனவே சொல்லியிருக்கிறேன் அல்லவா. உன் வெளிப்புற வாழ்க்கையில் நீ பெரும் முன்னேற்றங்கள் கொண்டுவர வேண்டும் என்று எதிர்பார்த்தால், முதலில் உன் சிந்தனைகளின் தரத்தை மாற்ற வேண்டும் என்றும் நான் உன்னிடம் கூறி இருக்கிறேன்.

தங்களுடைய சிந்தனைகளை எப்போதுமே தூய்மையாக இருக்க சிவானாவின் ஞானிகள் ஒரு எளிய வழிமுறையைக் கையாண்டார்கள். அவர்களுடைய எளிமையான விருப்பங்களைக்கூட நனவாக்க இந்த வழிமுறை மிகச்சரியாக இருந்தது. இது யாருக்கு வேண்டுமானாலும் பயன் பெறும். சீக்கிரம் பணம் சம்பாதிக்க எண்ணும் இளம் வக்கீலுக்கும், சிறந்த இல்வாழ்க்கையை நாடும் தாய்க்கும், அதிக வாடிக்கையாளர்கவிடம் இன்னும் அதிக விற்பனை செய்ய நினைக்கும் விற்பனையாளனுக்கும், யாருக்கும் இந்த வழிமுறை சரியாகப் பொருந்தும். சிவானாவின் ஞானிகள் இதை "குளத்தின் ரகசியம்" என்று குறிப்பிட்டார்கள்.

அதிகாலை வேளை தங்களுக்கு நன்மை அளிக்கக்கூடிய மாயசக்தியைக் கொண்டுள்ளது என்று அவர்கள் நம்பினார்கள். ஆகவே, இதை செயல்படுத்த, அந்த பழம்பெரும் ஆசிரியர்கள் அதிகாலை நான்கு மணிக்கே எழுந்து, தாங்கள் வசிக்கும் மலைப்பிரதேசத்தின் கீழே இருக்கும் இடத்திற்குச் செல்ல நீண்ட குறுகிய பாதையில் நடந்து செல்வார்கள். பின்னர் இருபுறமும் அடர்ந்த தேவதாரு மரங்கள் மற்றும் அழகிய மலர்ச்செடிகள் நிறைந்த மெல்லிய பாதையில் நடந்து, ஒரு திறந்தவெளியை வந்தடைவார்கள். அதன் அருகில், ஆயிரக்கணக்கான சிறுசிறு வெள்ளைத் தாமரைகள்

தன் பொக்கிஷத்தை விற்ற துறவி

படர்ந்த நீலநிறத் தண்ணீர் நிறைந்த அழகிய பெரிய குளம் இருக்கும். அந்த தண்ணீர் சலனமற்று அமைதியாக அற்புதமாகக் காட்சியளிக்கும். அந்த குளம் அவர்களுடைய மூதாதையர்களின் காலத்தில் இருந்தே அவர்களுக்கு ஒரு நண்பனாக இருந்திருக்கிறது என்று அவர்கள் நம்பினார்கள்.

"அதெல்லாம் சரி, குளத்தின் ரகசியம் என்றால் என்ன" என்று நான் என் ஆவலை அடக்கமுடியாமல் கேட்டேன்.

ஜூலியன் விளக்கினார் - அந்த ஞானிகள் அந்த சலனமற்ற குளத்தில் எட்டிப்பார்த்து, தங்கள் கனவுகள் நனவாவதை கற்பனை செய்து பார்த்தார்களாம். உதாரணத்திற்கு, அவர்கள் தங்களுடைய வாழ்க்கையை ஒழுங்குபடுத்த எண்ணினார்கள் என்றால், அந்த தண்ணீரில் அவர்கள் தங்களை அதிகாலையில் எழுந்துகொள்வது, கடினமான உடற்பயிற்சி செய்வது, அவர்களுடைய மனோதிடத்தை வலுப்படுத்த பல நாட்கள் பேசாமல் அமைதியாகக் கழிப்பது என்று பல்வேறு நடவடிக்கைகளை அந்த குளிர்ந்த தண்ணீரின் அமைதியான மேற்பரப்பில் தங்கள் மனக்கண்ணால் காண்பார்களாம். அவர்கள் இன்னும் அதிக மகிழ்ச்சியை நாடுகிறார்கள் என்றால், தாங்கள் அடக்கமுடியாமல் சிரிப்பதையும், தங்கள் சகோதர சகோதரிகளுடன் சிரித்துப்பழகுவதையும் அதே நீர்ப்பரப்பில் கற்பனைக்காட்சியாகக் கண்டார்களாம். அவர்கள் நாடுவது வீரத்தை என்றால், சவாலான சூழ்நிலையிலோ இக்கட்டான நிலைமையிலோ மனவலிமையோடு செயல்படுவதைக் கண்டார்களாம்.

தன்னுடைய சிறுவயதில் தன்வயதுடைய மற்ற சிறுவர்களை விட வடிவத்தில் சிறியதாக இருந்ததால், தனக்கு தாழ்வு மனப்பான்மை இருந்தது என்று யோகி ராமன் என்னிடம் கூறியிருக்கிறார். அங்கேயிருந்த வளர்ப்பு முறையினாலும் சுற்றுச்சூழலினாலும் அந்த மற்ற சிறுவர்கள் அவரிடம் கனிவாகத்தான் நடந்துகொண்டிருந்தார்கள் என்றாலும், தான் சற்று வெட்கமாக உணர ஆரம்பித்தாராம். இதை சரிசெய்ய, அவர் இந்த அழகிய குளத்திற்குச் சென்று, தான் விரும்பும் மனிதர் எப்படி இருக்கவேண்டும் என்ற கற்பனைக்கு ஒரு வடிவமாக அந்த குளத்தின் மேற்பரப்பை கருதலானாராம். சிலநாட்கள், மரியாதைக்குரிய உருவத்துடன் கம்பீரமான குரலில் பேசும் ஒரு தலைவராகத் தன்னை கற்பனை செய்துகொள்வாராம். வேறு சில நாட்கள், தான் இன்னும் சற்று வளர்ந்ததும் அறிவும் பண்பும் நிறைந்த பெருமதிப்பிற்குரிய ஒரு ஞானியாக தன்னைக் கண்டாராம். அவர்

தன் வாழ்க்வவில் என்னவெல்லாம் வேண்டும் என்று நினைத்தாரோ, அவற்றை முதலில் அந்த குளத்தின் மேற்பரப்பில் கற்பனை செய்து பார்த்தாராம். வெகுசில மாதங்களிலேயே, யோகி ராமன் தன்னை எப்படியெல்லாம் கற்பனை செய்து பார்த்தாரோ, அப்படியே ஆகவும் தொடங்கினாராம்!

"அதாவது ஜான், நம்முடைய மனம் இருக்கிறதே, அது படங்கள் போன்ற வடிவங்களின் மூலம் தான் கற்பனை செய்து கொள்கிறது. நம் சுயபிம்பத்தின் மேல் இந்த படங்களின் தாக்கம் இருக்கும். நம்முடைய நடையுடை பாவனை, உணர்வுகள் ஆகியவை நம்முடைய சுயபிம்பத்தைச் சார்ந்தே இருக்கும். பெரிய வக்கீல் ஆவதற்கு உனக்கு வயது போதாது என்றோ, வயது அதிகமாகிவிட்டதால் உன் பழைய வழக்கங்களை மாற்றிக்கொள்ள உன்னால் முடியாது என்றோ, உன்னுடைய சுயபிம்பம் சொல்லிவிட்டால், அவற்றில் எதையுமே உன்னால் அடையமுடியாது. உன்னைப்போல இல்லாமல் வேறொரு குடும்பப்பின்னணியில் இருந்து வந்திருந்தால் மட்டுமே அர்த்தமுள்ள நிம்மதியான முழுமையான வாழ்க்கை வாழ முடியும் என்று உன் சுயபிம்பம் கூறினால், நாள்பட அதுவே உண்மை நிலை ஆகிவிடும்.

ஆனால், ஊக்கமளிக்கக்கூடிய கற்பனைவளம் நிறைந்த படங்களை உன் மனத்திரையில் ஓட்டினால் உன் வாழ்க்கையில் அற்புதமான நிகழ்வுகள் நடந்தேறும். பிரபல விஞ்ஞானி ஐன்ஸ்டீன் சொல்லியிருக்கிறாரே - "*வெறும் படிப்பறிவை விட கற்பனைசக்தி தான் முக்கியம்*" என்று. சில நிமிடங்களே ஆனாலும் சரி, ஒவ்வொரு நாளும் நீ உன்னைப்பற்றி கற்பனை செய்துகொள்ள முயற்சிசெய் - பெரிய நீதிபதியாகவோ அல்லது சிறந்த தந்தையாகவோ அல்லது உன் சமுதாயத்தில் சிறந்த குடிமகனாகவோ என்ன வேண்டுமானாலும் சரி, நன்றாகக் கற்பனை செய்துபார்.

"இந்த 'குளத்தின் ரகசியம்' செயல்முறையை நான் உபயோகிக்க ஏதாவது குளத்தைத் தேடிச் செல்ல வேண்டுமா" என்று என் அறியாமையில் கேட்டேன்.

"அதெல்லாம் எதுவும் வேண்டாம். நேர்மறையான நல்ல கற்பனையின் வடிவங்கள் பிம்பங்கள் மூலம் மனதிற்கு வலுசேர்க்கும் பண்டைய வழிமுறைக்கு சிவானாவின் ஞானிகள் கொடுத்த பெயர் மட்டும்தான் அது. இதை நீ வேண்டுமானால், உன் வீட்டின் வரவேற்பறையிலோ உன் அலுவலக அறையிலோ

எங்கு வேண்டுமானாலும் செய்து பார்க்கலாம். அறைக்கதவை மூடிவிட்டு, தொலைபேசி அழைப்புகள் எதுவும் தொந்தரவு செய்யாதவாறு அமைத்துக்கொண்டு, கண்களை மூடிக்கொள். அதற்குப்பிறகு சிறிது நேரம் மூச்சை ஆழமாக எடுத்துவிட்டு. சில நிமிடங்களுக்குப் பிறகு நீ மனதளவில் ஒய்வு பெறுவதை நீ உணர ஆரம்பிப்பாய். அதற்குப்பிறகு, நீ உன் வாழ்க்கையில் என்னவெல்லாம் விரும்புகிறாயோ அதையெல்லாம் படங்களாக பிம்பங்களாக கற்பனை செய்து பார். உலகத்திலேயே சிறந்த தந்தையாக ஆக விருப்பமா? உன் குழந்தைகளுடன் சிரித்து விளையாடி அவர்கள் கேட்கும் கேள்விகளுக்கு திறந்த மனதுடன் பதில் அளிப்பதாகக் கற்பனை செய்துகொள். அழுத்தமான ஒரு சூழ்நிலையில் கனிவாக நடந்துகொள்வதாகக் கற்பனை செய்துகொள். நிஜத்திலும் அப்படிப்பட்ட ஒரு சூழ்நிலை ஏற்பட்டால் நீ அதை எப்படி எதிர்கொள்வாய் என்று மனதளவில் பயிற்சி செய்து பார்.

"மனபிம்பங்களுடன் கற்பனை செய்யும் வழிமுறை இருக்கிறதே, இதை எத்தனையோ சூழல்களுக்கு பயன்படுத்தலாம். நீ நீதிமன்றத்தில் இன்னும் சிறப்பாக செயல்பட வேண்டும் என்றால், அல்லது உன் உறவுகளை மேம்படுத்த விரும்பினால், அல்லது ஆன்மிகரீதியாக உன்னை வளர்த்துக்கொள்ள விரும்பினால்... இப்படி எல்லா விஷயங்களுக்கும் இதை பயன்படுத்தலாம். உனக்கு பொருட்செல்வம் முக்கியமா, இந்த வழிமுறையை தவறாமல் ஒழுங்காகக் கடைபிடித்தால் அதையும் பெறலாம். நீ உன் வாழ்க்கையில் எதையெல்லாம் அடையவேண்டும் என்று நினைக்கிறாயோ, அதை எல்லாம் ஒரு காந்தசக்தி போல் ஈர்க்கக்கூடிய வலிமை உன் மனதிற்கு இருக்கிறது. உன் வாழ்க்கையில் ஏதாவது குறைபாடு இருந்தால், அது உன் சிந்தனைகளின் குறைபாட்டினால் மட்டுமே. உன் மனக்கண்ணில் சிறந்த காட்சிகளையே காண். ஆனால் நினைவில் வைத்துக்கொள், ஒரேயொரு எதிர்மறையான சிந்தனை கூட உன் மனநிலைக்கு தீங்கு விளைவிக்கக் கூடும். இந்த பண்டைய வழிமுறை உன் வாழ்க்கையில் கொண்டு சேர்க்கும் மகிழ்ச்சியை அனுபவித்துப் பார்த்தால், உன் மனதின் எல்லையில்லா ஆற்றலையும் புரிந்துகொள்வாய். உன்னுள் உறங்கிக் கொண்டிருக்கும் அளவில்லா சக்தியை கட்டவிழ்த்து விடுவாய்" என்று ஜூலியன் மேலும் மேலும் சொல்லிக்கொண்டே போனார்.

ஜூலியன் என்னவோ வேற்றுமொழியில் பேசிக்கொண்டிருப்பது போலவே எனக்குத் தோன்றியது. பொருட்செல்வம் ஆன்மிகச் செல்வம் ஆகியவற்றை ஈர்க்கும் சக்தி மனதுக்கு இருக்கிறது என்றெல்லாம் யாரும் சொல்லிக் கேட்டதே இல்லை. மன பிம்பங்கள் மூலம் நம் உலகத்தையே மாற்ற முடியும் என்பதும் எனக்குப் புதிதாக இருந்தது. ஆனாலும், எனக்குள்ளே ஜூலியன் சொன்னதில் மிகுந்த நம்பிக்கை இருந்தது. தவறாத அறிவாற்றலுடன் தன்னுடைய சட்டத்துறை அறிவிற்காக உலகப்புகழ் பெற்றவர் இவர். நான் இப்போது சென்று கொண்டிருக்கும் பாதையில் முன்னதாகவே சென்று வெற்றிக்கொடி நாட்டியவர் இவர். அப்படிப்பட்டவர், கிழக்கை நோக்கிய தன் பயணத்தில் புதிதாக எதோ ஒன்றை கண்டறிந்துள்ளார் என்பது உறுதியாகத் தெரிந்தது. அவருடைய வெளிப்புறத் தோற்றத்தையும் அவரிடம் கண்ட மாற்றத்தையும் கண்கூடாக பார்த்தபின்னர், அவர் சொல்வதைக் கேட்பதுதான் நல்லது என்று எனக்கு அழுத்தம் திருத்தமாகப் புரிந்தது.

அவர் சொன்னதைப் பற்றி நான் மேலும் மேலும் சிந்திக்க எனக்கு அதில் இருக்கும் உண்மை புரிந்தது. 'நாம் தற்போது உபயோகிப்பதை விட பன்மடங்கு ஆற்றல் உள்ளதல்லவா நம் மனது! அதனால்தானே காரின் கீழே சிக்கிக் கொண்ட தன் குழந்தையைக் காப்பாற்ற, அத்தனை பெரிய வாகனத்தைக்கூட வெறும் கைகளால் தூக்கக்ககூடிய பலம் அந்தத் தாய்க்கு கிட்டியது ! அதனால்தானே கராத்தே போன்ற தற்காப்புக் கலைகளின் விற்பன்னர்கள் பல கற்களை ஒன்றாக வைத்து வெறும் கைகளால் உடைக்க முடிகிறது! அதனால்தானே பல யோகிகள் தங்களது இதையத்துடிப்பின் வேகத்தையே வெகுவாகக் குறைக்கவோ அல்லது கடும் உடல்வலியையும் முகஞ் சுளிக்காமல் பொறுத்துக்கொள்ளவோ முடிகிறது! அதாவது, பிரச்னை எனக்குள்ளே தான் இருக்கிறதோ! எல்லோரிடமும் இருக்கும் பெரும் ஆற்றலை நான் நம்பாமல் போனதுதான் பிரச்சனையோ! இந்த மாலைப்பொழுதில் முன்னாள் கோடீஸ்வர வக்கீலாக இருந்து பின்னர் இமாலயத்தில் ஞானம் பெற்ற இந்த விற்பன்னரை சந்தித்தது என் வாழ்க்கையைப் புரட்டிப் போடும் அளவிற்கு முக்கியமானதோ!' இதுபோன்ற பலப்பல எண்ணங்கள் என்னுள் ஓடிக்கொண்டிருந்தன.

"ஆனால் நீங்கள் சொன்ன பயிற்சிகளை அலுவலகத்தில் எப்படிச் செய்வது ஜூலியன்! ஏற்கனவே நிறுவனத்தின் பார்ட்னர்கள் என்னை ஒரு மாதிரியாகத்தான் பார்க்கிறார்கள்" என்றேன்.

"ஜான், யோகி ராமனும் அவரைச் சார்ந்தவர்களும், பல சந்ததிகளாக வழிமொழிந்த வாசகத்தை எனக்குச் சொல்லிக்கொடுத்ததை நான் உன்னிடம் பகிர்ந்து கொள்கிறேன், கேள். இதுதான் அது - 'ஒருவர் இன்னொருவரைவிட பெரியவர் என்று நிரூபித்துக்கொள்வதில் பெருமை எதுவும் இல்லை. உன்னுடைய முன்னாள் வடிவத்தைவிட நீ இன்றைக்கு சிறந்தவனாக இருக்கிறாயா, அதில்தான் உண்மையான பெருமை இருக்கிறது'. நான் சொல்ல வருவதெல்லாம் இதுதான். உன் வாழ்க்கையை மேம்படுத்தி நீ சிறந்த ஒரு வாழ்க்கையை வாழ விரும்புகிறாயா, அப்போது உன்னுடைய வாழ்க்கையை நீதான் வாழவேண்டும். நீ செய்வது சரியென்று உன் மனசாட்சிக்குத் தோன்றினால் மற்றவர்கள் என்ன நினைத்தாலும் கவலைப்பட வேண்டாமே. சரியானத்தைச் செய்ய என்றைக்குமே தயங்காதே. எது சரியென்று முடிவெடுத்து, அதையே ஆதரித்து நில். இதையெல்லம் விட முக்கியமான விஷயம் - உன்னுடைய சுய மதிப்பை மற்றவர்களின் பொருள்மதிப்புடன் ஒப்பிட்டுக் கொள்ளாதே. இதைத்தான் யோகி ராமனும் 'நீ மற்றவர்களின் கனவைப்பற்றி நீ சிந்திக்கும் ஒவ்வொரு வினாடியும், நீ உன் கனவில் இருந்து நேரத்தை கழித்துக்கொள்கிறாய்' என்று விளக்கிச்சொன்னார்.

இப்போது மணி நள்ளிரவையும் தாண்டியிருந்தது. ஆனாலும் எனக்கு ஒருதுளி சோர்வு கூட இருக்கவில்லை. இதன் நான் ஜூலியனிடம் சொன்ன போது அவர் புன்னகைத்தார். "சிறந்த உயரிய வாழ்க்கை வாழுவதற்கு நீ இன்னொரு முக்கியமான தத்துவத்தை கற்றுக்கொண்டுள்ளாய். பெரும்பாலும், சோர்வு என்பது மனதினால்தான் உருவாக்கப் படுகிறது. சரியான திசையோ இலக்கோ கனவோ இல்லாமல் வாழ்ந்து கொண்டிருக்கும் பலருடைய வாழ்க்கை சோர்வாகத்தான் இருக்கும். ஒரு உதாரணம் சொல்கிறேன் கேள். அலுவலகத்தில் எப்போதாவது ஏதாவது சுவாரஸ்யமற்ற ஆவணங்களைப் படித்துக் கொண்டிருக்கும் போது உன் மூளை சோர்வடைந்து உறக்கம் வந்திருக்கிறதா?" என்று கேட்டார். "ஆம் எப்போதாவது அப்படி ஆகும், நம்மில் பலர் வேலை நேரத்தில் தூக்கம் வருவதை உணர்வோம் அல்லவா" என்றேன். உள்ளுக்குள்ளே எனக்கே தெரிந்தது, அடிக்கடி தவறாமல் நடப்பது அதுதான் என்று.

"ஆனால் அதே நேரத்தில் நண்பர் ஒருவர் தொலைபேசியில் அழைத்து அன்று மாலை கால்பந்து ஆட்டத்திற்கு கூப்பிட்டாலோ அல்லது தன் கோல்ப்ஃ ஆட்டத்தைப் பற்றி அறிவுரை கேட்டாலோ,

உனக்கு திடீரென்று எங்கிருந்தோ உற்சாகம் பிறந்து நீ மீண்டும் புத்துணர்ச்சி பெறுவாய், அப்படித்தானே!" என்று கேட்டார்.

ஆமாம் என்று ஒப்புக்கொண்டேன். உண்மை தானே!

தான் சரியான பாதையில் போய்க்கொண்டிருப்பதை ஜூலியன் உணர்ந்தார். "அதாவது, உன் சோர்வு என்பது உன்னுடைய மனது உருவாக்கியதுதான்! சலிப்பூட்டுகிற ஒரு பணியை நீ செய்து கொண்டு இருக்கும்போது உன் மனது உதவிக்கு அழைத்துக்கொள்ளும் ஒரு கேட்ட பழக்கம், அவ்வளவுதான். இன்று மாலை, நீ என் நல்மாற்றத்தில் ஆர்வம் கொண்டு, எனக்கு கிடைத்த மெய்யறிவை நீயும் பெற வேண்டும் என்ற ஆவலுடன் இருக்கிறாய். அதனால், உன்னுடைய இந்த ஆர்வமும் கவனமும் உனக்கு இன்னும் அதிக ஆற்றலைத் தந்து கொண்டிருக்கின்றன. கடந்தகாலத்திலோ எதிர்காலத்திலோ இல்லாமல், இன்று இப்பொழுது என்ன நடந்துகொண்டிருக்கிறது அதில் மட்டுமே உன் மனதும் உன் கவனமும் இருந்திருக்கிறது. உன் மனதை நிகழ்காலத்தில் மட்டுமே கவனம் செலுத்த உன் மனதிற்கு பயிற்சி அளித்தால், நேரகாலத்தின் பாரபட்சம் இல்லாமல், அளவில்லா ஆற்றல் உனக்குள் இருக்கும்." என்று விளக்கம் அளித்தார் ஜூலியன்.

நானும் தலையசைத்து ஒப்புக்கொண்டேன். ஜூலியன் சொன்னது எல்லாமே அனைவருக்கும் தெரிந்திருக்கக்கூடியது தான். ஆனால் இது எனக்கு ஏன் இதற்கு முன்னர் எப்போதுமே தோன்றவில்லை! என் சிறுவயதில் என் தந்தை எனக்குச் சொல்லிக்கொடுத்த பாடம் நினைவுக்கு வந்தது - "தேடுபவர்களுக்கு மட்டும்தான் கிடைக்கும்". இன்று அவர் என்னோடு இருந்திருந்தால் எவ்வளவு நன்றாக இருந்திருக்கும்என்று எனக்குத் தோன்றியது.

தன் பொக்கிஷத்தை விற்ற துறவி

ஏழாவது அத்தியாயம் - செயல்முறை தொகுப்பு
ஜூலியனின் அறிவுரை சுருக்கம்

குறியீடு	
நற்பண்பு	மனக் கட்டுப்பாடு
தெளிவு	• மனதில் நற்சிந்தனைகளை வளர்த்தால், எதிர்பார்த்ததைவிட அதிகம் வளர்ச்சி கிட்டும் • உங்கள் சிந்தனைகளின் தரத்தை பொறுத்தது தான் உங்கள் வாழ்க்கையின் தரம். • தவறுகள் என்று எதுவும் இல்லை, எல்லாமே பாடங்கள் தான். சிறு தோல்விகளைக்கூட சுய வளர்ச்சிக்கும் ஆன்மிக வளர்ச்சிக்கும் வாய்ப்புகளாகக் கருதுங்கள்
செயல்முறை	• 'ரோஜாப்பூவின் இதயம்' வழிமுறை • 'நேர்மறை சிந்தனைகள்' வழிமுறை
மேற்கோள் காட்டவல்ல கூற்று	நீ விரும்பும் விஷயத்தில் உன்னுடைய முழு கவனத்தையும் ஆற்றலையும் செலுத்தினால், உன் வாழ்க்கையில் வளம் ஏற்பட்டு உன் தேவைகள் யாவும் எளிதாக பூர்த்தி செய்யப்படும்

எட்டாவது அத்தியாயம்

உள்ளே இருக்கும் நெருப்பை எரிய விடுங்கள்

உங்களை நீங்களே நம்புங்கள். உங்கள் வாழ்நாள் முழுதும் மகிழ்ச்சியாக இருக்கும்படி உங்கள் வாழ்க்கையை உருவாக்கிக் கொள்ளுங்கள். உங்களுக்குள் இருக்கும் சிறுசிறு ஆற்றல் தீப்பொறிகளை சாதனைகள் எனும் தீப்பிழம்புகளாக மாற்றுங்கள்.

- ஃபாஸ்டர் ஸி. மக்லெல்லன்

“இமயமலை உச்சியில் தன் கதையை யோகி ராமன் பகிர்ந்து கொண்ட அந்த நாள், பலவிதங்களில் இன்றைய நாளைப் போலவே இருந்தது” என்றார் ஜூலியன்.

“அப்படியா?”

“ஆம். மாலையில் பேசத்துவங்கி, நாடு இரவு வரை பேசிக்கொண்டே இருந்தோம். எங்களுக்குள் எதோ ஒரு அதிசய தொடர்பு ஏற்பட்டிருந்ததை உணர முடிந்தது. நான் ராம அவர்களை முதன்முறை சந்தித்தபோதே அவர் எனக்கு ஒரு சகோதரப்போல் தோன்றினார். இன்றிரவு, உன்னுடன் உட்கார்ந்து உன் முகத்திலும் அதேபோன்ற ஆவலும் சந்தேகமும் பார்க்கும்பொழுது, நான் மீண்டும் ஒருமுறை அதேவிதமான பந்தத்தை காண்கிறேன். நாம் நம்பர்களாக ஆனதில் இருந்து, நான் உன்னை என் தம்பிபோல உணர்கிறேன். நான், பலவிதங்களில் உன்னிடத்தில் என்னையே கண்டேன் என்பதும் உண்மைதான்” என்றார் ஜூலியன்.

"நீங்கள் ஒரு பிரமாதமான வழக்கறிஞர் ஜூலியன். உங்கள் வாதத்திறமையை மறக்கேவே முடியாது" என்றேன். ஆனால் அவர் தன்னுடைய கடந்தகாலத்தைப் பற்றி நினைக்ககூட விரும்பவில்லை என்று எனக்கு தெளிவாகத் தெரிந்தது.

"ஜான், யோகி ராமன் எனக்குச் சொன்ன கதைகளையும் அறிவுரைகளையும் உன்னுடன் பகிர்ந்து கொள்ள விரும்புகிறேன். ஆனால் மேலும் தொடர்வதற்கு முன், உன்னிடம் ஒரு விஷயம் தெளிவு படுத்திக்கொள்ள வேண்டும். உன் வாழ்க்கையை மேம்படுத்திக்கொள்ள என்னிடம் இருந்து பல வழிமுறைகளை நீ இதுவரை கற்றுக்கொண்டாகிவிட்டது. இன்னும் எனக்கு என்னென்ன தெரியுமோ, அது அனைத்தையும் உனக்கு கற்றுத் தருகிறேன். ஆனால், என்னிடம் இருந்து கற்றதை, இதேபோல பிரச்னைகளை எதிர்கொள்ள வழிகாட்டுதலுக்கு எங்கும் மற்றவர்களிடம் நீ கொண்டுபோய் சேர்ப்பாயா என்று உறுதி செய்துக்கொள்ள ஆசைப்படுகிறேன். நாம் கவலைகள் நிறைந்த இப்போது வாழ்ந்து கொண்டிருக்கிறோம். திசை திருப்பமுடியாமல் புயலின் அலைகளில் சிக்கிக்கொண்ட கப்பலைப்போல் தவிக்கும் மக்களுக்கு நீ சரியான திசைகாட்டும் தலைவனாக இருக்க வேண்டும். சிவானாவின் ஞானிகள் எனக்கு கொடுத்த செய்தியை மற்றவர்களிடம் கொண்டு சேர்க்கும் பொறுப்பை நான் உன்னிடம் விடலாமா?" என்று கேட்டார்.

சிறு யோசனைக்குப் பிறகு, இதை நிச்சயம் செய்வேன் என்று அவருக்கு நான் உறுதியளித்தேன்.

அதைக்கேட்ட பின்னர் தொடர்ந்தார் "நாம் செய்துகொண்டிருக்கும் இந்த சிறு பயிற்சிஇலே சிறப்பான விஷயம் என்ன தெரியுமா! நாம் மற்றவர்களின் வாழ்க்கையை உயர்த்த முயற்சிக்கும்போது, நம்முடைய வாழ்க்கையும் சிறப்பானதாக ஆகிவிடும். உயரிய வாழ்க்கை வாழ்வதற்கான பண்டைய தத்துவத்தின் அடிப்படை இதுதான்" என்றார்.

"மேலே சொல்லுங்கள், கேட்க ஆவலாக இருக்கிறேன்" என்று அவரை அவசரப்படுத்தினேன்.

"நான் சந்தித்த அந்த இமாலய ஞானிகள் ஒரு எளிய தத்துவத்தின் அடிப்படையில் தான் தங்கள் வாழ்க்கையை அமைத்துக் கொண்டார்கள். யார் மற்றவர்களுக்கு அதிகமாக தொண்டு செய்கிறார்களோ, அவர்களே உணர்ச்சிப்பூர்வமாகவும் உடலளவிலும் மனதளவிலும் ஆத்மார்த்தமாகவும் அதிக இன்பம் ஈட்டுகிறார்கள்.

உள்மன அமைதிக்கும் வெளிப்புற நிறைவிற்கும் இதுவே சிறந்த வழி" என்று விளக்கம் கூறினார்.

மற்றவர்களைப்பற்றி அறிந்து கொள்கிறவர்கள் அறிவாளிகள், ஆனால் தங்களைப் ஆற்றிய நன்றாகத் தெரிந்துகொள்கிறவர்கள் முற்றும் அறிந்த ஞானிகள் என்று யாரோ சொல்லக் கேட்டிருக்கிறேன். என் வாழ்வில் முதன்முறையாக அப்படிப்பட்ட ஒரு ஞானியை நான் கண்டதுபோல் எனக்கு இருந்தது. ஆடம்பரமில்லாத ஆடைகளுடன், புதபகவான் போன்ற மெல்லிய புன்னகையோடு ஜூலியன் மாண்டில்-ஐக் கண்டதும் அவருடைய சரியான உடல் ஆரோக்கியம், மகிழ்ச்சி மற்றும் தன்னைச் சுற்றியுள்ள உலகத்தில் தான் செய்யவேண்டிய பணியைப் பற்றிய தெளிவு ஆகியவை நன்றாகவே காண முடிந்தது. ஆனாலும், அவர் தனது சொந்தம் என்று சொல்லிக்கொள்ள எதுவும் வைத்திருக்கவில்லை.

இது எதைப்பற்றியும் கவலைப்படாத ஜூலியன், "சரி, இதுவரை நம் கதையில் வந்த பற்ற விஷயங்களை பற்றி பார்த்தோம், இப்போது அதில் இருக்கும் கலங்கரை விளக்கைப் பற்றி பார்ப்போமா?" என்று தான் வந்த வேலைக்குத் திரும்பி வந்தார்.

"யோகி ராமனின் கதைக்கும் அதற்கும் என்ன தொடர்பு இருக்கும் என்று நானும் யோசித்துக் கொண்டிருந்தேன்" என்றேன்.

வக்கீலை விட கல்லூரி பேராசிரியர் போன்ற தொனியில் பேசத்தொடங்கினார் "சொல்கிறேன் கேள். மனம் ஒரு வளமான தோட்டம் என்றும், அதில் நல்ல சிந்தனைகளே வளர அதற்கு தினமும் ஓட்டம் அளிக்க வேண்டும் என்றும் நான் முன்னதாகவே சொல்லியிருக்கிறேன் அல்லவா. உன் மனதின் தோட்டத்தில், எதிர்மறையான கெட்ட எண்ணங்கள் என்ற விஷச்செடிகள் எப்பொழுதும் வளராமல் பார்த்துக்கொள்ள வேண்டும். உன் மனதின் நுழைவாயிலில் எப்பொழுதும் காவல் காத்திரு. அதை எப்போதும் ஆரோக்கியமாகவும் வலிமையுடனும் காத்திடு - உன் வாழ்வில் அற்புதங்கள் நிகழ வேண்டும் என்றால், அதற்கு நீதான் வழி செய்ய வேண்டும்" என்றார்.

"நான் முன்பே சொன்ன கதையில், தோட்டத்தின் நட்ட நடுவில் ஒரு கலங்கரை விளக்கம் இருந்தது என்று சொன்னேன் அல்லவா. நலமாக வாழ்வாதற்கு இன்னொரு பண்டைய தத்துவத்தின் குறியீடு தான் அது - அதாவது, குறிக்கோளுடன் வாழவேண்டும் என்பதுதான் வாழ்க்கையின் குறிக்கோள்! வாழ்க்கையில் தெளிவு

பெற்றவர்கள் அனைவருமே தங்களுடைய வாழ்க்கையில் அவர்கள் உணர்வுபூர்வமாகவும் மனதளவிலும் ஆன்மிக ரீதியிலும் என்ன எதிர்பார்க்கிறார்கள் என்பதை நன்கு அறிவார்கள். கடல் கொந்தளித்துக்கொண்டிருக்கும் போது எப்படி கலங்கரை விளக்கம் ஒரு வழிகாட்டியாக இருக்குமோ, அதேபோல, வாழ்க்கையில் தெளிவான குறிக்கோள்களும் இலக்குகளும் இருந்தால் தினசரி குழப்பங்கள் போது தெளிவு கிடைக்கும். வாழ்க்கை எனும் பயணத்தில் நாம் எங்கு செல்கின்றோம் என்று அறிந்தால் நமது பயணம் எப்படி இருக்கிறது என்றும் அதை எப்படி மேம்படுத்த வேண்டும் என்றும் தெரிந்துகொள்ளலாம். ஆனால் நாம் எங்கே சென்று கொண்டிருக்கிறோம் என்றே தெரியவில்லை என்றால், நாம் அங்கே போய் சேர்ந்துவிட்டோமா இல்லையா என்று நமக்கு எப்படி தெரியும்! இதைத்ததான் யோகி ராமனும் சொன்னார் 'வாழ்க்கை சற்று விசித்திரமானதுதான். நாம் குறைவாக வேலைசெய்தால் மகிழ்ச்சியை இன்னும் அதிகமாக அனுபவிக்கலாம் என்று தான் நினைத்துக்கொள்வோம். ஆனால் உண்மையான மகிழ்ச்சி எதிலிருந்து கிடைக்கிறது தெரியுமா - சாதனையில் இருந்து. நாம் நம் வாழ்க்கையில் அடைய வேண்டிய ஒரு குறிப்பிட்ட குறிக்கோளை முடிவு செய்து, அதை நோக்கி தினமும் முயன்று சிறிது சிறிதாக அந்த இலக்கை நெருங்குகிறோம் அல்லவா, அப்போது கிடைக்கும் மகிழ்ச்சிதான் நிலைத்து நிற்கும். நமக்குள் இருக்கும் தீப்பொறியை எரியவிடுவதன் ரகசியம் இதுதான். நீ மேற்கத்திய கலாச்சாரத்தை சேர்ந்தவன். உங்கள் உலகில் இலக்குகளும் அதை அடைவதற்கு செய்யும் முயற்சிகளும் அவற்றை அடைந்ததும் அந்த சாதனையை கொண்டாடுவதும் உங்கள் கலாச்சாரத்தில் சகஜம் தான். அங்கிருந்து பல்லாயிரக்கணக்கான மைல்கள் தூரம் இங்கே இந்தியாவிற்கு வந்தும் கூட, நானும் அதையேதான் சொல்கிறேன் என்று தவறாக எண்ணவேண்டாம், ஆனால் நீயே சிந்தித்துப்பார்த்தால் உண்மை அதுதான் என்று புரியும்' என்று யோகி ராமன் எனக்கு அழகான இந்த விளக்கம் அளித்தார்" என்று ஜூலியன் தனது நினைவுகளை அசைபோட்டார்.

"வேலை செய்யத்தூண்டும் துறவிகளா!" என்று கிண்டலாகச் சொன்னேன்.

"இல்லை நண்பனே! சொல்லப்போனால், அதற்க்கு நேர்மாறாகதான் இருந்தார்கள். அவர்களும் வேலை செய்துகொண்டிருந்தார்கள்.

ஆனால், அவசரம் இல்லாமல் ஒருவித ஜென்-தனமான அமைதியோடு என்பார்களே, அதுபோல முழு கவனத்துடன் வேலை செய்தார்கள்." என்று விளக்கம் அளித்தார்.

"அப்படியா, எப்படி" என்றேன்.

"அவர்கள் செய்யும் ஒவ்வொரு செயலுக்கும் ஒரு குறிக்கோள் அல்லது காரணம் இருந்தது. இன்றைய நவீன யுகத்தில் விடுபட்டு ஆன்மீக வாழ்க்கை நடத்தினார்கள் என்றாலும், அவர்களும் சரியான செயல்திறனோடுதான் செயல்பட்டார்கள். சிலர் தத்துவ நூல்களை ஆழ்ந்து வாசிப்பதில் தங்கள் நாட்களை கழித்தார்கள், சிலர் தங்கள் படைப்புத்திறனை அழகாக எடுத்துக்காட்டும் விதம் அழகான கவிதைகளை வடித்தார்கள். வேறுசிலரோ பத்மாசனத்தில் அமர்ந்து ஆழ்ந்த தியானத்தில் பலமணிநேரம் கடத்தினார்கள். சிவானாவின் ஞானிகள் நேரத்தை என்றைக்குமே விரயம் செய்வதில்லை. அவர்களுடைய வாழ்க்கையின் குறிக்கோளை தவறாது அடைய அவர்களுடைய கடமையுணர்ச்சி எப்பொழுதும் செலுத்திக்கொண்டே இருக்கும்" என்று அவர்களைப்பற்றி விளக்கினார்.

"எனக்கு யோகி ராமன் கூறியது இதுதான் - 'நேரம் போகாமல் அப்படியே நிற்பதுபோல் இருக்கும் இந்த சிவானாவில், வாழும் இந்த எளிமையான ஞானிகள் என்ன சாதனை புரிய முயற்சி செய்து கொண்டிருக்கிறார்கள் என்று நீ யோசிக்கலாம். ஆனால் சாதனை என்பதோ குறிக்கோள் என்பதோ வெறும் பொருள் சார்ந்ததோ லௌகீகம் சாந்ததோ அல்லவே! மன நிம்மதி அடைவது, மனதை கட்டுப்படுத்துவது, முக்திநிலை அடைவது என்பதெல்லாம் தான் என்னுடைய தனிப்பட்ட குறிக்கோள்கள் ஆகும். என் வாழ்நாள் முடிவதற்குமுன் நான் இவற்றையெல்லாம் அடையவில்லை என்றால், நான் முழுமையான வாழ்க்கை வாழவில்லை என்ற அதிருப்தி நிச்சயம் எனக்கு இருக்கும்' என்றாராம் அந்த மஹா யோகி. வாழ்நாள், இறப்பு என்பதைப் பற்றியெல்லாம் சிவானாவில் அப்பொழுதுதான் ஜூலியன் முதன்முறையாக கேள்விப்பட்டாராம். யோகி ராமனும் இதை உடனே புரிந்துகொண்டாராம். ஜூலியனை சமாதானப்படுத்தும் விதத்தில் "கவலை வேண்டாம். நான் ஏற்கனவே நூறாண்டுகளைத் தாண்டி வாழ்ந்து கொண்டிருக்கிறேன். இங்கிருந்து வெளியேற எனக்கு எந்த ஒரு அவசரமும் இல்லை. நான் சொல்ல வருவது இதுதான் - உன் வாழ்க்கையில் நீ பொருள் ரீதியாகவோ உணர்வுரீதியாகவோ ஆன்மிக ரீதியாகவோ அடைய நினைப்பது

தன் பொக்கிஷத்தை விற்ற துறவி

என்னவென்று முதலில் குறித்துக்கொண்டு, அவற்றை அடைய உனது நாட்களை செலவிட்டால், இறுதியில் அவற்றை எட்டியதும் கிடைக்கும் மகிழ்ச்சிதான் உண்மையிலேயே நிலைத்து நிற்கும். உனது வாழ்க்கையும் என்னைப்போல் பரிபூரணமாக அமையும். ஆனால், உன் வாழ்க்கையின் குறிக்கோள் என்னவென்று நீ கண்டுபிடித்து பின்னர் அதை அடைய செயல்பட்டால் தான் இந்த நிலைத்து நிற்கும் மகிழ்ச்சி கிடைக்கும். சமஸ்க்ருத மொழியில் வாழ்க்கையின் குறிக்கோள் என்ற சொல்லின் அடிப்படையில், சிவானாவில் இருக்கும் நாங்கள் இந்த சித்தாந்தத்தை 'வாழ்க்கையின் தர்மம்' என்று சொல்கிறோம்" என்று விளக்கமளித்தாராம்.

"என்னுடைய தர்மத்தை நான் முழுமையாக கடைபிடித்தால் வாழ்நாள் முழுதும் மகிழ்ச்சி கிடைக்கும் என்றா சொல்கிறீர்கள்?" என்ற வினா என்னுள் எழுந்தது.

"நிச்சயமாக! நமது தர்மம் எதுவோ, அதில் இருந்துதான் உள்மன நல்லிணக்கமும் நீண்ட முழுமையான திருப்தியும் கிடைக்கும். இந்த பூமியில் வாழும் ஒவ்வொருவருக்கும் ஒரு பெரிய முக்கியமான பொறுப்பு இருக்கிறது என்ற சித்தாந்தத்தின் அடிப்படையில் தான் தர்மம் அமைந்திருக்கிறது. இந்த பொறுப்பை நாம் செய்து முடிக்க, நம் ஒவ்வொருவருக்கும் சில குறிப்பிட்ட திறமைகள் கொடுக்கப்பட்டுள்ளன. அந்த திறமைகள் என்ன என்று கண்டுபிடித்து, அதன் மூலம் நம் வாழ்வின் குறிக்கோள் என்ன என்று கண்டுபிடிப்பதுதான் முக்கியமே." என்று அழகாக விளக்கினார் ஜூலியன்.

ஜூலியன் சொல்லிக்கொண்டிருந்ததை குறுக்கிட்டு, "நீங்கள் கொஞ்ச நேரத்துக்கு முன்னதாக, தாமாக சவால்களை ஏற்றுக்கொள்வதை பற்றி சொன்னீர்களே, அது போலத்தானே இதுவும்?" என்றேன்.

"ஆம் என்றும் சொல்லலாம், இல்லை என்றும் சொல்லலாம்" என்று புதிர் போட்டார். எனக்குப் புரியவில்லை.

தொடர்ந்தார் "உன் வாழ்க்கையின் குறிக்கோள் என்ன, நீ எந்த விஷயத்தில் சிறந்து விளங்குகிறாய் என்று கண்டெடுப்பதே சவாலாகத் தோன்றலாம் தான். இல்லை என்று சொல்லவில்லை. பலர் தங்களுடைய உண்மையான குறிக்கோள் என்ன என்று கண்டுபிடித்தபின் தங்கள் வளர்ச்சிக்கான தடையாக இருந்த தங்கள் வேலையையே சிறிதும் தயங்காமல் விட்டுவிடுகிறார்கள். சுய

தேடலில் ஈடுபட ஆரம்பித்தால் இப்படியொரு நிலமை ஏற்படலாம், மறுக்கவில்லை. ஆனால் நான் உண்மையிலேயே யார் என்பதும், என் வாழ்க்கையின் இலக்கு என்ன என்பதும் கண்டுபிடிப்பதில் எந்த ஒரு தீங்கும் வராது. தன்னை மேம்படுத்திக் கொள்வதற்கான முதல் படியே தன்னைப் பற்றி தெரிந்து கொள்வதுதான். இது நல்ல விஷயம் மட்டுமல்ல, மிகவும் தேவையான விஷயமும் கூட" என்றார்.

என் ஆர்வத்தை அடக்கிக்கொண்டு "உங்கள் வாழ்க்கையின் தர்மம் என்னவாக இருக்கும் என்று நினைக்கிறீர்கள்?" என்று கேட்டேன்.

"என் வாழ்க்கையின் தர்மம் மிக எளிதானது - தன்னலமின்றி பிறருக்கு சேவை செய்வது என்பது தான் அது. சும்மா ஓய்வெடுப்பதிலோ தூங்கிக் கொண்டிருப்பதிலோ வேலை எதுவும் செய்யாமல் உட்கார்ந்திருப்பதிலோ மகிழ்ச்சி கிடையாது. "ஒரு சிறந்த குறிக்கோள் தான் வாழ்க்கையில் வெற்றியின் ரகசியம்" என்று பிரிட்டிஷ் பிரதமர் பெஞ்ஜமின் டிஸ்ரேலி சொல்லியிருக்கிறார். உன் வாழ்க்கையின் உயரிய குறிக்கோள்களை பற்றி சிந்தித்து, அதற்கேற்ப தினமும் நடந்து கொள்வதில் தான் உண்மையான மகிழ்ச்சி இருக்கிறது. வாழ்க்கையில் முக்கியமில்லாததை செய்து முடித்து முக்கியமானதை விட்டுவிடாமல் இருக்கவேண்டும் என்ற தத்துவத்தை இது நிலை நாட்டுகிறது. தெளிவான பயனுள்ள குறிக்கோள்களை அமைத்துக்கொண்டு, அவற்றை நோக்கி முயற்சி செய்ய மனோதிடம் இருக்கவேண்டியதன் அவசியத்தை தான் யோகி ராமனின் கதையில் வரும் கலங்கரை விளக்கம் நமக்கு சுட்டிக்காட்டுகிறது" என்ற விளக்கம் அளித்தார்.

முழுமையாக தெளிவு பெற்று ஆழ்ந்த சிந்தனையோடு செயல்படும் அனைவருமே, தங்கள் திறமைகளை கண்டறிந்து, தங்கள் வாழ்க்கையின் குறிக்கோளை அமைத்துக்கொண்டு தங்கள் முயற்சியையும் திறமைகளையும் அதை நோக்கி செலுத்துகிறார்கள் என்ற உண்மையை அடுத்த சில மணிநேரங்களில் ஜூலியன் இடம் இருந்து கற்றுக்கொண்டேன். சிலர் மருத்துவர்களாகவும் சிலர் கலைஞர்களாகவும் தன்னலமின்றி மனித இனத்திற்கு சேவை செய்து வருகிறார்கள். இன்னும் சிலர் தங்களுடைய பேச்சுவளத்தை கண்டறிந்து சிறந்த ஆசிரியர்கள் ஆகிறார்கள். வேறு சிலரோ தங்களுடைய முக்கியமான கண்டுபிடிப்புகள் விஞ்ஞானத்திற்கோ வணிகத்திற்கோ பயன்படும்படி வாழ்கிறார்கள். எதுவாக இருந்தாலும்

சரி, நம் குறிக்கோள் எதுவென்று கண்டுபிடித்து, மற்றவர்களுக்கு பயன்படும் விதம் அதை அடைய முற்படுவது தான் முக்கியம்.

"வணிகத்தில் நிர்வாகத்தில் எல்லாம் 'இலக்கை அமைத்துக்கொள்வது' என்று சொல்வார்களே, அது இதுதானா?" என்று கேட்டேன்.

"இலக்கை அமைத்துக்கொள்வது என்பது இதில் முதல் படிதான். உன் குறிக்கோளை அடைய எடுக்க வேண்டிய பாதையை தெளிவாகப் பின்பற்ற இது உனக்கு உதவும். யோகி ராமனும் மற்ற ஞானிகளும் இந்த இலக்கை அமைத்துக்கொள்ளும் விஷயத்தில் மிகவும் கண்டிப்பாக இருந்தார்கள்!" என்றார்.

"அட நம்பவே முடியவில்லையே! இரவு முழுதும் தியானம் செய்து பகலெல்லாம் இலக்குகள் அமைத்துக்கொள்ளும் இமய மலை ஞானிகளா! மிகவும் சுவாரசியமாக இருக்கிறது!" என்றேன்.

"ஜான், எப்பொழுதுமே எதையுமே அவற்றினால் ஏற்படும் பலன்களால் மட்டுமே முடிவு செய்யவேண்டும். என்னையே பார். சிலசமயம், நான் என்னை கண்ணாடியில் பார்த்துக்கொண்டாள், என்னை நானே அடையாளம் காண முடிவதில்லை. முன்காலத்தில் திருப்தியில்லாத வாழ்க்கை வாழ்ந்து வந்திருந்த எனக்கு இப்பொழுது முழுமையான சுவாரசியமான திருப்பங்கள் நிறைந்த வாழ்க்கை அமைந்திருக்கிறது. நான் மீண்டும் இளமையாகவும் உற்சாகமாகவும் இருக்கிறேன். இப்போது நான் உன்னிடம் பகிர்ந்து கொண்டிருக்கும் விஷயம் அவ்வளவு சக்திவாய்ந்தது, வாழ்க்கையையே மாற்றியமைக்க வல்லது, நீ அதை கிரகித்துக்கொள்ள தயார்நிலையில் இருக்கவேண்டும் என்று கேட்டுக்கொள்கிறேன்" என்றார்.

"நான் முழுமையான கவனத்துடன் தான் இருக்கிறேன் ஜூலியன்! நீங்கள் விவரித்த சில செயல்முறைகள் வித்தியாசமாக இருந்தாலும், நீங்கள் சொன்ன விஷயங்கள் அனைத்துமே மிக அழகானவை அர்த்தமுள்ளவை, ஆழமானவை. நான் இந்த செயல்முறைகளை நிச்சயம் முயற்சி செய்து பார்ப்பேன். இது நிச்சயம் மிகுந்த சக்தி வாய்ந்தது தான்" என்று உணர்ச்சிபூர்வமாகச் சொன்னேன்.

இதற்கு ஜூலியன் "நான் மற்றவர்களைவிட இன்னும் தொலைநோக்குப் பார்வை கொண்டவனாக இருப்பதற்கு ஒரே காரணம், என்னைவிட பெரியவர்களின் முயற்சியின்மேல் ஏறிக்கொண்டு அவர்கள் உதவியுடன் இன்னும் உயரே செல்கிறேன், அவ்வளவுதான்" என்று பணிவோடு பதிலளித்தார். பின்னர்

தொடர்ந்து "சரி இன்னொரு உதாரணம் சொல்கிறேன் கேள். யோகி ராமன் ஒரு பெரிய வில்வித்தை விற்பன்னர். தெளிவான குறிக்கோள்கள் அமைத்து அவற்றை பின்தொடர்வதற்கு, ஒருநாள் அவர் ஒரு அழகான செயல்முறை விளக்கம் அளித்தார். அன்று நாங்கள் உட்கார்ந்திருந்த இடத்திற்கு அருகில் ஒரு பெரிய சிந்தூர மரம் இருந்தது. அவர் அணிந்திருந்த மாலையில் இருந்து ஒரு ரோஜாப்பூவை எடுத்து அந்த மரத்தின் அடிப்பகுதியில் நட்டநடுவில் வைத்தார். அவர் அதிக தூரம் நடந்து செல்லும்போதெல்லாம் ஒரு பை வைத்திருப்பார், அதில் இருந்து மூன்று பொருட்களை எடுத்தார். முதலாவது, அவருக்கு மிகவும் பிடித்த சந்தனமரத்தால் ஆன வில். இரண்டாவது ஒரு அம்பு, மூன்றாவது ஒரு பளீர் வெள்ளை நிற கைக்குட்டை. என் முந்தைய காலத்தில் நான் ஒரு படாடோபமான தோற்றத்திற்காக என் விலையுயர்ந்த சூட் அணியும்போது அதோடு வைத்திருப்பேன், அதுபோன்ற ஒரு அழகிய கைக்குட்டை அது" என்று கதையை ஆரம்பித்தார்.

பின்னர், யோகி ராமன் அந்த கைக்குட்டையால் தனது கண்களை கட்டச்சொல்லி தன் சீடரான ஜூலியனை பணித்தாராம். "சரி, இப்போது அந்த ரோஜாப்பூவில் இருந்து நான் எவ்வளவு தூரத்தில் இருக்கிறேன்?" என்று ஜூலியனிடம் கேட்டாராம். "சுமார் நூறு அடி தூரம் இருக்கும்" என்று பதில் வந்ததாம். "நான் இந்த வில்வித்தையை தினமும் பயிலும்போது என்னை நீ எப்போதாவது கவனித்திருக்கிறாயா" என்று, தன கேள்விக்கு விடை தெரிந்தும் ஜூலியனிடம் கேட்டாராம். ஜூலியனும் "நீங்கள் முன்னூறு அடி தூரத்தில் இருந்துகூட உங்கள் இலக்கை எட்டியிருக்கிறீர்கள் என்று நான் அறிவேன். இந்த சிறிய தூரத்தில் நீங்கள் உங்கள் இலக்கைத் தவற விட்டதாய் நினைவே இல்லை" என்றாராம் ஜூலியன்.

பின்னர், அந்த ஆசான் தனது மூடியிருந்த கண்களோடே தன் இலக்கான ரோஜாப்பூவை நோக்கி, தன் முழு வலிமையையும் உபயோகித்து அம்பை எய்தினாராம். அம்பு, ரோஜாவை விட்டுவிட்டு வேறெங்கோ சென்று நேராக மரத்தின்மேல் குத்திட்டு நின்றதாம்.

"நீங்கள் என்னவோ உங்கள் மாயமந்திரத்தை காட்டப்போகிறீர்கள் என்றல்லவா நினைத்தேன். என்ன ஆயிற்று குருவே?" என்று கேட்டாராம் ஜூலியன்.

"யாரும் இல்லாத இந்த இடத்திற்கு நாம் வந்ததற்கு ஒரே ஒரு காரணம் தான் இருக்கிறது. இந்த உலகில் நான் கற்றவை அனைத்தையும்

தன் பொக்கிஷத்தை விற்ற துறவி

உனக்குச் சொல்லித்தருகிறேன் என்று ஒப்புக்கொண்டுள்ளேன். நான் இப்போது செய்து காட்டினேன் அல்லவா, இதற்கு ஒரே ஒரு விளக்கம் தான் இருக்கிறது. தெளிவான குறிக்கோள்களை அமைத்துக் கொள்வது மட்டுமில்லாமல், அது எங்கே இருக்கிறது நாம் எங்கே இருக்கிறோம் என்று எப்பொழுதும் ஆராய்ந்து கொண்டிருக்க வேண்டும். தங்கள் வாழ்க்கையின் குறிக்கோளை அடைய விரும்பும் ஒவ்வொருவரும் நினைவில் வைத்துக்கொள்ள வேண்டிய மிக முக்கியமான விஷயத்தைத்தான் நீ இப்போது பார்த்தாய். உன் இலக்கை உன்னால் பார்க்க முடியவில்லை என்றால், அதை அடைவது என்பது முடியாத காரியம், இல்லையா! இன்னும் அதிக மகிழ்ச்சியோடும் உற்சாகத்தோடும் உத்வேகத்தோடும் இருக்கவேண்டும் என்று பலரும் தங்கள் வாழ்நாள் முழுவதும் கற்பனை காண்கிறார்கள். ஆனால், தங்கள் வாழ்க்கையில், தங்கள் வாழ்க்கையின் அர்த்தத்தைப் பற்றியோ தர்மத்தைப் பற்றியோ சிந்திக்கவோ, தங்கள் இலக்குகள் என்னென்ன என்று எழுதிக்கொள்ளவோ, ஒரு மாதத்தில் பத்தே பத்து நிமிடம் கூட செலவழிப்பதன் அவசியம் அவர்களுக்குப் புரிவதில்லை. சரியான இலக்குகளை தெளிவாக அமைத்துக்கொண்டால் வாழ்க்கை அற்புதமாகும். உன் உலகமே செழிப்பாகி, மகிழ்ச்சியால் நிறைந்து விடும்" என்று அந்த பரம யோகி விளக்கம் அளித்தார்.

"ஜூலியன், நம் வாழ்க்கையில் மனதளவிலோ உடலளவிலோ ஆன்மிக ரீதியாகவோ நாம் அடைய விரும்பும் இலக்குகளை தெளிவாக அமைத்துக்கொண்டால் மட்டுமே, அவற்றை அடைய சாத்தியமாகுமென்று நம் முன்னோர்கள் சொல்லிக் கொடுத்திருக்கிறார்கள். உன்னுடைய மேற்கத்திய உலகில் மக்கள் பொருள் ரீதியாக அல்லது பணம் சம்பந்தப்பட்ட இலக்குகளை அமைத்துக்கொள்வார்கள். நீ வேண்டுவது இதுதான் என்றால், இதில் தவறு எதுவுமே இல்லை. ஆனால் வாழ்க்கையில் தெளிவு அடையவும் சுய கட்டுப்பாட்டிற்கும், இவற்றைத்தவிர மற்ற துறைகளிலும் இலக்குகள் அமைத்துக்கொள்ள வேண்டும். என் தினசரி வாழ்க்கையில் நான் அடையும் மன அமைதிக்கும், என் செயல்பாடுகளில் இருக்கும் ஆற்றலுக்கும் மற்றவர்களிடம் நான் பொழியும் அன்பிற்கும் கூட குறிப்பிட்ட இலக்குகள் அமைத்து வைத்திருக்கிறேன் என்றால் நீ நம்புவாயா? இலக்குகள் அமைத்துக்கொள்வது என்பது பொருட்செல்வங்கள் நிறைந்த உலகில் வாழும் உன்னைப்போன்ற பெரிய வழக்கறிஞர்களுக்கு மட்டும் கிடையாது. தங்கள் அக, புற

வாழ்க்கையின் தரத்தை மேம்படுத்த நினைக்கும் யாருமே தங்கள் வாழ்க்கையின் குறிக்கோள்களை எழுதிக்கொள்வது நல்லது. அதை அவர்கள் செய்ததுமே, இயற்கையின் எல்லா சக்திகளும் இணைந்து அந்த கனவுகளை நனவாக்க உதவ ஆரம்பிக்கும்" என்று முடித்தாராம் யோகி ராமன்.

எனக்கு இது மிகவும் சுவாரசியமாக இருந்தது. நான் பள்ளிக்கூடத்தில் கால்பந்து விளையாடும் பொழுது, ஒவ்வொரு மாட்ச்-லும் நாங்கள் எதிர்பார்ப்பது என்ன என்று தெளிவாகத் தெரிந்துகொள்வதன் அவசியத்தைப் பற்றி எங்கள் பயிற்சியாளர் அடிக்கடி எங்களிடம் சொல்லுவார். 'உங்கள் முயற்சியின் பலன் என்ன தெளிவாக அறிந்து கொள்ளுங்கள்' என்பதை தீவிரமாக நம்புபவர் அவர். நாங்கள் ஒவ்வொருமுறை விளையாட்டுப் போகும்போதும், அந்த விளையாட்டின் செயல்திட்டம் என்ன, வெற்றிக்கான வழி எது என்று தெளிவாக அறிந்து கொள்ளாமல் நாங்கள் யாருமே மைதானத்தில் காலடி கூட எடுத்து வைக்க மாட்டோம். அதேபோல், நான் வளரும்போது ஏன் என் வாழ்க்கைக்கான செயல்திட்டத்தை தயார் செய்யாமல் விட்டுவிட்டேன் என்று யோசித்தேன். ஜூலியனும் யோகி ராமனும் சொல்வதில் நிச்சயம் எதோ ஒரு உண்மை இருப்பது போலத்தான் தோன்றியது எனக்கு. "ஒரு காகிததை எடுத்து, நம்முடைய குறிக்கோள்களையோ இலக்குகளையோ எழுதுவதில் அப்படி என்ன பெரிய விஷயம் இருக்கிறது? இந்த சின்ன விஷயம் எப்படித்தான் அவ்வளவு பெரிய மாற்றத்தை கொண்டு வரப்போகிறது!" என்று கேட்டேன்.

என் கேள்வியைக் கேட்டதும் ஜூலியனுக்கு மிகுந்த மகிழ்ச்சி ஏற்பட்டது. "உன் ஆர்வம் என்னை ஊக்கப்படுத்துகிறது ஜான். வாழ்நாள் முழுவதும் வெற்றியுடன் வாழ உற்சாகம் மிகவும் அவசியம். அது உன்னிடம் குறையாமல் இருப்பது கண்டு எனக்கு சந்தோஷம் தான். நாம் ஒரு சராசரி நாளில் சுமார் அறுபதாயிரம் யோசனைகளைப்பற்றி சிந்திக்கிறோம் என்று சிறிது நேரத்திற்கு முன்னர் சொன்னேன் அல்லவா! உன் ஆசைகளையும் இலக்குகளையும் நீ ஒரு காகிதத்தில் எழுதி வைத்திருப்பதினால், அந்த குறிப்பிட்ட சிந்தனை மற்ற 59,999 சிந்தனைகளைவிட முக்கியமானது என்று நீயே உனது ஆழ்மனதிற்கு அடையாளம் காட்டிக்கொள்கிறாய். அதனால், உன்னுடைய மனமும், இந்த குறிப்பிட்ட இலக்கை நோக்கியே பாய்ந்துசென்று, அதை நனவாக்க எல்லா சாத்தியங்களையும் தேட

ஆரம்பிக்கும். பார்க்கப்போனால், இது மிகவும் விஞ்ஞானபூர்வமான ஒரு செயல்பாடுதான், இதைப்பற்றி நம்மில் பலருக்கு தெரியாது என்பதுதான் உண்மையே." என்றார்.

"அலுவலகத்தில் என்னுடைய பார்ட்னர்கள் சிலர் இந்த இலக்கை நிர்ணயிக்கும் கலையில் மிகவும் தேர்ந்தவர்கள். இன்னும் சொல்லப்போனால், பண விஷயத்தில் அவர்களைப்போல் வெற்றியாளர்கள் மிகமிகக் குறைவு. ஆனால் என்ன, அவர்கள் மற்ற விஷயங்களில் சரிசமமான நிலைப்பாடு உள்ளவர்களா என்றால், சந்தேகம்தான்" என்றேன்.

ஜூலியன் கண்கள் மினுமினுக்க உணர்ச்சிவசப்பட்டு "அவர்கள் சரியான இலக்குகளை அமைத்துக்கொள்கிறார்களா என்று பார்க்கவேண்டும். ஜான், ஒரு விஷயத்தை நன்றாகக் புரிந்துகொள். நாம் வாழ்க்கையிடம் என்ன கேட்கிறோமோ, அது பெரும்பாலும் நமக்குக் கிடைத்து விடுகிறது. நம்மில் பலர் அதிக ஆற்றலோடு, சிறப்பாக, நிம்மதியாக வாழ ஆசைப்படுகிறார்கள், ஆனால், குறிப்பாக என்ன வேண்டும் என்று அவர்களிடம் கேட்டால், சொல்லத் தெரியாமல் திணறுவார்கள். உன் வாழ்க்கையின் குறிக்கோள்களை அமைத்துக்கொண்டு உனது தர்மப்படி வாழ ஆரம்பித்த நொடியில் இருந்தே, உன் வாழ்க்கை மாற ஆரம்பிக்கும்" என்று எனக்கு விளக்கம் அளித்தார்.

"நீ எப்பொழுதாவது ஒரு வித்தியாசமான பெயர் கொண்டவரை சந்தித்து, பின்னர் அதே பெயர் உன்னைச்சுற்றி பல இடங்களில், டிவியிலோ செய்தித்தாளிலோ அல்லது அலுவலகத்திலோ உன் கண்ணில் படுவதை நீ அனுபவித்திருக்கிறாயா? அல்லது, ஏதாவது ஒரு புதிய பொழுதுபோக்கில் உனக்கு ஆர்வம் ஏற்பட்டு, பின்னர் நீ எங்கே சென்றாலும் அந்த புதிய பொழுதுபோக்கில் நன்மைகள் பற்றி யாரோ பேசக்கேட்ட அனுபவம் இருந்திருக்கிறதா? இது இரண்டுமே, யோகி ராமன் எனக்கு அறிமுகப்படுத்திய 'ஜோரிகி' என்ற பழைய தத்துவத்தின் மிக எளிமையான உதாரணங்கள் தான். ஜோரிகி என்றால் ஜப்பானிய மொழியில் 'மிகவும் கவனமான மனநிலை' என்று நான் பிறகு கற்றுக்கொண்டேன். உன் மனத்தின் முழு ஆற்றலையும் உன்னைப் பற்றிய சுய பரிசோதனையில் ஈடுபடுத்து. நீ எந்த விஷயத்தில் சிறந்து விளங்குகிறாய், உனக்கு முழுமையான மகிழ்ச்சி தருவது எது என்று அறிந்துகொள். உனக்கு அதிகப்படியான பொறுமையும் மற்றவர்களுக்கு கற்றுக்கொடுக்கும்

திறமையும் இருந்தால், நீ வக்கீலாக ஆவதற்கு பதிலாக ஆசிரியனாக மாறலாம். இல்லை சிற்பக் கலைஞனாகவோ ஓவியக்கலைஞனாகவோ ஆகியிருக்கவேண்டுமோ! எதுவாக இருந்தாலும், உன் குறிக்கோளும் உனக்கு உத்வேகம் கொடுக்கும் விஷயம் எதுவென்றும் அறிந்து கொண்டு, அது பின்தொடர்ந்து செல்" என்றார்.

"நீங்கள் கூறிய பின்னர்தான் எனக்கே உறைக்கிறது - மற்றவர்களை சிறிதளவேனும் உதவும்படியாக என்னிடம் இருக்கும் உண்மையான ஆற்றல் என்ன என் திறமை என்ன என்று தெரிந்துகொள்ளாமல் என் வாழ்நாள் இறுதிவரை கழித்துவிட்டால் அது எவ்வளவு சோகமான விஷயமாக இருக்கும், இல்லையா!" என்று அங்கலாய்த்தேன்.

"சரிதான். இந்த நொடிப்பொழுதில் இருந்தே, உன் வாழ்க்கையின் இலக்கு என்ன என்று உன்னிப்பாகத் தெரிந்துகொள். உன்னைச்சியூட்டியுள்ள வாய்ப்புகள் என்னென்ன என்று உன் மனதிற்கு தெரியும்படி விழித்திரு. இன்னும் அதிக உற்சாகத்துடனும் வாழ்க்கையை வாழ். நம் மனது இருக்கிறதே, அதுதான் உலகத்தின் மிகப்பெரிய வடிகட்டும் கருவி. சரியாக உபயோகித்தால், நமக்கு வேண்டியது எதுவோ அதைமட்டும் எடுத்துக்கொண்டு, மற்ற விஷயங்களைத் தள்ளி வைத்துவிடும். இந்த நொடியில், உன் வீட்டு வரவேற்பறையில் நாம் உட்கார்ந்துகொண்டிருக்கும் போது, நாம் நம்மைச்சுற்றி பல்லாயிரக்கணக்கான விஷயங்கள் நடந்து கொண்டிருக்கின்றன. நாம்தான் அவற்றையெல்லாம் மனதளவில் வேண்டாம் என்று வடிகட்டி எடுத்து விடுகிறோம். வீட்டுக்கு வெளியே பாதையில் நடந்து சென்றுகொண்டிருக்கும் காதலர்களின் நமட்டுச்சிரிப்பு, உனக்குப் பின்னால் மீன்தொட்டியில் இருக்கும் தங்கமீன், ஏசியில் இருந்து வெளிவரும் குளிர்ந்த காற்று, ஏன் என்னுடைய இதயத்தின் துடிப்பு என்று என்னவெல்லாம் இருக்கின்றன. இதில் ஓரே ஒரு விஷயத்தில் நாம் கவனம் செலுத்தினால், அதைப்பற்றி எல்லாம் புரியாத தொடங்கி விடும். என் இதயத்துடிப்பின் மேல் கவனம் செலுத்தினால், அதன் தாளமும் அதைப்பற்றிய மற்ற விஷயங்களும் புரியாத தொடங்குகின்றன. அதேபோல், உன் வாழ்க்கையின் முக்கியமான இலக்குகள் மேல் நீ கவனம் செலுத்தத் துவங்கினால், உன் மனமே வேண்டாததைத் தள்ளி முக்கியமான விஷயங்களின் மேல் கவனத்தை செலுத்தும்" என்று அவர் சொன்னதை விரிவாக விளக்கினார்.

"உண்மையைச் சொல்லப்போனால் என் வாழ்க்கையின் குறிக்கோள் என்னவென்று நானும் கண்டுபிடிக்க சரியான நேரம் வந்துவிட்டது என்று நினைக்கிறேன். என் வாழ்க்கையில் பல நல்ல விஷயங்கள் நடந்துகொண்டுதான் இருக்கின்றன, மறுக்கவில்லை. ஆனால் அவற்றில் இருந்து மகிழ்ச்சியோ நிம்மதியா கிடைக்கிறதா என்றால், இல்லை என்றுதான் சொல்ல வேண்டும். இன்றைய நாளில் நான் இந்த உலகத்தை விட்டுப் பிரிய நேர்ந்தால், என் வாழ்க்கையில் இதுவரை குறிப்பிடுமளவு நல்ல விஷயங்கள் நேர்ந்திருக்கின்றனவா என்று யோசித்துப்பார்த்தால் இல்லை என்றுதான் சொல்ல வேண்டும்" என்றேன்.

"என்ன அப்படியா, நீ உண்மையாக என்ன உணர்கிறாய்?" என்றார் அவர்.

"உண்மையைச் சொல்ல வேண்டும் என்றால், வெறும் மனச்சோர்வு ஏற்பட்டுள்ளது போல் தான் நானும் உணர்கிறேன். என்னிடம் நிச்சயம் திறமை இருக்கிறது என்பது எனக்குத் தெரியும். இன்னும் சொல்லப்போனால், என் இள வயதில் நான் மிகவும் சிறந்த ஓவியக்கலைஞன் ஆக இருந்தேன். அதற்குப்பிறகு தான், வாழ்க்கையில் ஒரு வித ஸ்திரத்தன்மை என்று எண்ணியபொழுதுதான் இந்தத் துறையில் இறங்கினேன்" என்று நானே எனக்கும் அவருக்குமான விளக்கம் அளித்தேன்.

"ஓவியங்கள் வரைவதை உனது தொழிலாக ஆகியிருக்கலாம் என்று எப்போதாவது நினைத்ததுண்டா ஜான்?" என்ற அவருடைய நேரடியான கேள்விக்கு நான் "அதைப்பற்றி அதிகம் சிந்தித்ததில்லை, ஆனால் ஓவியம் தீட்டும்போது சொர்க்கத்தில் இருப்பதுபோல் உணர்ந்தேன் என்பது நிச்சயம்" என்று உண்மையான பதில் சொன்னேன். "நீ அதில் முழுவதுமாக மூழ்கியிருந்திருப்பாய் அல்லவா?" என்றார் என் மனநிலையை சரியாக கணித்தவர்போல். "ஆமாம், என் தனிமையில் ஓவியம் தீட்டிக்கொண்டிருக்கும்பொழுது எனக்கு அப்படித்தான் இருந்தது. எனக்கு முன்னே இருக்கும் கேன்வாஸ்-இல் நான் முழுமையாக மூழ்கிப் போய் விடுவேன். நான் நிகழ்காலத்தையும் தாண்டி வேறெங்கோ சென்றுவிட்டதுபோல் உணர்ந்தேன்" என்றேன்.

"ஜான், நாம் மிகவும் விரும்பும் ஒன்றின் மேல் நம் முழு கவனத்தையும் செலுத்தும் போது நமக்குள் வரும் ஆற்றல் இதுதான். ஜெர்மன் நாட்டு படைப்பாளி கோத்தே சொல்வதும் இதுதான் - 'நாம்

எதை விரும்புகிறோமோ, அதன் வழியாகத் தான் முழுமையான வடிவம் பெறுகிறோம்' என்பார் அவர். உன்னைச் சுற்றியுள்ள உலகினை வண்ண வண்ண ஓவியங்களால் பிரகாசமாக ஆக்குவதுதான் உனது வாழ்வின் தர்மமோ என்னவோ, யார் அறிவார்! ஒவ்வொரு நாளும் சிறிது சிறிதாக ஓவியம் வரையவாவது ஆரம்பிக்கலாமே!" என்றார்.

"சரி, இந்த தத்துவத்தை இதைவிட சற்று எளிமையான விஷயங்களுக்கும் பயன்படுத்த முடியுமா?" என்று என் சந்தேகத்தை கேட்டேன்.

"நல்ல விஷயம்தானே, நிச்சயமாக முடியும். நீ எதைப்பற்றி சொல்கிறாய்" என்றார் அவர்.

"உதாரணத்திற்கு, என் இடுப்பைச்சுற்றி தொங்கும் ஊளைச்சதையை குறைப்பது என் இலக்குகளில் ஒன்று என்று வைத்துக்கொள்வோம். முடியுமா? இதற்கு இந்த வழிமுறையை எப்படி எங்கிருந்து ஆரம்பிப்பது?"

"இதற்கு வெட்கப் படவே வேண்டாம் ஜான். இலக்கை நிர்ணயிப்பதும் அடைவதும் சிறு சிறு படிகளாகத்தான் தான் ஆரம்பிக்கும்" என்று எனக்கு தைரியம் ஊட்டினார்.

"எது, ஒவ்வொரு பெரிய சாதனைப் பயணமும் முதல் அடியில் இருந்துதான் ஆரம்பிக்கும் என்று சொல்வார்களே, அதுபோலவா சொல்கிறீர்கள்" என்றேன்.

"அதுதான், அதேதான்! அதுமட்டுமல்ல, சிறு சிறு சவால்களை எதிர்கொண்டு சிறிய இலக்குகளை அடையத் தொடங்கினால், அதுதான் உன்னை பெரும் சவால்களுக்கும் இலக்குகளும் தயார் செய்யும். ஆகவே நண்பா, பெரிய இலக்கினை நீ அடைவதற்கு, சிறுசிறு இலக்குகளாக அமைத்துக்கொள்வது தவறே இல்லை" என்றார். நான் சற்று தைரியம் அடைந்தேன்.

தங்களுடைய வாழ்க்கையின் குறிக்கோள்களை அடைய சிவானாவின் ஞானிகள் ஐந்து படிகள் கொண்ட வழிமுறையை உருவாக்கியிருந்ததாக ஜூலியன் சொன்னார். அது எளிமையாகவும், நடைமுறைபடுத்த வசதியாகவும் இருந்தது. நல்ல பலனளிக்கும் விதத்திலும் அமைந்திருந்தது. முதல் படி, நாம் எதிர்பார்க்கும் பலன் என்னவென்று மனதில் ஒரு பிம்பம் போல் உருவாக்கிக் கொள்வது. உடல் எடையை குறைப்பதுதான் இலக்கு என்றால், தினமும் காலை எழுந்ததுமே எடை குறைந்த ஒரு ஆரோக்கியமான ஆற்றல் மிகுந்த மனிதராக நம்மை நம் மனக்கண்ணில் பார்த்துக்கொள்வது அவசியம்

என்றார். இந்த பிம்பம் எந்த அளவு தெளிவாக இருக்குமோ இந்த வழிமுறை அந்த அளவு பலனளிக்கும் என்றார். நாம் இதுவரை கற்பனை செய்து பார்க்க முடியாத அளவு ஆற்றல் கொண்ட நம் மனத்தினால் நம் இலக்கை கற்பனை செய்து பார்ப்பது தான் அதை சாத்தியமாக்கும் வழிமுறையின் நுழைவாயில் என்றார்.

இந்த வழிமுறையின் இரண்டாவது படி, நம்மேல் நாமே நல்லவிதமான நேர்மறையான அழுத்தத்தை உருவாக்கிக் கொள்வது.

"பலரும் தங்களுடைய சுய முன்னேற்றத்துக்காக உருவாக்கிக்கொண்ட உறுதிமொழியை கண்டிப்புடன் கடைபிடிக்காமல் விட்டுவிடுவது, எதை மாற்ற வேண்டும் என்று நினைத்தார்களோ அந்த பழைய வழக்கத்திற்கே சென்று விடுவது மிகவும் எளிதாக இருக்கிறது என்பதனால் தான். அழுத்தம் என்பது எல்லா நேரத்திலும் கெடுதல் கிடையாது. சரியாக செலுத்தினால், அழுத்தம் என்பது நம்மால் பல பெரிய சாதனைகள் செய்ய உதவியாக இருக்கும். இக்கட்டான நிலமைக்குத் தள்ளப்பட்டு தங்களுக்குள் இருக்கும் ஆற்றலை வெளிக்கொணரவேண்டும் என்ற கட்டாயம் இருக்கும்பொழுதுதான் பலர் பெரிய சாதனைகளை படைத்துள்ளார், தெரியுமா?" என்றார்.

"அட அப்படியா? இப்படிப்பட்ட 'நேரமறையான அழுத்தத்தை' என்னுள் எப்படி உருவாக்கிக்கொள்வது?" என்று கேட்டேன்.

"இதற்குத்தான் பல வழிமுறைகள் இருக்கின்றனவே! பொதுவில் உறுதிமொழி எடுத்துக்கொள்வது ஒரு மிகச்சிறந்த வழி ஆகும். நீங்கள் சாதிக்க விரும்புவது எதுவோ, அதை உங்களுக்குத் தெரிந்த எல்லோரிடமும் சொல்லி விடுங்கள். அவர்களிடம் சொல்லிவிட்டோமே, நாம் தோல்வியடைந்ததாக ஆகிவிடக்கூடாதே என்ற அழுத்தமே நம்மை அந்த சாதனையை முடிக்க உந்துசக்தி கொடுக்கும். சிவானாவில் எனக்கு இதை கற்றுத்தந்த ஞானிகளோ, இதைவிட அதிகம் கவனம் ஈர்க்கக்கூடிய வழிமுறையை பயன்படுத்துவார்கள். அதாவது, ஒரு வாரம் பட்டினி இருப்பது, அல்லது தினமும் காலை நான்கு மணிக்கு எழுந்து தியானம் செய்வது என்று தங்களுடைய குறிக்கோள் எதுவோ, அதை செய்து முடிக்காவிட்டால், தங்கள் கைகால்கள் மரத்துப் போகும்வரை குலைநடுங்கும் குளிரான அருவியில் நிற்பேன் என்று மற்றவர்களிடம் சொல்லி வைத்துவிடுவார்கள். நல்ல பழக்கங்களை உருவாக்கி குறிக்கோள்களை அடையச் செய்ய அழுத்தத்தை உபயோகிப்பது

எப்படி என்பதற்கான ஓர் அதீத எடுத்துக்காட்டு இது" என்று விளக்கமளித்தார்.

"என்ன விசித்திரமான பழக்கம்! கொஞ்சம் ஓவராக இல்லை!" என்று என் ஆச்சரியத்தை வெளிப்படுத்தினேன்.

"ஆமாம் விசித்திரம் தான், ஆனால் பயனுள்ளதாக இருந்ததே! இது நமக்கு கற்றுத்தரும் விஷயம் எளிதானது தான் - நல்ல பழக்கங்களை சந்தோஷமான விஷயங்களுடனும், கெட்ட பழக்கங்களை சிறுசிறு தண்டனைகளுடனும் நம் மனதில் தொடர்பு செய்துகொண்டால், தாமாகவே கேட்ட பழக்கங்கள் நின்று போய் விடும் என்பதுதான் அது" என்றார் என் ஞான வழிகாட்டி.

"சரி, என் குறிக்கோள்களை அடைய ஐந்து படிகள் இருக்கின்றன என்று கூறினீர்கள், மீதி மூன்று என்ன, சீக்கிரம் சொல்லுங்கள்" என்று அவசரப்படுத்தினேன்.

"சொல்கிறேன் சொல்கிறேன். முதல் படி, உன் குறிக்கோளினை தெளிவான ஒரு காட்சியாக உன் மனக்கண்ணில் காண்பது. இரண்டாவது படி, அதை நீ நிச்சயம் அடைய வேண்டும் என்று உன்னிடம் நேர்மறையான அழுத்தத்தி உருவாக்கிக் கொள்வது. மூன்றாவது படி ரொம்ப சுலபமானதுதான் - எந்த ஒரு இலக்கையும் குறிப்பான கால அவகாசத்துக்குள் முடித்துவிடவேண்டும் என்று தீர்மானம் செய்துகொள்வது. அப்போதுதான் அந்த குறிக்கோள் உயிர்பெறும். நீதிமன்றத்தில் வழக்குகளை வாதாட நம்மை தயார்படுத்திக்கொள்ளும்போது நாம் என்ன செய்கிறோம்? தேதி எதுவும் சொல்லாமல் தள்ளி வைக்கப்பட்டுள்ள வழக்கிற்கு பதிலாக, குறிப்பிட்ட தேதிக்கு அட்டவணையிடப் பட்டுள்ள வழக்கிற்கு தானே முதலில் வேலையைத் துவங்குவோம் அல்லவா, அதுபோலத்தான் இதுவும்" என்று விளக்கினார்.

"இன்னொரு விஷயமும் கூட சொல்லவேண்டும் - எழுத்து வடிவில் குறித்துக் கொள்ளப்படாத எந்த ஒரு இலக்கும் சரிபட்டுவராது. ஒரு சாதாரண நோட்டுப்புத்தகம் கூட இதற்குப் போதுமானது - இந்த கனவுப் புத்தகத்தில் உன் குறிக்கோள்கள் கனவுகள் இலக்குகள் அனைத்தையும் எழுதி வைத்துக்கொள். நீ யார் என்று உன்னைப் பற்றி தெரிந்து கொள்வாய்" என்றார்.

"ஏன் , என்னைப்பற்றித்தான் நான் ஏற்கனவே நன்கு அறிவேனே!"

"பலருக்கும் தங்களைப்பற்றியே சரியாகத் தெரிவதில்லை நண்பா! அவர்கள் தங்களுடைய வலிமை என்ன, குறைபாடுகள் என்ன,

ஆசைகள் என்ன, கனவுகள் என்ன என்று சரிவரத் தெரிந்து கொள்வதில்லை. சீன அறிவாளிகள் மன பிம்பத்தை மூன்றாக பிரித்துக் கொள்வர் - ஒரு மனிதனின் பிரதிபலிப்பை மூன்று கண்ணாடிகளில் காணலாம். முதலில் நீங்கள் உங்களையே எப்படிப் பார்த்துக் கொள்கிறீர்கள் என்பது தெரியவரும், இரண்டாவதில் மற்றவர்கள் உங்களை எப்படிப் பார்க்கிறார்கள் என்பது தெரியவரும். மூன்றாவதில் தான் உண்மையான நிலவரம் என்ன என்பது தெரியவரும். உன்னைப்பற்றிய உண்மையான நிலையை தெரிந்துகொள்" என்று பரிவுடன் அறிவுறுத்தினார்.

மேலும் தொடர்ந்து "உன் கனவுப் புத்தகத்தை உன் வாழ்க்கையின் பல்வேறு பிரிவுகளுக்காக ஒதுக்கிக் கொள். உதாரணத்திற்குச் சொன்னால், உன் உடல்நல இலக்குகளுக்காக ஒரு பகுதி, உன் நிதிநிலை குறித்த இலக்குகளுக்காக ஒரு பகுதி, உன் சுய முன்னேற்ற இலக்குகளுக்காக ஒரு பகுதி, சமூக சொந்த உறவுகளுக்காக ஒன்று, உன் ஆன்மிக இலக்குகளுக்காக ஒன்று என்று பிரித்துக்கொள்" என்று வழிகாட்டினார்.

"கேட்கவே நன்றாக இருக்கிறதே. எனக்கு நானே இதுமாதிரி சுவாரசியமாக எதுவும் செய்துகொண்டதில்லையே! எனக்கு நானே இன்னும் அதிக சவால்கள் விடுத்துக் கொள்ள வேண்டும் போல!" என்றேன்.

"நீ சொல்வது சரிதான். உன் இலக்குகளை நீ அடைய ஊக்கம் பெற இன்னொரு நல்ல வழிமுறை இது - நீ அடைய விரும்பும் விஷயங்களின் படங்களையும் அதை ஏற்கனவே செய்து முடித்துள்ள நபர்களின் படங்களையும் இந்த புத்தகத்தில் ஒட்டி வைத்துக்கொள். நீ சிறிது நேரம் முன்னர் உன் இடுப்பளவை குறைக்க வேண்டும் என்று சொன்னாய் அல்லவா, அந்த உதாரணத்தையே எடுத்துக் கொள்ளலாம். உன் இலக்கு அதுவென்றால், இந்த கணவுப் புத்தகத்தில் நீ ஆதர்சமாக நினைக்கும் ஒரு விளையாட்டு வீரரின் படத்தை எடுத்து ஒட்டிக்கொள். உலகின் மிகச் சிறந்த கணவனாக இருக்கவேண்டும் என்று எண்ணினால், உன் அபிப்பிராயத்தில் அந்த சாதனையை எட்டியுள்ள உன் தந்தையின் அல்லது வேறு ஒரு நபரின் படத்தை ஒட்டிக்கொள். கடற்கரையோரம் ஒரு பங்களாவா, அழகிய ஸ்போர்ட்ஸ் மாடல் காரா, உன் கனவு எதுவோ அதைப் பற்றிய படத்தை இதில் ஒட்டிக்கொள். முக்கியமான விஷயம், இந்த புத்தகத்தையும் அதில் உள்ள படங்களையும் தினமும் சில

நிமிடங்களாவது பிரித்துப்பார், அதில் கவனம் செலுத்து, அதை உன் நண்பனாக்கிக் கொள். உனக்கு கிடைக்கும் பலன்களைக் கண்டு நீயே ஆச்சரியப்பட்டுப் போவாய்" என்றார்.

"அட இது ரொம்பவே புதுமையானதாக இருக்கே! இந்த வழிமுறையில் ஒரு பகுதியை கடைபிடித்தால் கூட பலரும் தங்கள் வாழ்க்கையை பலமடங்கு முன்னேற்றிக் கொள்ளலாமே! என் மனைவி இந்தமாதிரியான கனவுப்புத்தகத்தை மிகவும் விரும்புவாள். அது முழுவதும் நிச்சயமாக என்னுடைய மெலிந்த உருவம் கொண்ட புகைப்படம் நிறைந்திருக்கும்!" என்றேன் நான்!

"நீ ஒன்றும் அந்த அளவிற்கு குண்டாக இல்லை, கவலைப்படாதே" என்று ஆறுதல் கூறினார்.

"அப்படியா, பிறகு என் மனைவி என்னை வரவர 'திருவாளர் போண்டா அவர்களே' என்று அழைக்க ஆரம்பித்துவிட்டாளே ஏன்?" என்று வியந்தேன்.

ஜூலியன் சிரிக்க ஆரம்பித்தார். நானும் அவரைத் தொடர, சிறிது நேரத்தில் நாங்கள் இருவருமே விழுந்து விழுந்து சிரித்துக்கொண்டிருந்தோம்.

"நம்மைப் பார்த்து நாமே சிரிக்கவில்லை என்றால் வேறு யாரைப் பார்த்துதான் சிரிப்பது இல்லையா" என்றேன்.

"நீ சொல்வது சரிதான் நண்பா. என்னுடைய முந்தைய வாழ்க்கை முறையில் நான் என்னையே மிகவும் கறாராக எண்ணிக்கொண்டிருந்ததால், வாழ்க்கையில் இருக்கும் சுவாரசியங்கள் அனைத்தையும் கவனிக்கவேயில்லை. இப்போதெல்லாம் அப்படி இல்லை. வாழ்க்கையில் இன்னும் சந்தோஷமாக, விளையாட்டுப்போக்குடன் இருக்கிறேன். அதனால் வாழ்க்கையில் இருக்கும் சிறுசிறு மகிழ்ச்சிகளையும் என்னால் அனுபவிக்க முடிகிறது." என்றார் ஜூலியன்.

"ஆனால் நாம் பேச வந்ததை விட்டு விட்டு, வேறு ஏதோ பேசிக் கொண்டிருக்கிறோமே! உன்னிடம் நான் பகிர்ந்து கொள்ளவேண்டியது இன்னும் எவ்வளவோ இருக்கிறது. நமது குறிக்கோள்களை அடைய ஐந்து படிகள் கொண்ட செயல்முறையைப் பற்றித்தான் பேசிக்கொண்டிருந்தோம். முதலில் நீ அடைய விரும்புவதை மனதில் ஒரு தெளிவான பிம்பமாக உருவகப்படுத்திக் கொண்டு, அதை அடைய ஒரு நல்லாவிதமான அழுத்தத்தை நாமே உருவாக்கிக் கொண்டு, ஒரு குறிப்பிட்ட காலக்கெடுவையும் அமைத்துக்கொண்ட

பின்னர், எழுத்து வடிவத்திலும் அதை குறித்துக்கொண்டால், பாதி வேலை முடிந்தது. இதற்கு அடுத்த படி, "இருபத்தி ஒன்றின் மாய விதி" என்று யோகி ராமன் குறிப்பிடுவதை செயல்படுத்துவதுதான். என்ன ஒரு புதிய விஷயமும் பழக்கப்படுவதற்கு இருபத்தி ஒரு நாட்கள் தொடர்ந்து கடைபிடிக்க வேண்டும் என்று சிவானாவின் சான்றோர்கள் கூறியிருந்தார்கள்." என்று தான் கூர்ட்டிற்கு விளக்கமளித்தார்.

"ஏன், இருபத்தி ஒரு நாட்களில் அப்படி என்ன நடந்து விடும்?"

"சிவானாவின் ஞானிகள் புதிய சிறப்பான பழக்கங்களை உருவாக்குவதில் விற்பன்னர்களாக இருந்தார்கள். கெட்ட பழக்கத்தை அழித்துக்கொள்வது எப்பொழுதும் முடியாத காரியம் என்று யோகி ராமன் என்னிடம் ஒருமுறை சொல்லியிருக்கிறார்" என்றார் ஜூலியன்.

அப்படியா, ஆனால் நீங்கள் கொஞ்ச நேரம் முன்னர்தான் என் வாழ்க்கையை நான் மாற்றியமைத்துக்கொளா வேண்டும் என்று அறிவுரை சொன்னீர்களே!" என்ற என் சந்தேகத்தை கேட்டேன்.

"கெட்டபழக்கத்தை அழித்துக்கொள்ள முடியாது என்று சொன்னேன். வேண்டாத பழக்கத்தை மாற்றியமைத்துக்கொள்ள முடியாது என்று சொல்லவில்லையே!" என்றார் முன்னாள் வழக்கறிஞர்.

"ஐயோ ஜூலியன் நீங்கள் எப்பொழுதுமே வார்த்தை விளையாட்டின் வீரர்தான்! ஆனால் நெனெகள் சொல்லும் வித்தியாசம் எனக்குப் புரிகிறது என்றுதான் தோன்றுகிறது" என்றேன்.

"புதிய பழக்கத்தை நிலையாக அமைக்க ஒரே வழி, அதை கடைபிடிக்க முழு ஆற்றலையும் செலுத்தி, பழைய பழக்கம் அழையா விருந்தாளி போல் மெல்ல வெளியேற்றிவிடுவது தான். நம் மூளைக்குள் புதிய தொடர்புகள் உருவாகி, புதிய பழக்கம் முழுவதுமாய் இடம்பெற இருபத்தி ஒரு நாட்கள் சரியான இடைவெளியாக இருக்கும் " என்று விளக்கமளித்தார்.

"சரி. இவ்வளவு பரபரப்பான வாழ்க்கை முறையையும் கவலைகளையும் தவிர்த்து, இன்னும் சற்று நிதானமான வாழ்க்கையை வாழவேண்டும் என்ற குறிக்கோள் அமைத்து, அதற்காக 'ரோஜாப்பூவின் இதயம்' செயல்முறையையும் செய்வது என்று முடிவுசெய்தால், அதை ஒவ்வொரு நாளிலும் ஒரே நேரத்தில் தான் செய்ய வேண்டுமா?" என்று கேட்டேன்.

"நல்ல கேள்விதான். முதலில் ஒன்றை தெளிவு செய்துவிடுகிறேன். நீ எந்த ஒரு விஷயத்தையுமே கட்டாயத்தில் செய்ய வேண்டியதே இல்லை. இன்று நான் உன்னிடம் பகிர்ந்து கொள்ளும் ஒவ்வொரு

விஷயமும், உன் வளர்ச்சியில் ஆர்வமுள்ள ஒரு நண்பன் என்ற முறையில் தான் செய்துகொண்டிருக்கிறேன். ஒவ்வொரு செயல்முறையும் திட்டமும் பல வருடங்களாகவே பலனளிக்கும் கருவிகளாக மெருகேற்றப் பட்டவை. சிவானாவின் ஞானிகளின் எல்லா வழிமுறைகளையும் நீ முயற்சிசெய்து பார்த்தால் உனக்கு நன்றாக இருக்கும் என்று என் இதயம் என்னிடம் சொன்னாலும், நான் கற்ற விஷயங்களையெல்லாம் உனக்குச் சொல்லி, அதில் நீ விரும்பியவற்றை மட்டும் எடுத்து நீயே செயல்படுத்திக்கொள்ள உன்னை விட்டுவிட வேண்டும் என்று என் மனசாட்சி சொல்கிறது. நீ செய்துதான் ஆக வேண்டும் என்ற வற்புறுத்தலுடன் எதையும் செய்யாதே. நீ செய்யப்போவது நல்லதுதான் என்று உனக்கு முழுமையாக பட்டால் மட்டுமே, உனக்கு அதில் முழுமையான விருப்பம் இருந்தால் மட்டுமே நீ அதை செய்ய வேண்டும்." என்று அழுத்தம் திருத்தமாக சொன்னார்.

"கவலை வேண்டாம் ஜூலியன். நீங்கள் என்னிடம் எதையுமே வற்புறுத்தி திணித்தது போல் எனக்குத் தோன்றவேயில்லை. சொல்லப்போனால், என்னிடம் திணித்தால் நான் ஏற்றுக்கொள்ளும் ஒரே விஷயம் தீனி மட்டும்தான்!" என்று அவரை ஆசுவாசப்படுத்தினேன்.

"அது சரி. இப்பொழுது நீ கேட்ட கேள்விக்கான பதில் இதோ - 'ரோஜாப்பூவின் இதயம்' வழிமுறையை நீ ஒவ்வொரு நாளும் ஒரே இடத்தில் ஒரே சமயத்தில் தொடர்ந்து செய்து பார். தொடர்ந்து ஒரே விஷயத்தை சம்பிரதாயமாக செய்வதில் உள்ள மகத்துவமான ஆற்றலை நீ உணர்வாய். பெரிய பெரிய விளையாட்டு வீரர்கள், முக்கியமான மேட்ச்-களுக்கு முன்னர் ஒரே விதமான ஆகாரத்தை உண்பதும் தங்கள் ஷூக்களை ஒரே விதமாக மாட்டிக்கொள்வதும் இதே காரணத்திற்காகத் தான். இதற்கு சிறிதளவும் தொடர்பில்லாத ஒரு உதாரணம் தருகிறேன் - கூட்டுப் பிரார்த்தனை செய்யும் குழுவினரும் கூட ஒரே விதமான ஆடைகள் அணிந்து ஒரே சடங்கை ஒரே மாதிரி செய்வார்கள். அலுவலகத்திலும் கூட, முக்கியமான மீட்டிங்கிற்கு முன்னதாக சிலர் தங்களை ஒரே விதமாக தயார்படுத்திக்கொள்வதும் இதே காரணத்திற்காகத் தான். இதை கூர்ந்து கவனித்தால் உனக்கே புரியும். எந்த ஒரு விஷயத்தையும் அதே நேரத்தில் ஒரே விதமாக ஒவ்வொரு நாளும் செய்தால் அதுவே பழக்கமாகி விடும்.

இன்னொரு உதாரணம் தருகிறேன் கேள். உலகத்தில் பலரும் எழுந்தவுடன் கொஞ்சம் கூட யோசிக்காமல் செய்யும் விஷயம்

என்ன? கண்திறந்ததுமே பாத்ரூமிற்கு சென்று பல் விளக்க ஆரம்பித்து விடுகிறார்கள் இல்லையா! இதைத்தான் நான் சொல்கிறேன். ஒரு விஷயத்தை குறைந்தது இருபத்தி ஒரு நாட்கள் தொடர்ந்து, ஒவ்வொரு நாளும் ஒரே நேரத்தில் செய்தால் அது பழக்கமாகவே ஆகிவிடும். இந்த விதத்தில், தியானம் செய்வதோ புத்தகம் படிப்பதோ சீக்கிரம் எழுந்து கொள்வதோ எந்த ஒரு விஷயத்தையும் நீ இருபத்தி ஒரு நாட்கள் செய்தால், பல் விளக்குவது எப்படி பழக்கமாகி விட்டதோ அதேபோல் அந்த புதிய விஷயமும் பழக்கமாகி விடும்!" என்றார்.

"இப்போது நன்றாக புரிகிறது. அடுத்ததாக, நம் குறிக்கோளை நோக்கிய பாதையின் அடுத்த கட்ட நடவடிக்கை என்ன?" என்று அடுத்த கேள்வியை முன்வைத்தேன்.

"சிவானாவின் ஞானிகளின் வழிமுறையின் கடைசி படி, வாழ்க்கையில் நீ முன்னேறிக்கொண்டிருக்கும் போதும் உனக்கு பயன்படும். 'நீ செல்லும் பாதையை மகிழ்ச்சியோடு அனுபவி' என்பதுதான் அது. சிவானாவின் ஞானிகள் அடிக்கடி இந்த தத்துவத்தைப் பற்றி சொல்வார்கள். மகிழ்ச்சியோ சிரிப்போ அன்போ வெளிப்படுத்திக் கொள்ளாத ஒவ்வொரு நாளும் விரயம் தான் என்பது அவர்கள் கூற்று" என்றார்.

"எனக்கு சரியாக புரியவில்லையே" என்றேன்.

"உன் குறிக்கோள்களை நோக்கிய பாதையில் நீ செல்லும்போது, சந்தோஷமாக அதில் இருக்கும் சிறுசிறு இன்பங்களை அனுபவித்தவாறே செல்வது அவசியம் என்றுதான் நான் சொல்கிறேன். கட்டுக்கடங்கா இன்பத்துடன் வாழ்வதன் முக்கியத்துவத்தை மறக்காதே. உலகத்தில் உள்ள ஒவ்வொரு உயிரினத்திலும் உள்ள அழகினை கவனிக்க மறக்காதே. நீயும் நானும் இந்த ஒரு நொடிப்பொழுதில் இருப்பதே இயற்கையின் அன்பளிப்புதான். சந்தோஷமாகவும் உற்சாகமாகவும் ஆர்வத்துடனும் இரு. உன் வாழ்க்கையின் குறிக்கோளிலும் மற்றவர்களுக்கு உதவி செய்வதிலும் கவனமாக இரு. உன்னைத் சுற்றியுள்ள பிரபஞ்சம் தன்னைத்தானே கவனித்துக்கொள்ளும். இயற்கையின் மிக முக்கியமான நியதி இது" என்றார்.

"கடந்தகாலத்தில் நடந்ததை பற்றி கவலைப்படக் கூடாது அல்லவா!" என்றேன்.

"ஆமாம். இந்த பிரபஞ்சத்திலேயே எதுவும் காரணமின்றி நடந்து விடுவதில்லை. உன் வாழ்க்கையில் நடந்ததும் நடந்துகொண்டிருப்பதும்

ஒரு காரணத்தோடு தான் நிகழ்ந்திருக்கின்றன. நான் சொன்னதை நினைவில் வைத்துக்கொள் ஜான். ஒவ்வொரு அனுபவமும் ஒரு விஷயத்தைக் கற்றுக்கொடுக்கும். அதனால் சிறுசிறு விஷயங்களை பெரிதாக்கி கவலை கொள்ளாதே. வாழ்க்கையை சந்தோஷமாக அனுபவி!" என்று உற்சாகப்படுத்தினார்.

"அவ்வளவுதானா!"

"ஏன், உன்னிடம் பகிர்ந்துகொள்ள இன்னும் நிறைய விஷயம் வைத்திருக்கிறேனே. உனக்கு இப்போதே கண்ணைக் காட்டுகிறதா என்ன?" என்றார்.

"இல்லவே இல்லை ஜூலியன்! சொல்லப்போனால் என்னுள் நிறைய உற்சாகம் சுரந்து கொண்டிருக்கிறது. மற்றவர்களை நாங்கள் மிக நன்றாக ஊக்கப்படுத்துகிறீர்கள்!" என்றேன்.

"நன்றி. யோகி ராமனின் இந்த கதையைத் தொடர்வதற்கு முன்னதாக, ஒரு முக்கியமான விஷயத்தை உன்னிடம் நினைவுபடுத்த விரும்புகிறேன். அங்கே இருந்த ஞானிகள் அனைவருமே ஒரு வார்த்தையை மிகுந்த மரியாதையோடு உச்சரித்து வந்தனர்" என்றார்.

"அப்படியா என்னது அது?"

"இந்த வார்த்தை சாதாரணமாக இருந்தாலும் அவர்களுடைய வாழ்க்கையில் மிகவும் ஆழமான அர்த்தத்தைக் கொண்டதாக இருந்தது. 'உத்வேகம்' என்ற வார்த்தைதான் அது. உன் வாழ்க்கையின் குறிக்கோள்களை நோக்கி நீ செல்லும் ஒவ்வொரு நாளும் இதை நீ உன் மனதில் கொள்ள வேண்டும். உன் கனவுகளை நனவாக்கும் ஒவ்வொரு முயற்சிக்கும் இந்த உத்வேகம் தான் உந்து சக்தியாக இருக்கும். நம் சமுதாயத்தை, நாம் பற்பல விஷயங்களில் நமது உத்வேகத்தை மறந்து விட்டோம். பல விஷயங்களை நாம் விரும்பி செய்யாமல், கடமையே என்று செய்து முடிக்கின்றோம். இப்படி செய்தால் சோகம்தான் மிஞ்சும். நான் இப்போது சொன்னது காதல் அல்லது உடல் சம்பந்தப்பட்ட உத்வேகம் அல்ல, நான் சொல்வது வாழ்க்கையைப் பற்றிய உத்வேகம். ஒவ்வொரு நாளும் காலையில் முழுமையான ஆற்றலோடும் உற்சாகத்தோடும் விழித்துக்கொள். நீ செய்யும் ஒவ்வொரு விஷயத்திலும் உத்வேகத்துடன் ஈடுபடு. வெகு விரைவில் நீ பொருளரீதியாகவும் ஆத்மார்த்தமாகவும் பலன் அடைவாய்" என்றார்.

"நீங்கள் சொல்வதைப் பார்த்தால் ரொம்பவும் எளிதாகத்தான் தோன்றுகிறது" என்றேன்.

தன் பொக்கிஷத்தை விற்ற துறவி

"செயல்முறையிலும் மிகவும் எளிதானது தான். இன்று முதலே, உன் வாழ்க்கையை உன் கையில் எடுத்துக்கொள். உன் விதியை நீதான் முடிவு செய்வாய் என்று தீர்மானமாக முடிவெடு. உன் வேகத்தை நீயே நிர்ணயம் செய். உன் வாழ்க்கையில் நீ விரும்புவது என்ன என்று நீ அறிந்து கொண்டால், உற்சாகமான வாழ்க்கையின் இன்பத்தை நீ அனுபவிக்கத் துவங்குவாய். உனக்கு முன்னும் பின்னும் இருப்பதை விட, உனக்குள் இருப்பது தான் மிகவும் வலிமை கொண்டது என்பதை நன்றாக நினைவில் வைத்துக்கொள்." என்றார்,

"நன்றி ஜூலியன். நீங்கள் சொன்னது எனக்கு நிச்சயம் உபயோகமாக இருக்கும். என் வாழ்க்கையில் நான் இழந்திருந்தது என்னவென்று நான் இன்றிரவு வரை உணராமல் இருந்தேன். சரியான குறிக்கோள் இல்லாமல் வெறுமனே சென்றுகொண்டிருந்தேன். என் வாழ்க்கையில் நிச்சயம் மாற்றம் ஏற்படப்போகிறது. எனக்கு இதை உணர்த்தியதற்கு மிக்க நன்றி" என்றேன்.

"எனக்கு மகிழ்ச்சிதான் நண்பா. என் வாழ்க்கையின் குறிக்கோளை இதன்மூலம் நான் பூர்த்திசெய்து கொண்டிருக்கிறேன் அவ்வளவுதான்" என்றார் என்னுடைய ஞானகுரு.

எட்டாவது அத்தியாயம் - செயல்முறை தொகுப்பு
ஜூலியனின் அறிவுரை சுருக்கம்

குறியீடு

நற்பண்பு
உன் வாழ்க்கையின் குறிக்கோளை பின்தொடர்ந்து செல்

தெளிவு
- குறிக்கோளுடன் வாழவேண்டும் என்பதுதான் வாழ்க்கையின் குறிக்கோள்
- உன் வாழ்க்கையின் குறிக்கோளை பின்தொடர்ந்து செயல்பட்டு, அதை அடைந்தால் நீண்டகால நிறைவு கிடைக்கும்
- பணியிடத்தில் தனிப்பட்ட முறையிலும் ஆன்மிக ரீதியாகவும் வாழ்க்கையில் குறிக்கோள்களை அமைத்து, அவற்றை பின்தொடர மனோதிடம் வளர்த்துக்கொள்

செயல்முறை
- சுய பரிசோதனையின் ஆற்றல்
- குறிக்கோள்களை அடைய ஐந்து படிகள் கொண்ட செயல்முறை

மேற்கோள் காட்டவல்ல கூற்று
தடையில்லாமல் உற்சாகத்தோடு வாழ்க்கையை வாழும் முக்கியத்துவத்தை மறவாதே. எல்லா விஷயத்திலும் இருக்கும் இருக்கும் அழகை ரசிக்க மறக்காதே. இன்றும், இந்த நொடியும் உனக்கு கிடைத்த பரிசு என்று எண்ணிக்கொள். உன் குறிக்கோள் மீது இருக்கும் கவனத்தை சிதற விடாதே. உன்னைச்சுற்றியுள்ள பிரபஞ்சம் தன்னைத்தானே கவனித்துக்கொள்ளும்.

ஒன்பதாவது அத்தியாயம்

சுய மேலாண்மை என்னும் பண்டைய கலை

நல்லவர்கள் தங்களை இடைவிடாது வலிமைப்படுத்திக் கொண்டேயிருப்பார்கள்.

- சீன தத்துவஞானி கன்ஃபூஷியஸ்

"இன்னும் கொஞ்ச நேரத்தில் விடிந்துவிடும். என் கதையை நான் தொடரட்டுமா இல்லை ஒரு இரவிற்கு இவ்வளவு போதுமா?" இன்னொரு கோப்பை தேநீரை எடுத்துக்கொண்டபடி ஜூலியன் கேட்டார்.

இந்த அளவிற்கு பிரமாதமான நுண்ணறிவு கிடைத்த இந்த மாமனிதரை தன் கதையை முடிக்கும் வரை நான் விடுவதாயில்லை. முதலில் அவர் சொன்ன கதை கற்பனையாகவே தோன்றினாலும், மேலும் கேட்கக் கேட்க அவர் சொல்லுவதில் உள்ள ஆழமான தத்துவம் என்னை மிகவும் பாதித்தது. இவர் சும்மா தன்னைத் தானே திருப்தி படுத்திக்கொள்ளும் ஏமாற்றுக்காரர் அல்லர். தான் சொன்னபடியே செய்தும் காட்டிய இவரை என்னால் நம்பால் இருக்க முடியவில்லை.

"எனக்கு எந்த ஒரு அவசரமும் இல்லை. இன்றிரவு என் குழந்தைகள் தங்கள் தாத்தா பாட்டி வீட்டில் தங்கியிருக்கிறார்கள், என் மனைவி எழுந்து கொள்வதற்கு இன்னும் நிறைய நேரம் இருக்கிறது. அதனால் தயவு செய்து தொடருங்கள் ஜூலியன்" என்று அவரை வற்புறுத்தினேன்.

என் குரலில் உள்ள களங்கமில்லாத் தன்மையை உணர்ந்த ஜூலியன், யோகி ராமன் தன் வாழ்க்கையை சிறப்பிக்கக் கூறிய குறியீடுகள் நிறைந்த கதையை மேலும் தொடர்ந்தார்.

"கதையில் வந்த தோட்டம், உன் மனத்தின் உள்ள மிக வளமான தோட்டத்தை குறிக்கிறது என்று ஏற்கனவே சொன்னேன் அல்லவா. உன் வாழ்க்கையின் இலக்குகளையும் குறிக்கோளையும் குறிக்கும் கலங்கரை விளக்கத்தைப் பற்றியும் நாம் பார்த்தோம். கதை மேலும் தொடர, அந்த கலங்கரை விளக்கின் கதவு மெல்லத் திறந்து, அதிலிருந்து ஒன்பது அடி உயரமுள்ள நானூறு சொச்சம் கிலோ எடையுள்ள ஒரு சுமோ மல்யுத்த வீரர் வெளியே வருகிறார் என்றும் சொன்னேன், நினைவிருக்கிறதா?"

"ஆமாம், அது என்னவோ ஒரு பழைய விட்டலாச்சாரியா படம்போல் தோன்றியதே அதுதானே!" என்றேன்.

"ஆம் அதேதான், என் சிறுவயதில் எனக்கு அந்த மாயாவி படங்கள் ரொம்ப பிடிக்கும்!" என்றார்.

"எனக்கும்தான். சரி சரி குறுக்கிட்டதற்கு மன்னிக்கவும். கதையை தொடருங்கள்" என்றேன்.

"இந்த சுமோ மல்யுத்த வீரர் இருக்கிறாரே, அவர் சிவானாவின் ஞானிகளின் தத்துவத்தின் ஒரு மிக முக்கிய அங்கம் வகிக்கிறார். பல நூற்றாண்டுகளுக்கு முந்தைய காலத்தில், உலகத்தின் கிழக்குப்பகுதியில், கைஸென் என்ற தத்துவம் உருவாகியிருந்ததைப் பற்றி யோகி ராமன் எனக்கு சொல்லியிருக்கிறார். 'இடைவிடாத தொடர்ந்த முன்னேற்றம்' என்று ஜப்பானிய மொழியில் இந்த வார்த்தைக்கு அர்த்தமுண்டு. முழுமையான வெற்றிகரமான வாழ்க்கை வாழும் ஒவ்வொரு ஆணும் பெண்ணும் இந்த அனுபவத்தை தங்கள் வாழ்க்கையின் அங்கம் ஆக்கிக்கொண்டிருக்கிறார்கள்." என்று விளக்கினார்.

"அந்த ஞானிகளின் வாழ்க்கையில் நீங்கள் சொன்ன இந்த கைஸென் முன்னேற்றத்தை எப்படி கொண்டுவந்தது?"

"ஜான், நான் முதலிலேயே சொன்னதுபோல், வெளிப்புற வெற்றி என்பது முதலில் உள்மனதில் இருந்து தான் துவங்குகிறது. உன் உடல் ஆரோக்கியத்தையோ உன் உறவுநிலைகளையோ உன் பொருளாதார நிலையையோ எதை வேண்டுமானாலும் நீ மேம்படுத்த முயன்றால், முதலில் உன் உள்மனத்தினை சரியாக்க வேண்டும். நீ மன அளவில் சிறிது சிறிதாக முன்னேறிக்கொண்டிருந்தால் மட்டுமே

தன் பொக்கிஷத்தை விற்ற துறவி

இது சாத்தியமாகும். வாழ்க்கையின் மேல் கட்டுப்பாடு பெறவும் ஆளுமை பெறவும் அடிப்படை தேவை சுய கட்டுப்பாடும், சுய ஆளுமையும்தான்" என்று தன் நிலையை விளக்கினார்.

"ஜூலியன், நான் சொல்கிறேன் என்று தவறாக எண்ணவேண்டாம். ஆனால், இந்த 'சுய முன்னேற்றம், உள்மன ஆளுமை என்பதெல்லாம் என் சாதாரணமான புரிதலுக்கு சற்று அதிகமாகவே தோன்றுகிறது. நான் சாதாரண வாழ்க்கை வாழும் ஒரு சாதாரண வக்கீல். இதுவரை நீங்கள் சொன்னவை எல்லாம் எனக்கு நன்றாகவே புரிந்தது. நீங்கள் சொன்னதைப் பற்றி யோசித்துப்பார்த்தால், இதுவரை நீங்கள் சொன்னதெல்லாமே இயல்பறிவுக்கு உட்பட்டதாகவே தோன்றுகிறது. ஆனால் இந்த கைஸென், உள்மன முன்னேற்றம் என்ற விஷயங்கள் கொஞ்சம் கடினமாக இருக்கின்றன. தயவுசெய்து கொஞ்சம் புரியும்படி விளக்க முடியுமா?" என்று கேட்டேன்.

ஜூலியன் உடனடியாக பதிலளித்தார் "நம்முடைய சமுதாயத்தில் ஏதாவது தெரியாது என்றால் அவர்களை எளியோர் என்று உதறித்தள்ளி விடுகிறோம். ஆனால், தங்களுக்கு இந்த குறிப்பிட்ட விஷயம் தெரியவில்லை என்று தைரியமாக சொல்லுகிறவர்கள் தான், முதலில் தெளிந்து அறிவைப் பெருகிறார்கள். உன் கேள்விகள் உன் இதயத்திலிருந்து வருகின்றன, அதனால் நேர்மையானதாக இருக்கின்றன. நீ புதிய யோசனைகளை வரவேற்கிறாய் என்றும் எனக்குத் தெரிகிறது. இன்று நமது சமுதாயத்தில் மாற்றம் என்பதுதான் மிகுந்த வலிமையுடையதாக இருக்கிறது. பலர் மாற்றத்தைப் பார்த்து பயம் கொள்கிறார்கள். அறிவாளிகள் அதை முழுமனதுடன் ஏற்றுக்கொள்கிறார்கள். ஜென் தத்துவத்தில் இதை அழகாக விளக்கியுள்ளார்கள். தங்கள் மனதினை புதிய விஷயங்களுக்காக திறந்து வைத்திருக்கும் அனைவரும் வெகு விரைவில் உயரிய மனநிலையை அடைகிறார்களாம். மிகச்சிறிய கேள்விகளாக இருந்தாலும் கேட்கத் தயங்காதே. கேள்வி கேட்பதுதான் கற்பதற்கு மிகச் சிறந்த வழி!" என்றார்.

"நன்றி. ஆனால் கைஸென் பற்றி இன்னும் சரியாகப் புரியவில்லையே" என்றேன், என் சந்தேகம் இன்னும் தீராமல்.

"உன்னை உள்ளிருந்து மேம்படுத்திக் கொள்வது பற்றி பேசும்போது, உன்னுடைய சுய முன்னேற்றத்தைப் பற்றி தான் சொல்கிறேன். உனக்கு நீயே செய்துகொள்ளும் மிகப்பெரிய உதவி அதுதான். உன்னை சரியாக முன்னேற்றிக் கொள்வதற்கு உன்னிடம் நேரம் போதவில்லை

என்று நீ நினைத்தாயானால் அது பெரும் தவறு. ஏன் சொல்கிறேன் என்று புரிகிறதல்லவா, நல்ல ஆற்றல், சுய கட்டுப்பாடு, உற்சாகம் ஆகியவற்றை நீ உன்னிடத்தில் வளர்த்துக்கொண்டால் உனக்கு வேண்டிய எதையும் நீ உன் வெளிப்புற உலகத்தில் செய்யலாம் சாதிக்கலாம்" என்றார்.

தொடர்ந்து, "உன்னுடைய ஆற்றல் மீதும் திறமையின் மீதும் உனக்கு நம்பிக்கை ஏற்பட்டுவிட்டால், நீ பெரும் சாதனைகள் படைத்து சிறந்த வாழ்க்கை வாழ்வதில் இருந்து உன்னை யாராலும் தடுக்கவே முடியாது. உன் மனத்தின்மேல் ஆளுமை கொண்டு, உன் உடலையும் ஆன்மாவையும் நன்கு கவனித்துக்கொள்ள நீ நேரம் எடுத்துக்கொண்டால் உன் வாழ்க்கையில் இன்னும் அதிக வளத்தை உருவாக்கலாம். கிரேக்க தத்துவஞானி எபிக்டேடஸ் கூறியதைப்போல, 'சுய ஆளுமை இல்லாத எந்த மனிதனும் சுதந்திர மனிதன் அல்ல'." என்று முடித்தார்.

"ஓ அப்படியானால் கைஸென் உண்மையாகவே தினப்படி உபயோகப்படும் விஷயம்தானா!" என்று ஆச்சரியப்பட்டேன்.

"ஆமாம். நீயே யோசித்துப் பாரேன். ஒருவன் தன்னையே சரியாக கவனித்துக் கொண்டு வளர்த்துக் கொள்ள முடியாமல் போனால், அவன் பெரிய நிறுவனத்தை எப்படி கவனித்துக் கொண்டு வளர்ச்சியடையச் செய்ய முடியும்! உன்னையே நீ சரிவர பார்த்துக்கொள்ள முடியாமல் போனால், உன் குடும்பத்தை எப்படி பார்த்துக்கொள்வாய்! உனக்குள் நன்மை தோன்றவில்லை என்றால் நீ மற்றவர்களுக்கு எப்படி நன்மை செய்வாய்! நான் சொல்வது புரிகிறதா?" என்று விளக்கினார்.

முழுமையான புரிதலுடன் நான் தலையாட்டினேன். என்னை நானே மேம்படுத்திக் கொள்வதை பற்றி நானே முதன்முறையாக யோசித்தது இப்போதுதான். நான் தினமும் அலுவலகம் செல்லும் வழியில், என்னுடன் ரயிலில் சென்று கொண்டிருக்கும் பலரும் 'தி பவர் ஆஃப் பாசிட்டிவ் திங்கிங்' போன்ற சுய முன்னேற்றப் புத்தகங்கள் படித்துக்கொண்டிருப்பதை காணும்போது, அவர்கள் அனைவருமே பெரும் கவலையுடன் தங்களை காப்பாற்றிக்கொள்ளத்தான் படித்துக் கொண்டிருக்கிறார்களோ என்று இதுவரை எண்ணியதுண்டு. இப்போதுதான் எனக்கு சரியாகப் புரிந்தது. தன்னைத்தானே பலப்படுத்திக்கொள்ள நேரம் ஒதுக்குபவர்கள் தான் உண்மையிலேயே முழுமையான வலிமை படைத்தவர்கள். நம்மை

தன் பொக்கிஷத்தை விற்ற துறவி

நாமே மேம்படுத்திக்கொண்ட பிறகுதான் மற்றவர்களை மேம்படுத்த உதவ முடியும். இதைப் புரிந்து கொண்டவுடனேயே நான் என்னுள் என்னவெல்லாம் மாற்றிக்கொள்ளலாம் என்று யோசனை செய்ய ஆரம்பித்தேன். உடற்பயிற்சி செய்தால் கிடைக்கும் நல்ல ஆற்றலும் ஆரோக்கியமும் எனக்கு நிச்சயம் தேவைப்படும். என்னுடைய முன்கோபத்தையும் மற்றவர்கள் பேசும்போது குறுக்கிட்டுப் பேசும் பழக்கத்தையும் விட்டுவிட்டால் நிச்சயம் என் மனைவியும் குழந்தைகளும் சந்தோஷப்படுவார்கள். தேவையில்லாத விஷயங்களுக்கெல்லாம் கவலைப்படும் பழக்கத்தை விட்டுவிட்டால், எனக்கு நிச்சயமாக நல்ல உறக்கமும் மன நிம்மதியும் கிடைக்கும். ஆகவே, நான் அதைப்பற்றி மேலும் மேலும் யோசிக்க, எனக்கு அதில் இருக்கும் நன்மைகள் புரிய ஆரம்பித்தன.

என் வாழ்க்கையில் நல்ல பழக்கங்களை ஏற்படுத்திக்கொண்டால் கிடைக்கும் நன்மைகளைப் பற்றி இன்னும் யோசிக்க யோசிக்க, என்னுள் ஒருவித மகிழ்ச்சி உருவானது. ஆனால், ஜூலியன் சொன்னது வெறும் தினசரி உடற்பயிற்சி, சரியான உணவுமுறை ஆகியவற்றையும் தாண்டிய விஷயம் என்று புரிந்தது. அவர் இமயமலையில் கற்றுக்கொண்டது இந்த சிறுசிறு விஷயங்களையும் தாண்டி மிகுந்த ஆழமான அர்த்தமுடையது. நற்பண்புகளை உருவாக்கிக்கொள்வதினால் வரும் வலிமை, மனதளவில் நம்மை வலிமைப்படுத்திக்கொள்வது, துணிச்சலுடன் வாழ்வது ஆகியவற்றின் முக்கியத்துவத்தைப் பற்றியல்லவா கூறினார்! இந்த மூன்று நற்பண்புகள் நம்மை நல்லதொரு வாழ்க்கை வாழ்வது மட்டுமின்றி, சாதனைகள் நிறைந்த நிம்மதியான மன அமைதியுடன் கூடிய வாழ்க்கையை வாழ்வதற்கும் உதவும் என்றார். துணிச்சல் என்ற பண்பினை எல்லோரும் வளர்த்துக்கொண்டால் நீண்டகால நன்மைதான் கிடைக்கும்.

"சரி, துணிச்சலுக்கு, சுய முன்னேற்றத்திற்கும் என்ன தொடர்பு இருக்க முடியும்!" என்ற சந்தேகத்தை கேட்டேன்.

"நம் வாழ்க்கையை நம் விதிமுறைகள் படி நாமே வாழ துணிச்சல் தான் கைகொடுக்கிறது. சரி என்று தோன்றுவதைச் செய்ய துணிச்சல் தான் நமக்கு உதவுகிறது. மற்றவர்கள் தோல்வியுற்ற போதிலும் விடாமுயற்சியுடன் நாம் ஈடுபட துணிச்சல்தான் நமக்கு உதவுகிறது. வாழ்க்கையில் நாம் அடையும் திருப்தி நிலை நம் துணிச்சலை பொறுத்தே இருக்கிறது. வாழ்க்கை எனும் அழகான காவியத்தின்

முழுமையான அழகினை அனுபவிக்க துணிச்சல்தான் துணை நிற்கிறது. சுய ஆளுமை அடைந்த அனைவருக்கும் இந்த துணிச்சல் என்பது சற்று கூடுதலாகவே இருக்கும்" என்று முக்கியத்துவத்தைப் பற்றி எடுத்துச்சொன்னார்.

"சரி, என்னை நானே முன்னேற்றிக் கொள்வதன் முக்கியத்துவத்தை நான் மெல்ல மெல்ல உணரத் துவங்கிவிட்டேன். என்னுடைய இந்த முன்னேற்றப் பயணத்தை நான் எங்கிருந்து ஆரம்பிப்பது?" என்று வழிகாட்டுதலுக்கு ஏங்கிக் கேட்டேன்.

இமயமலை உயரத்தில் விண்மீன்கள் மினுமினுத்த அழகிய இரவில் யோகி ராமனுடன் அன்று நடத்திய உரையாடலை ஜூலியன் மறுபடியும் நினைவு கூர்ந்தார். "முதலில், இந்த சுய முன்னேற்றம் என்ற விஷயத்தில் எனக்கும் முழுமையான பிடிப்பு கிடைத்திருக்கவில்லை. ஹார்வர்டு பல்கலைக்கழகத்தில் கல்விகற்ற அறிவுஜீவி என்று என்னை நானே நினைத்துக் கொண்டிருந்தேனே! அந்த நினைப்பு எவ்வளவு தவறானதாக இருந்தது! என்னுடைய அந்த எண்ணம் என்னை மனதளவில் எவ்வளவு மூடி விட்டிருந்தது! யோகி ராமனின் கூற்றை கேட்கக் கேட்க என் பழைய வாழ்க்கைமுறையில் நான் அனுபவித்த வலிகள் அனைத்தையும் நினைவு கூர்ந்தேன். மெல்லமெல்ல, கைஸென் என்ற சுயமுன்னேற்றத்தின் மூலம் மனதளவிலும் உடலளவிலும் ஆத்மார்த்தமாகவும் என்னை புதுப்பித்துக்கொண்டு புதிய வாழ்க்கை வாழும் எண்ணத்தை எதிர்நோக்கி நின்றேன்" என்றார்.

"சரி, எனக்கு ஒரு சந்தேகம். திடீரென்று இந்த மனதளவில், உடலளவில் ஆன்மிக ரீதியில் என்று அடிக்கடி ஏன் எல்லா இடங்களிலும் பேச்சு அடிபடுகிறது! டீவியில் எங்கு பார்த்தாலும் இதைப்பற்றித்தான் விவரித்துக் கொண்டிருக்கிறார்களே, ஏன்!" என்று கேட்டேன்.

"மனித வாழ்க்கையின் மும்மூர்த்திகள் அவைதான் என்றே கூறலாம். உடலளவில் இல்லாமல், வெறும் மனதளவில் மேம்பாடு காண்பது சரியான வெற்றியாகாது. உடலையும் மனதையும் உயர்நிலைக்கு கொண்டு சென்று, ஆத்மாவை அப்படியே பழையபடி விட்டுவிட்டால் உள்ளூர ஒரு வெறுமைத்தனம் தான் மிஞ்சும். ஆனால் இந்த மூன்று விஷயங்களையும் ஒருசேர உச்சநிலைக்கு கொண்டுசெல்ல எத்தனித்தால், உயரிய வாழ்வின் உயரிய மகிழ்ச்சி நிலையை அடையலாம்." என்றார்.

தன் பொக்கிஷத்தை விற்ற துறவி

இதைக் கேட்டதும் என்னுள் ஒருவிதமான பரவசம் பரவியது உண்மை.

"சரி, எங்கிருந்து துவங்குவது என்று நீ கேட்டாயல்லவா. தொன்றுதொட்டு சிறந்த பலன்கள் அளித்த பல வழிமுறைகளை நான் உனக்கு சொல்லித்தருகிறேன். ஆனால், அதற்கு முன்னால் ஒரு செய்முறை விளக்கம் பார்க்கலாமா? தண்டால் தெரியும் அல்லவா? வெறும் பாதங்களையும் உள்ளங்கைகளையும் நிலத்தில் வைத்து, உடல் எடையை நிலத்திலிருந்து மேலே தள்ளுவதுபோல் பயிற்சி செய்வோமே! அதை செய்வது போல் இங்கே வந்து நில்" என்று கட்டளையிட்டார்.

ஐயோ, என்ன இது, ஜூலியன் இப்போது பள்ளிக்கூட விளையாட்டு வாத்தியார் போல ஆகிவிட்டார் என்று நினைத்தாலும், வாயை மூடிக்கொண்டு அவர் சொன்னதை செய்தேன்.

"இப்போது உன்னால் எவ்வளவு எண்ணிக்கை முடியுமோ அத்தனை தண்டால் எடு. உன்னால் நிச்சயமாக முடியாது என்ற நிலைக்கு வரும்வரை நிறுத்தாமல் செய்" என்றார்.

என்னுடைய உடற்பயிற்சி என்பது அருகில் இருக்கும் உணவகம் வரை செல்வது அல்லது என் சக ஊழியர்களுடன் கால்ஃப் மைதானத்தில் மெல்ல நடைபோடுவது மட்டுமே தான் அல்லவா, அதனால் ஜூலியன் சொன்னதைச் செய்ய கஷ்டப்பட்டேன் என்பது உண்மைதான். முதல் பதினைந்து தண்டால்கள் மிகக்கடினமான இருந்தன. மாலைநேர வெப்பம் வேறு சேர்ந்துகொண்டு, வியர்க்க ஆரம்பித்தது. ஆனால் என் தன்மானமும் கையில் பலமும் மீதம் இருக்கும்வரை தொடர்வைத்து என்று உறுதிபூண்டேன். இருபத்தி மூன்று செய்ததும் என்னால் முடியவில்லை, நிறுத்திவிட்டேன்.

"ஐயோ இதற்கு மேல் முடியாது. உயிரே போய்விடும் போல் இருக்கிறது. எதற்காக இதையெல்லாம் செய்யச் சொல்கிறீர்கள்!" என்று தீன சுரத்தில் கேட்டேன்.

"இதற்குமேல் உன்னால் நிச்சயமாக முடியாதா?" என்றார்.

"நிச்சயம் முடியாதப்பா, விட்டுவிடுங்கள். சரி, இதில் இருந்து நான் என்னத்தை கற்றுக்கொள்ளப் போகிறேன், நெஞ்சுவலி வரவழைத்துக் கொள்வது எப்படி என்றா?"

என் வலியை கண்டுகொள்ளாமல், "இன்னும் பத்தே பத்து செய், பிறகு ஓய்வெடுத்துக் கொள்ளலாம்" என்று கட்டளையிட்டார்.

"என்னது விளையாடுகிறீர்களா!" என்று எதிர்த்தாலும், வேறு வழியில்லாமல் அவர் சொன்னதை செய்தேன். ஒன்று, இரண்டு, ஐந்து, எட்டு என்று இறுதியில் பத்து செய்து முடித்தேன். அதற்குமேல் சுத்தமாக முடியவில்லை, அப்படியே நிலத்தில் விழுந்து கிடந்தேன்.

"யோகி ராமன் எனக்கு இந்த சிறப்பான கதை சொன்ன அந்த இரவு எனக்கும் இதே அனுபவம்தான் ஏற்பட்டது. வலி நமக்கு சிறந்த பாடம் சொல்லித்தரும் ஆசிரியர் என்று உணர்ந்தேன்" என்றார் ஜூலியன்.

"புரியவில்லையே, இந்த அனுபவத்தின் மூலம் யார் என்ன கற்றுக்கொள்ள முடியும்" என்று வினவினேன்.

"அனைவருமே தங்களுக்கு எதுவும்தெரியாத நிலையை, அதாவது முற்றிலும் புதிய அனுபவத்தை உணரும்போது தான் மிகவும் வளர்ச்சி அடைகிறார்கள் என்று சிவானவின் ஞானிகள் உட்பட அனைவரும் நம்பினார்கள்" என்று விளக்கம் அளிக்கத் துவங்கினார்.

ஆனால் நான் பொறுமையில்லாமல் "அதற்கும் என்னை தண்டால் எடுக்கச் சொன்னதற்கும் என்ன சம்பந்தம்!" என்று கேட்டேன்.

"இருபத்துமூன்று தண்டால் எடுத்த பின்பு உன்னால் இதற்குமேல் நிச்சயம் முடியாது என்று நீ சொன்னாய். ஆனால் இன்னும் கொஞ்சம் செய்யச்சொல்லி நான் உனக்கு சவால் விட்டதும் நீ இன்னும் பத்து செய்து காட்டினாய் அல்லவா! அதாவது, உனக்குள் இன்னும் அதிக சக்தி இருந்திருக்கிறது. அந்த ஒளிந்திருந்த ஆற்றலைத் தேடி நீ சென்றதும் உனக்கு கிடைத்தது. "உன் வாழ்க்கையில் எல்லைக்கோடுகள் என்பது நீ அமைத்துக்கொள்வதுதான்" என்ற அடிப்படையான உண்மையை யோகி ராமன் எனக்கு கற்றுத்தந்தார். நீ வசதியாக வாழ்ந்து கொண்டிருக்கும் இடத்தை விட்டு வெளியே சென்று உனக்கு அறியாததை ஆராய ஆரம்பித்தால், உனக்குள் பொதிந்து கிடைக்கும் முழு ஆற்றலையும் நீ வெளியே கொண்டு வருகிறாய். உன்மீதும் உன் வாழ்க்கையில் இருக்கும் எல்லா சூழ்நிலைகள் மீதும் நீ ஆளுமை கொள்ள இதுதான் முதல் படி. உன்னால் முடியாது என்று நீ எண்ணியதை முயற்சிக்க ஆரம்பிக்கும்போதுதான், உனக்கே தெரியாமல் உன் மனதிலும் உடலிலும் இருக்கும் ஆற்றலை நீ கட்டவிழ்த்து உபயோகிக்க ஆரம்பிக்கிறாய்" என்றார்.

"அட! ரொம்ப சுவாரசியமாக இருக்கிறதே!" என்று தோன்றியது. சராசரி மனிதன் அவன் முழு ஆற்றலில் ஒரு மிகச்சிறிய பங்கை

மட்டுமே உபயோகிக்கிறான் என்று சமீபத்தில் ஏதோ ஒரு புத்தகத்தில் படித்தது நினைவுக்கு வந்தது. நாம் முழு ஆற்றலையும் நாம் உபயோகிக்க ஆரம்பித்தால் என்னவெல்லாம் செய்ய முடியும் என்று கற்பனை செய்து பார்க்கலானேன்.

ஜூலியன் தன் சிந்தனைகளில் முழுமூச்சில் இறங்கியிருந்ததை காண முடிந்தது. "உன் வாழ்வில் கைஸென் முறையை பின்பற்றுவது மிகவும் எளிதானது, தெரியுமா! தினமும், மனதையும் உடலையும் மேம்படுத்த உழைக்க வேண்டும். ஆன்மாவை தினமும் ஊக்கப்படுத்து. நீ எதைக்கண்டு பயப்படுகிறாயோ, அதை முயற்சித்துப்பார். முழு ஆற்றலோடும் ஆனந்தத்தோடும் வாழத் துவங்கு. தினமும் சூரியன் உதிப்பதைப் பார். மழையில் நடனமாடு. நீ எப்படிப்பட்ட மனிதனாக ஆவதற்கு விரும்புகிறாயோ, அப்படியே மாறிவிடு. பணம், வயது என்று ஏதாவதொவொரு காரணத்திற்காக நீ செய்யமுடியாது என்று ஒதுக்கிவைத்தை செய். முழுமையான, உயரிய வாழ்க்கையை வாழ உன்னை தயார்செய்துகொள். தயாரான மனநிலை உடைய மனிதனின் வாழ்க்கையில்தான் அதிர்ஷ்டம் இருக்கும் என்று ஒரு சொல் உண்டு. என்னைப் பொறுத்தவரை வாழ்க்கையே அப்படித்தான், தயாரான மனநிலை உடையவனிடம் தான் வாழ்க்கையே அமையும்!" என்றார்.

மேலும் தொடர்ந்தார் - "உன்னை முன்னேற விடாமல் பிடித்து வைத்திருக்கும் எல்லா விஷயங்களையும் முதலில் அடையாளம் கண்டுகொள். பலபேருக்கு முன்னால் பேச பயமா, அல்லது உறவுகளில் ஏதாவது பிரச்னையா? இன்னும் அதிக ஆற்றல் வேண்டும் என்று தோன்றுகிறதா? உன்னுடைய குறைபாடுகள் எதுவென்று நீ நினைக்கிறாயோ, அவற்றை முதலில் பட்டியலிட்டுக் கொள். திருப்தியான வாழ்க்கை வாழ்பவர்கள் மற்றவர்களைவிட நன்கு ஆழ்ந்து யோசிக்கக்கூடியவர்கள். நீ ஆசைப்பட்ட வாழ்க்கையை அடைய முடியாமல் பிடித்துவைத்திருக்கும் விஷயங்கள் என்னவாக இருக்கும் என்று ஆழமாக யோசித்துப்பார். உன்னுடைய குறைபாடுகள் என்னவென்று பட்டியலிட்ட பிறகு, அவற்றை ஒவ்வொன்றாக தைரியமாக எதிர்கொள்ளத் துவங்கு. பொது மேடையில் அல்லது பிறருக்கு முன்னால் சொற்பொழிவு ஆற்றத் தயக்கம் என்றால், இருபது சொற்பொழிவுகள் கொடுப்பதாக எங்காவது சபதம் செய்துகொள். புதிய வியாபார முயற்சி துவங்குவது அல்லது கடினமான பழைய உறவுகளில் இருந்து வெளியேறுவது என்று எதுவாக இருந்தாலும், உனக்குள் இருக்கும் மனோதிடத்தை

உபயோகித்து, அதை செய்துமுடிப்பதாய் உனக்கே உனக்கு சபதம் எடுத்துக்கொள். பல வருடங்களுக்குப் பிறகு உண்மையான சுதந்திரம் என்னவென்று நீ அறிவாய். இறுதியில் பயம் என்பது என்ன, நீயாகவே உருவாக்கியிருக்கும் ஒரு எதிர்மறையான ஆற்றல்தானே!" என்று எனக்கு தைரியம் சொன்னார்.

"என்னது, பயம் என்பதை வெறும் ஒரு எதிர்மறையான ஆற்றல் என்று எடுத்துக்கொள்ளலாமா! கேட்க நன்றாகத்தான் இருக்கிறது. நீங்கள் சொல்வதைப்பார்த்தால் என் பழைய பயங்கள் எல்லாமே வருடக்கணக்கில் என் மனதிற்குள் வந்து உட்கார்ந்திருக்கும் வேண்டாத சிறுசிறு கிருமிகள் என்பது போல் உள்ளதே!" என்றேன்.

"அதைத்தான் நான் சொல்கிறேன் ஜான். ஒவ்வொரு முறையும் ஏதாவதொரு பயத்தின் காரணமாக நீ வேண்டியதை செய்யாமல் விட்டுவிட்டதனால், அந்த கிருமிகள் இன்னும் பலம் பெற்றிருக்கின்றன. ஆனால், நீ உன் பயத்தின்மேல் ஆளுமை கொண்டுவிட்டால், உன் வாழ்க்கையின்மேல் நீ மீண்டும் ஆளுமை பெற்றுவிடுவாய்" என்றார் ஜூலியன்.

"ஏதாவது உதாரணம் சொல்ல முடியுமா" என்றேன்.

"நிச்சயமாக! பொதுமேடையில் பேசுவது என்பதையே எடுத்துக்கொள்வோமே. இன்றும் பலர் அதைக் கண்டுதான் மிகவும் பயப்படுவார்கள். நான் வக்கீலாக என் வாழ்க்கையை ஆரம்பிக்கும்பொழுது ஆச்சரியப்படும்படியான ஒரு விஷயத்தைக் கண்டிருக்கிறேன். பல வழக்கறிஞர்கள் எல்லோர் மத்தியிலும் எழுந்து பேச பயந்துகொண்டு, நீதிமன்றத்திற்குள் வருவதையே எப்பாடு பட்டாவது தவிர்க்க முயல்வார்கள்! தங்கள் கட்சிக்காரர்களுக்கு நஷ்டம் ஏற்பட்டாலும் பரவாயில்லை என்று, எதுவாக இருந்தாலும் தனியாக கோர்ட்-க்கு வெளியே தனியாக பேசித் தீர்த்துக்கொள்ளலாமே என்று விட்டுவிடுவார்கள்.

"ஆமாம், நானும் இதுபோன்ற பல வக்கீல்களைக் கண்டிருக்கிறேன்" என்றேன்.

"இவர்கள் எல்லாம் பிறக்கும்பொழுதே இந்த பயத்தோடுதான் பிறந்திருப்பார்கள் என்று நினைக்கிறாயா என்ன! ஒரு குழந்தையைப் பார். அவள் மனதில் எந்த விதமான தடைகளும் இருப்பதில்லை அவள் மனது பல்வேறு சாத்தியங்களும் வாய்ப்புகளும் நிறைந்த ஒரு திறந்த புல்வெளியைப் போல இருக்கும். சரியாக அறுவடை செய்தால் அது அவளுக்கு பல பெருமைகள் கொண்டு சேர்க்கும்.

தேவையற்ற எதிர்மறை விஷயங்களைக் கொண்டு நிரப்பினாலோ, அது வெறும் சாதாரணமான பலன்களையே அளிக்கும். நான் சொல்வதெல்லாம் இதுதான் - பொதுமேடையில் பேசுவதோ, அலுவலகத்தில் உயரதிகாரியிடம் சென்று சம்பள உயர்வு கேட்பதோ, அழகான குளத்தில் முதன்முறையாக நீச்சல் செய்வதோ அழகிய நிலா வெளிச்சத்தில் கடற்கரையோரம் நடந்து செல்வதோ, எதிலுமே மகிழ்ச்சியோ கஷ்டமோ தானாக இருப்பதில்லை. அந்த கஷ்டமோ மகிழ்ச்சியோ நமக்குள்ளே தான் இருக்கிறது!" என்றார்.

"கேட்கவே சுவாரசியமாக இருக்கிறதே!" என்றேன்.

"அழகான ஒரு பகல் பொழுதினை சோகத்துடன் காண்பதற்கு ஒரு சிறிய குழந்தைக்கு பயிற்சி அளிக்கலாம். ஒரு சிறு நாய்க்குட்டியை பயங்கரமான மிருகமாகக் கருத ஒரு குழந்தைக்கு சொல்லிக்கொடுக்கலாம். எல்லா கஷ்டங்களிலிருந்தும் விடுதலை பெற்றுத்தரும் சாவியாக ஒரு கொடிய போதைப்பொருளைக் காணும்படி ஒருவருடைய மனதினை பக்குவப்படுத்தலாம். அதாவது, எந்த ஒரு விஷயமுமே நாம் அதை எப்படிப் பார்க்கிறோம் என்றும் நாம் மனதை எப்படி பக்குவப்படுத்திக் கொள்கிறோம் என்றும் தான் இருக்கிறது, அல்லவா!" என்றார்.

தொடர்ந்து "பயத்துக்கும் இதே மனப் பக்குவம் தான் அடிப்படை. பயம் உயிரின் ஆற்றலையும் சக்தியையும் அப்படியே உறிஞ்சி விடும் தன்மை கொண்டது. பயம் எப்பொழுதெல்லாம் தலை தூக்குகிறதோ, அதை அப்படியே அடித்து அடக்கிவிட வேண்டும். இதற்கு மிகவும் சிறந்த வழி என்ன தெரியுமா - நீ எதைக்கண்டு மிகவும் அஞ்சுகிறாயோ அதை செய்வது தான். பயத்தை புரிந்து கொள். அது நீ உருவாக்கியதுதானே, அதனால் உன்னாலேயே அதை அழித்துவிடவும் முடியும் அல்லவா! உன் மனதின் கோட்டைக்குள் சிறிதுசிறிதாக ஊடுருவியுள்ள ஒவ்வொரு பயத்தையும் அடையாளம் கண்டு அழித்துவிடு. அதுமட்டுமே உனக்கு அளவுகடந்த தன்னம்பிக்கையையும் மகிழ்ச்சியையும் மன நிம்மதியையும் அளிக்கும்" என்றார்.

"மனித மனம் முழுமையாக பயம் இல்லாத நிலையை அடைய முடியுமா என்ன?" என்று எனக்கு சந்தேகம் எழுந்தது. ஜூலியன் தானே, கூச்சம் எதற்கு, கேட்டுவிட்டேன்.

"நல்ல கேள்வி ஜான். 'ஆம் நிச்சயம் முடியும்' என்பதுதான் அதற்கு அழுத்தமான பதில். சிவானாவின் ஒவ்வொரு ஞானியும்

முற்றிலும் பயமில்லாதவர்களாக இருந்தனர். அவர்கள் நடக்கும் விதத்திலும் பேசும் விதத்திலும் அவர்கள் கண்களிலும் இதைக் காண முடிந்தது. இன்னொரு விஷயம் சொல்லட்டுமா? நானும் அதேபோல முற்றிலும் பயமில்லாத நிலையில் இருக்கிறேன். என்னை நன்றாக அறிந்து கொண்டிருக்கிறேன். என் இயற்கையான நிலை என்பதே அளவற்ற பலமும் ஆற்றலும் நிறைந்தது என்பதை புரிந்து கொண்டேன். சரியான நிலையான சிந்தனை இல்லாததும் இத்தனை வருடங்களாக என்னை நானே சரியாக கவனித்துக்கொள்ளாமல் இருந்ததும் தான் நான் செய்த தவறு. இன்னொன்றும் சொல்கிறேன் கேள், உன் மனதில் இருந்து பயத்தை அறவே வெளியேற்றினால் உன் இளமையும் உற்சாகமும் மீண்டும் கிடைத்து விடும்" என்றார்.

"ஆமாம், நீங்கள் கூட சற்று முன்னே சொன்னீர்களே அதுதானே" என்று என் அறியாமையை மறைத்துக்கொண்டே சொன்னேன்.

"ஆமாம், சிவானாவின் ஞானிகள் கடந்த ஐயாயிரம் வருடங்களுக்கு மேலாக இதைப்பற்றி அறிந்திருந்தார்கள்" என்று முகத்தில் பிரகாசமான சிரிப்போடு சொன்னார். "அந்த ஞானிகள் என்னிடம் இன்னொரு விஷயத்தையும் சொன்னார்கள். சுய முன்னேற்றத்தை நோக்கிய உன் பயணத்தில் அதுவும் மிகவும் பயனுள்ளதாக இருக்கும் என்று நினைக்கிறேன். நான் சற்றே சோர்வாக உணர்ந்த பொழுது என்னை ஊக்கப்படுத்த அது எனக்கு மிகவும் உதவியாக இருந்தது. சுருக்கமான ஆனால் ஆழமான தத்துவம் அது - 'சாதாரணமான வாழ்க்கையை வாழ்பவர்களைக் காட்டிலும் உயரிய வாழ்க்கை வாழ்பவர்கள் வித்தியாசமாக செய்வது என்னவென்றால், சாதாரணமானவர்கள் செய்ய விரும்பாத விஷயங்களையும் அவர்கள் செய்யத் தயங்குவதில்லை. அது தங்களுக்கே கூட இஷ்டப்படாமல் இருந்தாலும் பரவாயில்லை என்று அதை அவர்கள் முனைந்து செய்வார்கள்' என்பதுதான் அது. தினசரி வாழ்க்கையில் ஆழமான உண்மையான மகிழ்ச்சி காண்கிறவர்கள், நீண்டகால நன்மைக்காக குறுகியகால இன்பத்தைத் தள்ளி வைக்கத் தயங்குவதில்லை. அதனால் அவர்கள் தங்கள் குறைபாடுகளையும் பயங்களையும் நேரடியாக எதிர்கொள்கிறார்கள். புரியாத புதிதான விஷயங்களைச் செய்வதினால் சிலசமயம் அசவுகரியம் ஏற்பட்டாலும் அதைபற்றி அதிகம் கவலைப்படுவதில்லை. கைஸென் முறைப்படி, தினமும் தங்களுடைய ஒவ்வொரு பகுதியையும் சிறிதுசிறிதாக தொடர்ந்து முன்னேற்றிக் கொண்டே இருப்பார்கள். பயிற்சி செய்துகொடிருந்தால், அதுவரை

கடினமாகத் தோன்றியவையும் எளிதாகி விடும். அவர்களுக்கு கிடைத்திருக்கவேண்டிய மகிழ்ச்சி நிம்மதி அனைத்தையும் தடைசெய்துகொண்டிருந்த அனைத்து பயங்களும் புயல்காற்றில் விழுந்த வேலிபோல் விழுந்துவிடும்." என்றார்.

"அதாவது, நான் என் வாழ்க்கையை மாற்றிக்கொள்ள ஆரம்பிப்பதற்கு முன்னால், என்னையே மாற்றிக்கொள்ள வேண்டும் என்று சொல்கிறீர்கள் அல்லவா?" என்று கேட்டேன்.

"ஆம் ஜான். அதேதான். கல்லூரியில் நான் படித்துக்கொண்டிருந்த போது என் பேராசிரியர் சொல்லிக்கொடுத்த கதையை போலத்தான் இதுவும். ஒருநாள் அலுவலகத்தில் இருந்து களைப்புடன் வீடுதிரும்பிய தந்தை ஓய்வாக செய்தித்தாளை எடுத்து பிரிக்கலானாராம். அப்போது அவரை விளையாடக் கூப்பிடுவதற்காக அவரது மகன் அங்கே வந்து அவரை நச்சரிக்க ஆரம்பித்தானாம். பொறுமையிழந்த தந்தை, மகனுக்கு ஏதாவது வேலை கொடுத்து அவனை சமாளிக்கலாம் என்று எண்ணி, செய்தித்தாளில் இருந்த உலகத்தின் வரைபடம் ஒன்றை பிரித்தெடுத்து, அதை சுக்குநூறாகக் கிழித்து மகனிடம் கொடுத்தார். மீண்டும் ஒட்டவைப்பதற்கு ஒரு மணிநேரமாவது ஆகும், அதுவரை ஓய்வு கிடைக்கும் என்று எண்ணினார். ஐந்தே நிமிடங்களில் மகன் மீண்டும் ஒட்டவைத்த படத்துடன் திரும்பவே ஆச்சரியத்தில் ஆழ்ந்தாராம். மகன் அமைதியாக "அப்பா, நீங்கள் கொடுத்த உலக வரைபடம் கடினமானதுதான். ஆனால் அதன் பின்புறம் ஒரு மனிதனின் படம் இருந்ததை நான் பார்த்தேன். மனிதனை சரிசெய்தேன், உலகமும் சரியாகிவிட்டது!" என்று தந்தையிடம் விளக்கினானாம்.

"நீயே பாரேன் ஜான். ஹார்வார்ட் பல்கலை கழகத்தில் இருந்து சிவானா வரை நான் பார்த்த அனைவருமே மகிழ்ச்சிக்கான உண்மையான வழி எதுவென்று நன்கு அறிந்திருந்தார்கள்" என்று பொறுமையாக விளக்க ஆரம்பித்த ஜூலியனிடம் நான் சற்று பொறுமையிழந்து "சீக்கிரம் சொல்லுங்களேன்" என்றேன்.

"நான் முன்னரே சொன்னதுபோல் தான் - 'துல்லியமான உயரிய குறிக்கோள் கொண்டு, அதை சிறிதுசிறிதாக அணுகி அடைந்தால் கிடைப்பதே உண்மையான மகிழ்ச்சி." என்று விளக்கம் அளித்தார்.

"சரி, தாங்கள் செய்யும் வேலையை விரும்பிச்செய்யும் அனைவருக்கும் மகிழ்ச்சி கிடைக்கிறது என்றால், இங்கே உள்ள இவ்வளவு பேர் ஏன் மகிழ்ச்சியில்லாமல் இருக்கிறார்கள்?" என்ற என் சந்தேகத்தை எழுப்பினேன்.

"நீ சொல்வது சரிதான் ஜான், நீ விரும்பும் விஷயத்தை செய்வது என்பதற்கு நல்ல துணிச்சல் வேண்டும். ஏனென்றால் சிலசமயம் நீ தற்போது செய்துகொண்டிருக்கும் வேலையை விட மாறுபட்டதாக இருக்கலாம். நீ விரும்பும் விஷயம் நீ பார்த்துப் பழகிய விஷயங்களில் இருந்து உன்னை தூர விலக்கிச் செல்லலாம். இந்த மாற்றம் எப்போதுமே சற்று கடினமாக இருக்கக்கூடும். ஆனால், இத்தனையையும் மீறிய ஒரு விஷயம் நிச்சயம் தெரியும். அந்த புதிய, விரும்பிய வேலையைச் செய்வதில் தான் மகிழ்ச்சியான வாழ்க்கை என்பது அமையும்"

"சரி, நீங்கள் சொன்ன அந்த அளவு துணிச்சலை எப்படி உருவாக்கிக் கொள்வது?" என்ற கேள்வி என்னுள் எழுந்தது.

"நான் சொன்ன கதையைப் போலத்தான், மனிதனை சரி செய். உன் உலகமும் சரியாகிவிடும். உன் மனதையும் உடலையும் ஆத்மாவையும் கட்டுப்படித்தி ஆளுமை கொண்டால், ஏதோ மாயம் செய்ததுபோல் மகிழ்ச்சியும் வளமும் உன் வாழ்வில் பொங்கி வழிய ஆரம்பிக்கும். ஆனால், இதற்காக, ஒவ்வொரு நாளும் நீ உன் சுய முன்னேற்றத்திற்காக உழைக்க வேண்டும், தினமும் வெறும் பத்து பதினைந்து நிமிடங்களே ஆனாலும் பரவாயில்லை, இதை செய்தே ஆகவேண்டும்." என்றார்.

"சரி, நீங்கள் சொன்ன கதையில் ஒரு ஒன்பதடி உயர நானூறு கிலோ ஜப்பானிய சுமோ மல்யுத்த வீரர் வந்தாரே, அவர் எதைக் குறிப்பிடுகிறார்?"

"ஓ அவர்தானே. கைஸென் என்றால், ஜப்பானிய மொழியில் தொடர்ந்த சுயமுன்னேற்றம் என்று பொருள். அதைத்தான் அவர் குறிக்கிறார்" என்றார் ஜூலியன்.

சில மணி நேரங்களிலேயே, நான் இதுவரை கேட்டிருந்த மிகவும் அதிசயமான கருத்தாழமிக்க விஷயங்களை அழகாக எடுத்துச் சொல்லியிருக்கிறார் ஜூலியன். என் மனதில் இருக்கும் மாய ஆற்றலைப்பற்றி கற்றுக்கொண்டேன். என் மனதை நிச்சலனமாக்கி என் இலக்குகள் மீது கவனம் செலுத்துவது எப்படி என்று எளிதாக செயல்படுத்தக்கூடிய வழிமுறைகளை கற்றுக்கொண்டேன். வாழ்க்கையில் தெளிவான குறிக்கோள்கள் அமைப்பதன் முக்கியத்துவத்தையும், என் பணியிட வாழ்க்கையிலும் தனிப்பட்ட வாழ்க்கையிலும் ஆன்மிக நம்பிக்கையிலும் குறிப்பான இலக்குகள் அமைத்துக்கொள்வதன் முக்கியத்துவத்தைப் பற்றியும்

தெரிந்துகொண்டேன். இப்போது, சுய முன்னேற்றத்திற்கான காலம்கடந்த வழிமுறையான கைஸென் பற்றியும் கற்றுக்கொண்டிருக்கிறேன்.

"இந்த கைஸென் முறையை நான் எப்படி கற்றுக்கொள்வது?"

"சுய ஆளுமை எனும் இலக்கை நோக்கி நீ சென்று சிறந்த பலன்கள் பெற பத்து பண்டைய பழக்கங்களை உனக்குக் கற்றுத் தரப் போகிறேன். முழு நம்பிக்கையுடன் நீ அவற்றை தினமும் கடைபிடித்தால், ஒரே மாதத்திற்குள் நீ ஆச்சரியப்படும்படியான பலன்களை காண்பாய். உன் தினசரி வாழ்க்கைமுறையில் நீ அவற்றை சேர்த்துக்கொண்டால், சிறந்த உடல் ஆரோக்கியம், நிம்மதி, மட்டற்ற மகிழ்ச்சி மற்றும் மன அமைதியைப் பெறுவாய். இறுதியில் நீ உன் குறிக்கோளினை நிச்சயம் சென்றடைவாய்.

இந்த பத்து செயல்முறைகளையும் யோகி ராமன் எனக்கு முழுமையான நம்பிக்கையுடன் கற்றுத்தந்தார். அதன் பலன் இதோ உன்முன்னே நானே நிற்கிறேனே. நான் உன்னிடம் கேட்டுக்கொள்வது இதுதான் - நான் சொல்வதை முழுமையாகக் கேட்டு, அதன் பலன்களை நீயே சரிபார்த்துக்கொள்." என்றார்.

"வெறும் முப்பதே நாட்களில் வாழ்க்கையையே மாற்றியமைக்கும் பலன் கிடைக்குமா என்ன!" என்றேன் ஆச்சரியத்துடன்.

"ஆமாம், நிச்சயமாக. ஆனால் இதற்காக நீ செய்ய வேண்டிய கைம்மாறு என்னவென்றால், நான் இப்போது உனக்குக் கற்றுக்கொடுக்கும் செயல்திட்டங்களை தினம் ஒரு மணிநேரமாவது ஒதுக்கி முப்பது நாட்களுக்கு தவறாமல் கடைபிடிக்க வேண்டும். நீ உன்மேல் செய்யும் இந்த முதலீடே போதுமானது. இந்த முக்கியமான விஷயத்தை செய்வதற்கு உன்னிடம் நேரம் இல்லை என்று மட்டும் சொல்லாதே!" என்றார் கறாராக.

"என்னிடம் நிஜமாகவே நேரம் இல்லையே ஜூலியன், என்ன செய்வது! என் வேலை இப்போது நல்ல நிலமையில் இருக்கிறது. எனக்காக செலவழிக்க என்னிடம் பத்து நிமிடம் கூட இல்லை, நீங்கள் ஒரு மணிநேரம் என்கிறீர்களே!" என்றேன்.

"ஜான், நான் முன்னரே சொல்லியிருக்கிறேன். உன்னுடைய முன்னேற்றத்திற்கு செலவுசெய்ய உன்னிடம் நேரம் இல்லை என்று சொல்வது, வண்டி ஓட்டிக்கொண்டே இருப்பதனால் பெட்ரோல் போட நிற்பதற்கு நேரம் இல்லை என்று சொல்வதைப்போல் ஆகிவிடும். இறுதியில் உன்னுடைய இந்த அவசரம் உனக்கு எதிராக செயல்படத் துவங்கிவிடும்" என்று சற்று கண்டிப்பாகத்தான் சொன்னார்.

"அப்படியா" என்னால் இதை முழுமையாக நம்ப முடியவில்லை.

"சரி, நான் இப்படி சொல்கிறேன், இதாவது உனக்குப் புரிகிறதா பார்ப்போம். நீ பல லட்சம் ரூபாய் மதிப்புள்ள ஒரு மிகச்சிறந்த ரேஸ் காரைப் போல இருக்கிறாய் என்று வைத்துக்கொள்வோம். உன் மூளை என்பது பிரபஞ்சத்திலேயே மிகவும் அதிசயமான ஒரு விஷயம். உன் உடல் நீயே அதிசயிக்கும் அளவு விஷயங்களைச் செய்ய வல்லது. இதுவரை புரிகிறதா?"

"புரிகிறது"

"பல லட்சம் விலையுள்ள இந்த இயந்திரத்தின் முழு மதிப்பையும் தெரிந்து கொண்ட நீ, இதை ஒவ்வொரு நாளும் ஒவ்வொரு நிமிடமும், அதன் இஞ்ஜின் சூடு கூட தணிவதற்கு கொஞ்சமும் அவகாசம் கொடுக்காமல் ஓட விடுவாயா?"

"நிச்சயம் மாட்டேன்" என்றேன்.

"பின்னர், உன்னுடைய சொந்த மூளையின் இஞ்ஜின்-இன் சூடு தணிவதற்கு நீ ஏன் அவகாசம் கொடுத்துக்கொள்ள மாட்டேன் என்கிறாய்? சொல்வது புரிகிறதா? உன்னை நீயே புதுப்பித்துக் கொள்ள நேரம் எடுத்துக்கொள்ள வேண்டியது மிகமிக அவசியம். சொல்லப்போனால், சுய முன்னேற்றத்திற்காக உன் தினசரி வேலையில் இருந்து நேரம் ஒதுக்கிக்கொண்டால், நீ உன் வேலைக்குத் திரும்பும் பொழுது உன் செயல்திறன் பன்மடங்கு அதிகரித்திருப்பதை நீயே காண்பாய்" என்றார்.

"ஒவ்வொரு நாளும் வெறும் ஒரே ஒரு மணிநேரம் போதுமா என்ன?" நம்பிக்கையில்லாமல் கேட்டேன்.

"நான் பலகாலம் தேடிக்கொண்டிருந்த மாய மந்திரம் இதுதான் ஜான். என் பழைய வாழ்க்கை முறையில் இருந்திருந்தால், இதன் முக்கியத்துவம் எனக்குப் புரிந்திருந்தால், இதை கற்றுக்கொள்ள நான் பல லட்சம் ரூபாய் கொடுக்கவும் தயாராக இருந்திருப்பேன். உலகின் மிக முக்கியமான அறிவு எல்லாவற்றையும் போல, இது பொருட்செல்வத்திற்கு அப்பாற்பட்டது என்றும் இலவசமாகவே கிடைக்கும் என்றும் எனக்குத் தெரியாமல் போனது. நான் சொல்லும் இந்த விஷயத்தின்மேல் முழு நம்பிக்கை வைத்து, மிகுந்த கட்டுப்பாட்டுடன் தினமும் கடைபிடிக்க வேண்டும். இது அவசர அவசரமாக கொடுக்கப்படும் குறைந்தகால முடிவு கிடையாது. இதில் நீ இறங்கினால், முழுமையாக இறங்கவேண்டும்."

தன் பொக்கிஷத்தை விற்ற துறவி

"என்ன சொல்ல வருகிறீர்கள் நீங்கள்?"

"ஒவ்வொரு நாளும் ஒரு மணிநேரம் செலவு செய்து உன்னை சுய பராமரிப்பு செய்துகொண்டால், ஒரு மாதத்தில் நிச்சயம் பலன்கள் கிடைக்கும். ஆனால் அதற்கு நீ சரியான விஷயங்களை கடைபிடிக்க வேண்டும். எந்த ஒரு புதிய பழக்கமும் முழுமையாக செயல்பட குறைந்தது ஒரு மாத அவகாசம் தேவைப்படும். இந்த காலகட்டத்திற்குப் பிறகு, நீ கற்றுக்கொண்ட இந்த புதிய வழிமுறைகள் எல்லாம் அழகாகப் பழகிவிடும். உனக்கு பலன்கள் கிடைத்துக்கொண்டிருக்க வேண்டும் என்றால், இந்தப் பயிற்சிகளையும் நீ விடாது செய்துகொண்டிருக்க வேண்டும் என்பது மிக மிக அவசியம்" என்று நினைவுபடுத்தினார்.

"நீங்கள் சொல்வது நியாயமாகத்தான் இருக்கிறது" என்றேன். ஜூலியன் தன்னுடைய வாழ்க்கையில் எங்கிருந்தோ அளவுகடந்த உற்சாகத்தையும் உத்வேகத்தையும் உள்மன அமைதியையும் கண்டெடுத்திருக்கிறார். சொல்லப்போனால், அவருடைய சொந்த வாழ்க்கையிலேயே, வயதான வக்கீலாக இருந்த அவர் இவ்வளவு உற்சாகத்துடன் கூடிய ஒரு தத்துவஞானியாக மாறியிருப்பது ஒரு அதிசயம் தான். அவர் எனக்குச் சொல்லிக்கொடுக்கும் வழிமுறைகளை தினமும் கடைபிடிக்க ஒவ்வொரு நாளும் ஒரு மணிநேரம் ஒதுக்குவது என்று அந்த நொடிப்பொழுதில் நான் முடிவுசெய்தேன். மற்றவர்களை திருத்துவதற்கு முன்னால் நான் என்னையே திருத்திக்கொண்டு முன்னேறுவது என்று முடிவு செய்தேன். நிச்சயம் முயற்சியாவது செய்யலாம் அல்லவா!

அன்றைய இரவில், என் வீட்டின் வரவேற்பறையில், "பிரகாசமான வாழ்க்கைக்கு பத்து வழிமுறைகள்" என்று ஜூலியன் சொன்னதை கற்றுக்கொண்டேன்.

அதில் சிலவற்றை செய்வதற்கு கொஞ்சம் அதிக கவனம் தேவைப்பட்டது. மற்றவற்றை என்னால் எளிதாகக் கடைபிடிக்க முடிந்தது. அனைத்து வழிமுறைகளுமே சுவாரசியமாக, நற்பலன்களை எதிர்நோக்கியவையாக இருந்தன.

"முதல் செயல்முறையை சிவானாவின் ஞானிகள் 'தனிமையின் வழிமுறை' என்று பெயரிட்டிருந்தனர். இதில் பெரிதாக எதுவுமில்லை, நாம் தினசரி அட்டவணையில் அமைதிக்கான இடைவேளை இருப்பது அவசியம் என்பதே இந்த 'தனிமையின் வழிமுறை' எனப்படுகிறது" என்று விளக்கினார்.

"சரி, ஆனால் இந்த அமைதிக்கான இடைவேளை என்று புதிதாக ஏதோ சொன்னீர்களே, அது என்னது?" என்றேன்.

"அதுவா, சுலபமாக விவரிக்க வேண்டுமென்றால், அதை இப்படி வேண்டுமானால் சொல்லலாம். பதினைந்து நிமிடமோ ஐம்பது நிமிடமோ, எவ்வளவு முடியுமோ அவ்வளவு நேரம் அமைதியாக உட்கார்ந்து, அந்த அமைதியின் ஆற்றலை அனுபவித்து, உன்னை சரிவர நீயே புரிந்துகொள்வதற்கான நேரம் அது" என்று விவரித்தார்.

"என் மனதின் இஞ்ஜின் சூடாகாமல் பார்த்துக்கொள்ள ஒரு இடைவேளை என்று சொல்லலாமா" என்று அவருடைய முந்தைய உதாரணத்தை வைத்தே என் சந்தேகத்தைக் கேட்டேன்.

"அட, அப்படியும் சொல்லலாமே! உன் குடும்பத்தினருடன் காரில் நீண்ட பயணம் சென்றிருக்கிறாய் அல்லவா? அப்போது வழியில் எங்காவது சிறு இடைவேளை கொடுக்க நிறுத்தியிருக்கிறாயா?"

"ஆமாம், சாப்பிடவோ, அல்லது வண்டி ஓட்டி எனக்கு ரொம்ப களைப்பாக இருந்தால் சிறிது ஓய்வு எடுத்துக்கொள்ளவோ வழியில் எங்காவது நிற்போம்" என்றேன்.

"சரி. நான் சொன்ன இந்த 'தனிமையின் வழிமுறை' பயிற்சியை உன் ஆன்மாவிற்கான அப்படிபட்ட ஓய்வு நேரம் என்று எடுத்துக்கொள். தன்னைத்தானே புதுப்பித்துக்கொள்ள அதற்குத் தேவைப்படும் தனிமையும் அழகான அமைதியும் அதற்கு இந்த பயிற்சி மூலம் கிடைக்கிறது" என்றார்.

"சரி, ஆனால் அமைதி அமைதி என்கிறீர்களே, அதில் அப்படி என்னதான் சிறப்பு இருக்கிறது?"

"நல்ல கேள்வி. தனிமையும் அமைதியும் உன்னை பிரபஞ்சத்தின் ஞானத்துடன் இணைத்து உனக்குள் இருக்கும் ஆக்கசக்தியை தட்டி எழுப்புகிறது. உன் மனதை ஒரு குளத்தைப் போல கருதலாம். பெரும்பாலான மக்களின் மனது பற்பல சிந்தனைகள் கவலைகள் என்று சஞ்சலமாகவே இருக்கும். ஆனால் ஒவ்வொரு நாளும் சற்று தனிமையாகவும் அமைதியாகவும் இருப்பதனால் மனம் என்ற குளம் எந்தவொரு சலசலப்பும் இல்லாமல் கண்ணாடி போல் தெளிவாக ஆகிவிடும். இந்த அமைதியினால், ஒரு ஆழமான ஆரோக்கிய உணர்வும் மன அமைதியும் அளவற்ற ஆற்றலும் கிடைக்கும். தினசரி வாழ்க்கையில் சரிசமமான சீரான நிலையும், இரவில் நல்ல உறக்கமும் கூட கிடைக்கும்" என்று விவரித்தார்.

தன் பொக்கிஷத்தை விற்ற துறவி

"அமைதிக்கான இந்த இடைவேளையை அனுபவிக்க நான் எங்கு செல்ல வேண்டும்?"

"சொல்லப்போனால் எங்கு வேண்டுமானாலும் இதைச் செய்யலாம், உங்கள் அலுவலக அறையோ வீட்டில் படுக்கையறையோ எங்கு வேண்டுமானாலும் சரிதான். அவசியமான விஷயம் நல்ல அமைதி மிக முக்கியம். முடிந்தால் கொஞ்சம் அழகான காட்சியும் கிடைத்தால் இன்னும் சிறப்புதான்!"

"இதில் அழகு எங்கு வந்தது?"

"சலனமடைந்த ஆத்மாவிற்கு அழகான காட்சிகள் மருந்தாக அமையும். ஒரு ரோஜா பூங்கொத்தோ அல்லது வெறும் ஒரு ஒற்றை தாமரை மலரோ கூட உங்கள் மனதிற்கு மிகுந்த அமைதியை கொடுக்கும். இப்படிப்பட்ட அமைதியை அழகை உங்களுக்கென்ற ஒரு சிறு சரணாலயம் போல தனியிடம் அமைத்து அதில் அனுபவிக்க வேண்டும்."

"அப்படியா? அது எப்படி இருக்கவேண்டும்?" என்றேன்.

"உன் மனதிற்கும் ஆன்மாவிற்கும் வளர்ச்சி ஏற்படுத்தும் காரியங்கள் செய்ய ஒரு இடமாக நீ அதை அமைத்துக்கொள்ள வேண்டும். உன் வீட்டில் உபயோகிக்கப்படாத ஒரு அறையோ அல்லது அமைதியான ஒரு சிறிய மூலையாக இருந்தால் கூட போதுமானது. அதாவது, உன்னுடைய வரவை எதிர்பார்க்கும், உன்னுடைய சுய முன்னேற்றத்திற்காக உனக்கே உனக்கான ஒரு இடம் தேவை, அவ்வளவுதான்" என்று விளக்கினார்.

"கேட்கவே நன்றாக இருக்கிறதே. வேலையை முடித்து வீட்டுக்கு வந்ததும் ஒரு அமைதியான இடம் கிடைத்தால் எவ்வளவு நன்றாக இருக்கும்! பணியிடத்தில் சந்தித்த மன அழுத்தங்கள் எல்லாவற்றையும் விட்டொழித்து, ஒரு நல்ல சுத்தமான மனநிலையோடு வீட்டில் இருக்கலாம் அல்லவா!" என்றேன்.

"ஆமாம், நிச்சயமாக! இதில் ஒரு முக்கியமான விஷயம் - நான் சொன்ன இந்த தனிமை வழிமுறையை ஒவ்வொரு நாளும் ஒரே நேரத்தில் செய்தல் மிக்க நன்று!" என்று நினைவூட்டினார். "அப்படி செய்தால் அது உன்னுடைய தினசரி கால அட்டவணையில் ஒரு முக்கியமான அங்கமாகவே மாறிவிடும். ஒவ்வொரு நாளும் ஒரே நேரத்தில் இதை பயின்றால், இந்த தினசரி அமைதி நிலை தவிர்க்கமுடியாத பழக்கமாக ஆகிவிடும். இப்படிப்பட்ட நல்ல

பழக்கங்கள் தானே நம்மை நம் குறிக்கோளை நோக்கி கூட்டிச் செல்கின்றன, அல்லவா!"

"வேறு ஏதாவது செய்யவேண்டுமா?"

"நிச்சயமாக. முடிந்தால் தினமும் ஏதாவது ஒரு விதத்தில் இயற்கையோடு இணைய முயற்சி செய். மரங்களின் நடுவே நடைபயிற்சியோ, அல்லது வீட்டுத் தோட்டத்தில் நீ வளர்க்கும் செடிகளுடன் கொஞ்ச நேரம் இருப்பதோ எது வேண்டுமானாலும் செய்யலாம். உன்னுள் ஒளிந்திருக்கும் அமைதியோடு உன்னை நீ மீண்டும் இணைத்துக்கொள்ள ஒரு அருமையான வாய்ப்பு இது. உனக்குள் இருக்கும் உயரிய ஞானத்துடன் இணையவும் ஒரு அரிய வாய்ப்பு இது. உன்னைப்பற்றிய இந்த புரிதல் உனக்குள் இருக்கும் அளவில்லா ஆற்றலை கட்டவிழ்த்துவிட பெரும் உதவியாக இருக்கும்" என்று உணர்ச்சி பொங்கக் கூறினார்.

"இது உங்களுக்கு உபயோகமாக இருந்திருக்கிறதா ஜூலியன்?"

"சந்தேகமே இல்லை. காலையில் சூரியன் உதிக்கும்பொழுதே எழுந்து விடுகிறேன். முதல் வேலையே என்னுடைய அமைதி ஆலயத்திற்குச் சென்று விடுகிறேன். அங்கே, ரோஜாப்பூவின் இதயம் செயல்முறையை எவ்வளவு நேரம் கிடைக்கிறதோ அவ்வளவு நேரம் செய்கிறேன். சில நாட்கள் அமைதியான தியானத்தில் பல மணிநேரம் உட்கார்வேன், சில நாட்கள் வெகு சில நிமிடங்களே முடிகிறது. எவ்வளவு நேரம் இருந்தாலும் பலன் ஒன்றுதான் - உள்ளூர பரவும் பெரும் ஆற்றலும் மன அமைதியும் கிடைக்கிறது. இதைப்போலவே இருக்கும் இரண்டாவது செயல்முறையைப் பற்றி இப்போது பார்க்கலாம். 'உடலினை உபாசனை செய்' என்பதுதான் அது" என்று அடுத்த தலைப்புக்குச் சென்றார்.

"அது என்னது ? மனதிற்குப்பின் இப்போது உடல் பற்றியதா?"

"ஆமாம், அதுவும் ரொம்ப சுலபமானதுதான். உடலினை உபாசனை செய்வதன் மூலம் மனதிற்கும் புத்துணர்ச்சியும் பயிற்சியும் கிடைக்கிறது. உன் உடல் எனும் கோவிலை பரிசுத்தமாக்க தினமும் சிறிது நேரம் விறுவிறுப்பான உடற்பயிற்சி செய். ரத்த ஓட்டம் அதிகரிக்கட்டும், உடல் நடமாடட்டும். அப்போது கிடைக்கும் உற்சாகத்தை அனுபவித்துப்பார்! சரி, ஒரு வாரத்தில் 168 மணிநேரங்கள் இருப்பதை அறிவாயா நீ?"

"அப்படியா?"

"ஆமாம், வேண்டுமென்றால் கணக்கு போட்டுப்பார். அதில் குறைந்தது ஐந்து மணிநேரமாவது ஏதாவதொரு உடற்பயிற்சி சம்பந்தமான விஷயத்தில் ஈடுபடவேண்டும். சிவானாவின் ஞானிகள் பண்டைய பயிற்சியான யோகாவில் ஈடுபட்டு, அவர்கள் உடலுக்குள் இருக்கும் மாபெரும் ஆற்றலை தட்டியெழுப்பினார்கள். அந்த சிறிய கிராமத்தின் நட்டநடுவே வயதால் முதிர்ந்த அந்த ஞானிகள் சிரசாசனம் செய்து தங்கள் வாழ்க்கையில் வயதையே அர்த்தமற்றதாக்கிய அந்த காட்சி இருக்கிறதே, அடடா!"

"நீங்கள் யோகா செய்து பார்த்திருக்கிறீர்களா ஜூலியன்? என் மனைவி போன வருடம் அந்த பயிற்சியை ஆரம்பித்ததில் இருந்து, தனக்கு ஐந்து வயது குறைந்ததுபோல் இருக்கிறது என்று அடிக்கடி சொல்லிக்காட்டுகிறாள்!" என்றேன்.

"உன் வாழ்க்கையை மாற்றி அமைக்க ஒரே ஒரு வழிமுறை என்பது இல்லை ஜான். நீண்டகால நன்மை என்பது, பல்வேறு வழிமுறைகளை இடைவிடாது கடைபிடித்தால் மட்டுமே கிடைக்கும். அந்த விதத்தில், யோகா என்பது நிச்சயமாக மிகுந்த பயனளிக்கும் ஒரு வழிமுறை என்பதில் சந்தேகம் இல்லை. நான் தினமும் அதிகாலையில் யோகா செய்கிறேன். என்னை கவனித்துக்கொள்ள நான் செய்யும் சிறந்த பராமரிப்புகளில் அதுவும் ஒன்று என்பதில் சந்தேகமே இல்லை. அது எனது உடலுக்கு புத்துணர்ச்சி கொடுப்பதோடு, என் மனதையும் ஒருமிதப்படுத்துவதில் மிகவும் உதவியாக இருக்கிறது. அதை ஒரு மிகச்சிறந்த பயிற்சியாகக் கருதுகிறேன்.

"தங்கள் உடலை பராமரித்துக்கொள்ள அவர்கள் வேறு ஏதாவது செய்தார்களா?"

"யோகி ராமனும் அங்கே வாழ்ந்துகொண்டிருந்த அவரது சகோதர சகோதரிகளும் இயற்கைச்சூழலில் நடைபயில்வதை மிகவும் விரும்பினார்கள். மலைப்பாதைகளின் உயரத்திலோ அடர்ந்த காடுகளிலோ எங்கே முடிந்தாலும் நடந்து சென்றால் அது களைப்பை குறைப்பதோடு மட்டுமின்றி, உடலுக்கு உற்சாகத்தையும் அளிக்கிறது என்று நம்பினார்கள். வானிலை மோசமாக இருந்தால், அவர்கள் இருப்பிடத்திற்குள்ளேயே நடந்து பழகினார்கள், அவர்கள் ஒருவேளை உணவைத் தவற விட்டாலும் நடைபயில்வதை என்றுமே தவற விட்டதில்லை" என்றார்.

“ஏன் அவர்கள் குடிலில் ஏதாவது நவீன உடற்பயிற்சி எந்திரம் இருந்ததா என்ன!” என்று சூழலை சற்று எளிதாக்க நகைச்சுவை முயன்றேன்.

“இல்லையப்பா. சிலசமயம் அவர்கள் யோகாசனம் செய்வார்கள். எப்போதாவது அவர்கள் ஒற்றைக்கையில் தாண்டால் பயிற்சி செய்வதையும் பார்த்திருக்கிறேன். அவர்கள் எந்த பயிற்சி செய்கிறார்கள் என்பதைவிட தூய காற்றை சுவாசித்து தங்கள் உடலை ஏதாவது பயிற்சி தந்துகொண்டிருக்கிறாகளா என்பதில் குறிப்பாக இருந்தார்கள். தூய காற்று என்பது அவர்களுக்கு மிக முக்கியமாக இருந்தது”

“தூய காற்று என்று ஏன் அவ்வளவு அடிக்கோடிடுகிறீர்கள்?”

“யோகி ராமனின் கூற்று தான் இதற்கு சரியான பதில் - சரியான சுவாசம் என்பது சரியான வாழ்க்கைக்குச் சமம் என்று சொல்வார் அவர்” என்று பதிலளித்தார்.

“சரியான சுவாசம் என்பது அவ்வளவு முக்கியமா என்ன?”

“நான் சிவானாவிற்கு போய் சேர்ந்த சில நாட்களிலேயே, சரியான சுவாசப்பயிற்சி மூலம் என் உடலில் இருக்கும் ஆற்றலினை இரண்டு ஏன் மூன்று மடங்கு கூட அதிகரிக்க முடியும் என்று கற்றுக்கொண்டேன்” என்றார்.

“ஆனால் நாம் அனைவரும்தான் குழந்தைப் பருவத்தில் இருந்தே சுவாசம் எடுக்கிறோமே! அதில் என்ன பெரிய பயிற்சி வேண்டிக்கிடக்கிறது!” என்று தோன்றியது.

“இல்லை ஜான், நாம் அனைவரும் உயிர் வாழ சுவாசிக்கக் கற்றுக்கொண்டிருக்கிறோமே தவிர, நன்றாக சுவாசித்தால் எப்படி வாழ்க்கையை சிறப்பாக ஆக்கலாம் என்று கற்கவேயில்லை. உண்மையை சொல்லப்போனால், நம்மில் பலர் முழுமையான சுவாசம் எடுத்துக்கொள்வதேயில்லை. அதனால், நாம் உடலை சிறந்த முறையில் செயல்படுத்தத் தேவையான பிராணவாயுவை உட்கொள்வதே இல்லை” என்று மீண்டும் ஆச்சரியத்தில் ஆழ்த்தினார்.

“ஓ, அப்போ வெறும் சுவாசம்தானே என்று கருதிக்கொண்ருந்த விஷயத்தில் இவ்வளவு விஞ்ஞானம் இருக்குறதா!” என்று வியந்தேன்.

“ஏன் இல்லை! அதனால் தான் அந்த ஞானிகள் அதற்கு இவ்வளவு முக்கியத்துவம் கொடுத்தார்கள். அவர்கள் மிக எளிதாக சொன்னது இதுதான் - சரியான சுவாசப் பயிற்சி மூலம் அதிக பிராணவாயுவை

உட்கொண்டால், நமக்குள் இருக்கும் இயற்கையான ஆற்றலும் உற்சாகமும் பொங்கி வரும் என்பதுதான்." என்று பொறுமையாக விளக்கமளித்தார்.

"சரி நான் எங்கிருந்து ஆரம்பிக்கலாம்" என்று ஆவலாகக் கேட்டேன்.

"ரொம்ப சுலபம் ஜான். ஒரு நாளில் இரண்டு மூன்று தடவை வீதம் ஒரு நிமிடம் எடுத்துக்கொண்டு, ஆழமான சுவாசம் எடுக்கிறாயா என்று பார்த்துக்கொள், அவ்வளவுதான்!"

"சரியாக சுவாசித்துக் கொண்டிருக்கிறேனா என்று எப்படி சரிபார்ப்பது?"

"நீ மூச்சை உள்ளே இழுக்கும் பொழுது, உன் வயிறு சற்று வெளிப்புறமாக செல்ல வேண்டும். நீ சரியாக உன் அடிவயிற்றிலிருந்து சுவாசம் எடுக்கிறாயா என்பது இதிலிருந்து தெரிந்துவிடும். யோகி ராமன் எனக்கு ஒரு சின்ன விஷயம் கற்றுக்கொடுத்தார் - என் கைகளை இணைத்து என் வயிற்றின் மேல் வைத்துக்கொள்ள வேண்டும், மூச்சை உள்ளிழுக்கும் பொழுது என் கைகள் வெளிநோக்கி நகர்ந்தால் நான் சரியாக சுவாசித்துக்கொண்டிருக்கிறேன் என்று அர்த்தம்" என்றார்.

"சுலபமாகவும் நன்றாகவும் இருக்கிறதே!"

"அப்படியென்றால், நான் சொல்லப்போகும் மூன்றாவது செயல்முறையும் உனக்கு நிச்சயம் பிடிக்கும்!" என்று ஆசையைத் தூண்டினார்.

"அப்படியா! என்னது?"

"அதை உயிர்க்கொடுக்கும் ஊட்டச்சத்து எனலாம். என் முந்தைய காலத்தில் வக்கீலாக இருந்தபொழுது, பசித்த நேரத்தில் என்ன கிடைத்ததோ அதை சாப்பிட்டுக்கொண்டிருந்தேன். என்னதான் சிறந்த உணவகங்களில் சாப்பிட்டாலும், என் உணவு என்னவோ வெறும் போஷாக்கற்ற உணவுவகைகள் தான். என் உடலிலும் மனதிலும் இருந்த திருப்தியின்மைக்கு அதுவும் ஒரு முக்கிய காரணம் என்று எனக்கு அப்போது தெரியவில்லை".

"அப்படியா!"

ஆமாம். நாம் உண்ணும் உணவு நம் வாழ்க்கையை நேரடியாக பாதிக்கிறது. சரியான உணவு இல்லாவிடில் மனதளவிலும் உடலிலும் சோர்வுதான் மிஞ்சும். மனநிலையை பாதித்து சிந்தனைத் திறனையும் மழுங்கச் செய்துவிடும். அதனால்தான் யோகி ராமன் 'உடலுக்குத் தரும் ஊட்டம் மனதிற்குத் தரும் மரியாதை ' என்று சொல்வார்

"ஓ அப்படியென்றால் நீங்கள் உங்கள் உணவுமுறையை மாற்றிக்கொண்டீர்கள் தானே!" என்று சந்தேகம் கேட்டுத் தெளிந்துகொண்டேன்.

"நிச்சயமாக! அடிப்படையாகவே மாற்றிக்கொண்டேன். அந்த மாற்றம் என்னை உடலளவிலும் மனதளவிலும் நன்றாகவே மாற்றியது. நான் என் பழைய வாழ்க்கைமுறையை வாழ்ந்து கொண்டிருக்கும் பொழுது, வயதினாலும் வேலைப்பலுவின் காரணமாகவும் தான் எப்போதுமே சோர்வாக உணர்ந்தேன் என்று நினைத்திருந்தேன். சிவானாவிற்கு சென்ற பிறகுதான் நான் உண்ட போஷாக்கில்லாத உணவினால்தான் அந்த சோர்வு என்று எனக்குப் புரிந்தது" என்றார்.

"சரி, சிவானாவின் அந்த ஞானிகள் தங்கள் வாழ்க்கையில் இளமையை அனுபவிக்க அப்படி என்னதான் சாப்பிட்டார்கள்?"

"உயிரோட்டமுள்ள உணவுகள்" என்று பதில் வந்தது.

"அப்படியென்றால்?" என்னால் பொறுத்திருக்க முடியவில்லை.

"சூரியன், காற்று, மண், தண்ணீர் ஆகியவற்றின் இயற்கையான கலப்பில் உருவாகும் உணவுகளைத்தான் உயிரோட்டமுள்ள உணவுகள் என்கிறேன். அதாவது, சைவ உணவுகள், காய்கறிகள், பழங்கள், தானிய வகைகளை உண்டால் நீண்ட நெடுங்காலம் வாழலாம்!" என்று ஆசை காட்டினார்.

"அது சாத்தியமா என்ன?"

"ஜான், அங்கே இருந்த ஞானிகளில் பலரும் நூறு வயதைத் தாண்டியவர்கள். அவர்கள் யாருமே ஓய்வே எடுத்துக்கொள்ளாத அளவிற்கு சுறுசுறுப்பாக இருந்து வருகிறார்களே! இதையும் கேள், போன வாரம் தான் நான் ஏதோ ஒரு நாளிதழில் படித்தேன். கிழக்கு சீனக்கடலில் ஒக்கினாவா என்று ஒரு சிறிய தீவு இருக்கிறதாம். உலகிலேயே அங்கேதான் மிக அதிக எண்ணிக்கையில் நூறு வயதைக்கடந்தவர்கள் இருக்கிறார்களாம். எப்படி என்று கண்டுபிடிக்க ஆராய்ச்சியாளர்கள் அங்கே சென்று பார்த்தால், அவர்களுடைய சைவ உணவுபழக்கம் தான் அதற்கு மிக முக்கிய காரணம் என்று கண்டுபிடித்திருக்கிறார்களாம்." என்று ஒரு மிக முக்கியமான அத்தாட்சியை எடுத்து வைத்தார்.

"சரி ஆனால் அது ஆரோக்கியமான உணவுமுறைதானா? அதில் இருந்து தேவையான ஊட்டச்சத்து கிடைக்குமா? எனக்கு இருக்கும் வேலைப்பளுவில் என் உடலுக்கு சரியான உணவு தேவையல்லவா!"

"ஜான், இந்த உணவுமுறைதான் இயற்கையானது, இதுதான் உயிரூட்டமுள்ளது, ஆரோக்கியமானது, பல ஆயிரம் வருடங்களாக அந்த ஞானிகள் இப்படிப்பட்ட உணவுமுறையைத்தான் கடைபிடித்து வந்திருக்கிறார்கள். அதை அவர்கள் சாத்வீகமான உணவுமுறை, அதாவது தூய்மையான உணவுமுறை என்று கருதுகிறார்கள். நீ உன் உடல்நிலையைப்பற்றி கவலைப்படுகிறாய் அல்லவா, யானையில் இருந்து மனிதக்குரங்கு வரை உலகில் இருக்கும் அதிபலசாலியான விலங்குகள் அனைத்துமே சைவம்தான், தெரியுமல்லவா! மனிதக்குரங்கிற்கு மனிதனைவிட முப்பது மடங்கு அதிக பலம் இருக்கிறது, தெரியுமா!" என்று சாட்சியங்களை அடுக்கிக்கொண்டே சென்றார் இந்த முன்னாள் வக்கீல்.

"கடைசியில் சொன்னீர்களே, ரொம்ப முக்கியம்! மிக்க நன்றி" என்றேன். நக்கல்தான், என்ன செய்வது, பழகி விட்டதே!

"இங்கே பார் ஜான், நான் உன்னை வற்புறுத்தவில்லை. சிவானாவின் ஞானிகள் எதையுமே அளவுகடந்து செய்யமாட்டார்கள். அவர்கள் வாழ்க்கைமுறையும் அந்த தத்துவத்தின் அடிப்படையில் அமைந்ததுதான். உனக்கு இறைச்சி உண்ணப் பிடிக்கிறதா, சாப்பிடு. ஆனால் நீ உண்பது உயிரில்லாத உணவு என்பதை மறக்காதே. முடிந்தால் நீ உண்ணும் செந்நிற இறைச்சியை கட்டுப்படுத்திக்கொள். அது செரிமானம் ஆவதற்கு மிகக் கடினமானது. நம் உடலின் ஆற்றலின் மிக அதிகமான பங்கு நம் செரிமான மண்டலம் உணவை செரிப்பதற்கே உபயோகப்படுகிறது என்ற காரணத்தினால், இந்த கடின உணவுகளை உட்கொண்டால் அதிக ஆற்றல் விரயமாகி விடும். நான் சொல்வது புரிகிறதல்லவா! ஏதாவதொரு மாமிச உணவு உண்ட பிறக்கும் காய்கறிகள் உண்டபிறகும் உனக்குள் இருக்கும் ஆற்றல் அளவைப் பற்றி யோசித்துப்பார். சரி, நீ முழு சைவத்திற்கு மாற விருப்பமில்லையா, பரவாயில்லை. ஒவ்வொரு உணவிற்கு முன்னரும் சில காய்கறிகள் உண்பது, இறுதியில் இனிப்புகளுக்கு பதிலாக பழங்கள் உண்பது என்ற அளவாவது உன் பழக்கத்தை மாற்றிக்கொள். இதுவே உன் வாழ்க்கையில் பெரும் மாற்றத்தை கொண்டுவரும், பாரேன்" என்று எனக்குப் புரியவைத்தார்.

"நீங்கள் சொன்னதை செய்து தான் பார்க்கலாமே! இந்த சைவ உணவுமுறையைப் பற்றி சமீபகாலமாக அதிகம் கேள்விப்படுகிறேன். ஃபின்லாந்து நாட்டின் சில மக்கள், இப்படிப்பட்ட சைவ உணவுமுறையை கடைபிடிக்க ஆரம்பித்து வெறும் ஏழே மாதங்களில்

அதிக உற்சாகத்துடனும் விழிப்போடும் இருப்பதாக ஒரு ஆய்வு பற்றி போன வாரம்தான் என் மனைவி ஜென்னியும் என்னிடம் சொல்லிக்கொண்டிருந்தாள். நீங்கள் சொல்வதுபோல் நான் நிச்சயம் ஒவ்வொரு முறை உண்ணும்போதும் காய்கறிகள் உண்ணவேண்டும் என்று நினைக்கிறேன். ஏன் உங்களைப் பார்த்தால் இறைச்சியை அறவே விட்டுவிட்டு வெறும் காய்கறிகளே கூட உண்ணலாம் போல் இருக்கிறதே!" என்றேன்.

"அதிகம் வேண்டாம், ஒரே ஒரு மாதம் இந்த புதிய முறையை முயற்சி செய். பலன்களை நீயே தெரிந்துகொள்வாய். உனக்கே ஆச்சரியமாக இருக்கும்!" என்றார் அவர்.

"சரி, ஞானிகளுக்கே சரியாகப்பட்டது என்றால் எனக்கும் சரிதான். நான் இதை நிச்சயம் உபயோகித்துப் பார்க்கிறேன். ரொம்பவும் கடினமானதாகத் தெரியவில்லை."

"சரி, இந்த உயிரூட்டமுள்ள உணவுமுறையை நீ ஒப்புக்கொண்டு விட்டால், நிச்சயம் இந்த அடுத்ததும் உனக்குப் பிடிக்கும்" என்று என் ஆவலைத் தூண்டினார்.

"இந்த நான்காவது செயல்முறையை மேம்பட்ட மெய்யறிவு எனலாம். வாழ்க்கை முழுவதும் தொடர்ந்து கற்றுக்கொண்டு, உன்னுடைய வளர்ச்சிக்கும் உன்னை சுற்றியிருப்பவர்களின் வளச்சிக்கும் பயன்படும் வகையில் அந்த கல்வியறிவை உபயோகித்தல் தான் இதற்கு அடித்தளம்" என்றார்.

"'அறிவே வலிமை' என்று பலர் சொல்லக் கேட்டிருக்கிறேன், அதுதானே இது?"

"நான் சொல்வது அதையும் தாண்டிய ஒரு விஷயம் ஜான். அறிவு என்பது வலிமையின் அறிகுறி மட்டும் தான். அந்த வலிமை நிஜத்தில் வந்து சேரவேண்டும் என்றால், அந்த அறிவை உபயோகப்படுத்த வேண்டும். பெரும்பாலான மக்களுக்கு என்ன சூழ்நிலையில் என்ன செய்ய வேண்டும் என்று தெரியும். ஆனால் அவர்கள் அந்த அறிவை அவர்கள் தங்களுடைய தினசரி வாழ்வில் உபயோகிக்காமல் விட்டுவிடுகிறார்கள். அதுதான் பிரச்னையே! இந்த மேம்பட்ட மெய்யறிவு என்பது வாழ்க்கையின் மாணவன் ஆவதைப் பற்றியது. அதைவிட முக்கியமாக, வாழ்க்கையில் கற்றுக்கொண்டதை செயல்படுத்த வேண்டும் என்று இது கூறுகிறது" என்றார்.

"இந்த வழிமுறைக்காக யோகி ராமனும் மற்றவர்களும் என்ன செய்தார்கள்? கொஞ்சம் சொல்ல முடியுமா?"

"இதன் பகுதியாக பற்பல நடவடிக்கைகளை அவர்கள் தினமும் செய்தார்கள். அதில் முக்கியமான ஒன்று மிகவும் எளிதானதும் கூட. நீ அதை இன்றே ஆரம்பிக்கலாம்" என்று தைரியமூட்டினார்.

"இதற்கு ரொம்ப நேரம் ஆகாது தானே?" என்றேன் வழக்கம்போல். கேட்ட பிறகுதான், கேட்டிருக்கலாமா கூடாதா என்று தோன்றியது.

ஜூலியன் சிரித்துக்கொண்டே "நான் உனக்கு சொல்லித்தரும் விஷயங்கள் அனைத்துமே நீ இதுவரை இருந்ததைவிட சிறப்பாகவும் உற்சாகத்துடனும் செயல்பட உதவியாக இருக்கும். பெரிய லாபங்கள் கிடைக்க சிறிய செலவுகள் செய்யத் தயங்காதே. கணிப்பொறியில் வேலை செய்துகொண்டே இருப்பவர்கள், தங்கள் வேலையை சேமித்து வைக்க நேரம் கிடைப்பதில்லை என்று புலம்பி, பின்னர் என்றாவது ஒருநாள் கோளாறு ஏற்பட்டு மொத்த கணினியும் கெட்டுப்போன பின்னர் வருந்தினால் ஏதாவது பிரயோஜனம் இருக்கிறதா? நீயே யோசி!" என்றார்.

"ஓ அதாவது, நான் செய்யவேண்டிய விஷயங்களை மறக்காமல் தள்ளிப்போடாமல் செய்துமுடி என்கிறீர்களா?" என்றேன்.

"ஆமாம் அதேதான். உன் வாழ்க்கையை வெறும் கால அட்டவணையால் கட்டுண்டு கடத்தாதே. இதற்கு மாறாக, உன் மனமும் மனசாட்சியும் என்ன சொல்கிறதோ அதை செய். உன் முன்னேற்றத்தில் நீ முதலீடு செய்துகொண்டால், உன் மனம் உடல் ஆன்மா அனைத்துமே உயர்ந்த நிலைக்குச் சென்று, நீ விரும்பும் எல்லா விஷயங்களையும் செய்து முடிக்க ஒரு தனிப்பட்ட வழிகாட்டி உனக்குள்ளேயே இருப்பதைப்போல நீ உணர்வாய். உன் கடிகாரத்தைப் பார்த்து பயந்து வாழ்வதை விடுத்து, உன் வாழ்க்கையை இன்பமாக வாழத் துவாங்குவாய்" என்றார்.

"நீங்கள் சொன்னது புரிந்தது. சரி, நான் என்ன செய்யவேண்டும்?"

"புத்தகங்கள் படி. ஒவ்வொரு நாளும் குறைந்தது முப்பது நிமிடங்களாவது ஏதாவது நல்லதாகப் படி. ஆனால் என்ன படிக்கிறாய் என்பதிலும் கவனம் இருக்கட்டும். உன் மனத் தோட்டத்தில் நீ என்ன விதைக்கிறாய் என்பதில் கவனமாக இருக்க வேண்டும். அது வளமானதாக, வளர்ச்சிக்கு உகந்ததாக இருக்கவேண்டும். உன் வாழ்க்கைத்தரத்தை உயர்த்துவதாக இருக்க வேண்டும்." என்றார்.

"சிவானாவின் ஞானிகள் என்ன படித்தார்கள்?" என்ற கேள்வி என்னுள் எழுந்தது.

"அவர்கள் தங்கள் முன்னோர்களின் அறிவுரைகளை மீண்டும் மீண்டும் ஆவலோடு படித்தார்கள். சிறிய மூங்கில் நாற்காலிகளில் உட்கார்ந்து கொண்டு, அந்த பழைய தத்துவ நூல்களை மெல்லிய புன்னகையோடு அவர்கள் படித்திருந்த காட்சியை என்றும் மறக்க முடியாது. சிவானாவில்தான் நான் புத்தகங்களின் மகத்துவத்தையும், அறிஞர்களின் துணையாக புத்தகங்கள் எப்படி இருக்கின்றன என்பதையும் கற்றுக்கொண்டேன்" என்றார்.

"அதாவது கிடைக்கும் எல்லா புத்தகங்களையும் படிக்கவேண்டும், அப்படித்தானே?"

"இந்தக் கேள்விக்கான விடை ஆம் இல்லை என்று இரண்டையும் சொல்லலாம். கிடைக்கும் எல்லா புத்தகங்களையும் படி என்று நான் சொல்லவே மாட்டேன். ஆனால் ஒன்று மட்டும் நினைவில் வைத்துக்கொள். சில புத்தகங்களை சுவைத்துப்பார்க்க வேண்டும். சிலவற்றை மெதுவாக ருசித்துப்பார்க்க வேண்டும். இன்னும் சிலவற்றை அப்படியே விழுங்கி விடவேண்டும். அட, இதைச்சொன்னதும் தான் ஒரு விஷயம் நினைவுக்கு வருகிறது" என்று புதிர் போட்டார்.

"என்ன உங்களுக்கு பசிக்கிறது என்பதா?" என்றேன் அக்கறையோடு.

"இல்லை இல்லை. அதுவல்ல. ஒரு புத்தகத்தில் இருந்து முழு பயனும் பெற வேண்டும் என்றால், அதை சும்மா மேலோட்டமாக படித்தால் மட்டும் போதாது, ஆழ்ந்து சென்று அதை புரிந்து கொள்ளவும் வேண்டும். உன் அறிவுரையைப் பெற உன்னுடைய முக்கியமான வாடிக்கையாளர்கள் வரும்பொழுது அவர்கள் கொண்டுவரும் சட்ட ஆவணங்களை ஆழமாக படிப்பாய் அல்லவா, அதுபோல புத்தகத்தையும் முழுமையாக புரிந்துகொள். சிவானாவின் ஞானிகள் ஒவ்வொரு முக்கிய்யமான புத்தகத்தையும் பத்து பதினைந்து முறை வரை படித்து வந்தார்கள். அவர்கள் அங்கே இருந்த நூலகத்தில் உள்ள புத்தகங்களை வேதமாகவே கருத்கினார்கள்,"

"அட, புத்தகங்கள் படிப்பது என்பது அவ்வளவு முக்கியமானதா என்ன!"

"உலகத்தில் நீ கேட்டு உபயோகித்துக்கொள்ள எவ்வளவு அறிவு இருக்கிறது என்று ஒவ்வொரு நாளும் வெறும் முப்பதே நிமிடங்கள் இதில் நீ செலவழித்தால் உனக்கே புரியும். நீ இதுவரை சந்தித்திருந்த ஒவ்வொரு சவாலுக்கும் விடை ஏதாவதொரு புத்தகத்தில் இருக்கும். நீ இப்போது இருப்பதை விட சிறந்த வழக்கறிஞராகவோ

தந்தையாகவோ நண்பனாகவோ காதலனாகவோ இருக்க வேண்டும் என்று எண்ணினால், உன்னை அந்தந்த இலக்கிற்குக் கொண்டு போய் சேர்க்கும் புத்தகங்கள் இருக்கின்றன. உன் வாழ்க்கையில் நீ செய்யும் அனைத்துத் தவறுகளுமே உனக்கு முன்னரே யாரோ செய்திருப்பார்கள். நீ சந்திக்கும் சவால்கள் என்ன உனக்கு மட்டுமே வந்தவை என்று நினைக்கிறாயா என்ன!"

"நான் அந்த மாதிரி யோசித்ததே இல்லை ஜூலியன். ஆனால் நீங்கள் சொல்வது எனக்குப் புரிகிறது, நீங்கள் சொல்வது சரி என்றும் எனக்குத் தெரிகிறது." என்று பதிலளித்தேன்.

"யாருமே ஏற்கனவே சந்தித்த அல்லது சந்திக்கப் போகிற சவால்கள் அனைத்துமே வேறு யாருக்கோ ஏற்கனவே ஏற்பட்டு விட்டன நண்பா. அதைவிட முக்கியமாக, அந்த சவால்களுக்கான விடைகளும் புத்தகங்களில் பதிவாகியுள்ளன. சரியான புத்தகங்களைப் படி. நீ இப்போது சந்திக்கும் சவால்களை உனக்கு முன்னால் மற்றவர்கள் எப்படி சந்தித்திருக்கிறார்கள் என்று கற்றுக்கொள். அவர்களுடைய செயல்திட்டங்களை நீயும் உபயோகித்துப் பாரேன். உன் வாழ்க்கையில் என்னென்ன முன்னேற்றங்கள் வரும் என்று நீயே தெரிந்து கொள்வாய்" என்றார்.

ஜூலியன் சொன்னது சரி என்று எனக்குப் பட்டது. "சரியான புத்தகங்கள் எப்படிப்பட்டவை என்று எப்படி கணிப்பது?"

"அதை உன் இஷ்டத்திற்கே விட்டு விடுகிறேன். ஆனால் என் தனிப்பட்ட அளவில், நான் இப்போதுதான் கிழக்கில் இருந்து திரும்பியிருக்கிறேன் என்பதால், இப்போது நான் படித்துக்கொண்டிருப்பது நான் அபிமானமாகக் கருதும் முக்கியமானவர்களின் வாழ்க்கை சரித்திரத்தையும், மெய்யறிவு மற்றும் முன்னேற்றத்திற்கான புத்தகங்களையும் படித்துக் கொண்டிருக்கிறேன்" என்றார்.

"ஆவலாக இருக்கும் என்னைப்போன்ற முதல்நிலை படிப்பாளிக்கு நீங்கள் சிபாரிசு செய்வது என்னவோ?"

"நிச்சயமாக! அமெரிக்காவின் பிரபல அரசியல் தலைவர் மற்றும் விஞ்ஞானியான பெஞ்சமின் ஃபிராங்க்ளினின் சுயசரிதம் உனக்கு நிச்சயம் பிடிக்கும் என்று தோன்றுகிறது. மகாத்மா காந்தியின் 'சத்திய சோதனை' என்ற சுயசரிதமும் நிச்சயம் வளர்ச்சியடைய உதவும். இதைத்தவிர ஹெர்மன் ஹெஸ்ஸி எழுதிய 'சித்தார்த்தா' என்ற புத்தகமும், ரோமாபுரி சாம்ராஜ்யத்தின் படைத்தலைவர் மார்க்கஸ்

ஆரேலியஸ்-இன் தத்துவமும், செநேகா-வின் சில படைப்புகளும் உனக்கு சுவாரசியமாக இருக்கலாம். நெப்போலியன் ஹில் எழுதிய 'திங்க் அண்ட் க்ரோ ரிச்' (அதாவது சிந்தித்து சம்பாதி) புத்தகமும் உனக்கு உபயோகமாக இருக்கலாம். நானே அதை போன வாரம் தான் படித்தேன். ரொம்ப சுவாரசியமாக இருந்தது." என்றார்.

"'திங்க் அண்ட் க்ரோ ரிச்' என்று ஒரு புத்தகமா! இந்த பணம் சம்பாதிக்கும் வெறி உன் நெஞ்சுவலிக்குப் பிறகு உன்னை விட்டு அகன்று விட்டது என்று நினைத்தேனே! சுலபமாக குறுக்கு வழியில் பணம் சம்பாதிக்க யோசனை கொடுக்கும் எல்லா புத்தகங்களையும் கண்டு வெறுப்பு வந்துவிட்டது. மக்களின் அவசரத்தேவைகளை தங்கள் சுய லாபத்திற்கு பயன்படுத்திக் கொள்கிறார்கள்!" என்று என் உள்ளுக்குள் இருந்த வெறுப்பு வெளிவந்துவிட்டது.

"ஏய் இவ்வளவு கோபம் வேண்டாம் நண்பா" என்று என்னை பொறுமையாக

சாந்தப்படுத்தினார் ஜூலியன். "நானும் நாம் உலகத்தில் நல்ல பழக்கங்களைத்தான் உருவாக்க ஆசைப்படுகிறேன். அந்தப் புத்தகம் பணம் சம்பாதிப்பதைப் பற்றியது அல்ல, வாழ்க்கையை நன்றாக வாழ்வதைப் பற்றியது. நல்ல நிம்மதியான வாழ்க்கை வாழ்வதற்கும், பணத்தோடு வாழ்வதற்கும் உள்ள வேறுபாட்டை நான் நன்கு அறிவேன். பணம் பணம் என்று அதைத் துரத்திக்கொண்டு சென்றால் கிடைக்கும் கஷ்டங்களை நான் சொந்தமாக அனுபவித்திருக்கிறேன். நான் சொன்ன அந்தப் புத்தகம் செழுமையான அர்த்தமுள்ள வாழ்க்கையை வாழ்ந்து அதன்மூலம் நல்ல விஷயங்களை வாழ்க்கைக்குள் கொண்டு வருவதைப் பற்றியது, பணத்தைப் பற்றியது அல்ல. அதை படித்தால் உனக்கு நன்மை ஏற்படலாம். ஆனால் நான் உன்னை வற்புறுத்தமாட்டேன்" என்று பொறுமையாக விளக்கினார்.

"என்னை மன்னித்துவிடுங்கள் ஜூலியன். நான் ஒரு வக்கீலைப் போல் கோபப்பட்டு பேசிவிட்டேன் என்று நினைக்கிறேன். நான் சரி செய்துகொள்ள வேண்டிய விஷயங்களில் அதுவும் ஒன்று. நீங்கள் எனக்குக் கற்றுத்தரும் எல்லாவற்றிற்கும் மிக்க நன்றி" உடனே என் தவறை உணர்ந்துகொண்டேன்.

"அதற்கென்ன, பரவாயில்லை! நான் சொல்வதெல்லாம், படித்துக்கொண்டேயிரு என்பதுதான். இன்னொரு சுவாரசியமான விஷயம் சொல்கிறேன், கேட்கிறாயா?"

"என்ன என்ன, சொல்லுங்கள்!"

“புத்தகங்களில் இருந்து உனக்கு என்ன கிடைக்கிறது என்பதில் சிவாரசியம் இல்லை, புத்தகங்கள் உன் வாழ்க்கையில் இருந்து என்ன எடுத்துக் கொள்கின்றன என்பதில் தான் உன் வாழ்க்கையின் மாற்றமே அடங்கியிருக்கிறது. புத்தகங்கள் உனக்கு புதிதான விஷயங்கள் எதையுமே சொல்லித் தருவதில்லை” என்று புதிர் போட்டார்.

“அப்படியா?”

“ஆமாம்! உனக்குள் ஏற்கனவே என்ன இருக்கிறதோ, நீ அதைத்தான் புத்தகங்களின் மூலம் சற்று தெளிவாகப் பார்க்கிறாய். வாழ்க்கையில் தெளிவு பிறக்கிறது என்கிறார்களே, இதுதான் அது. என்னுடைய நீண்ட பயணங்களுக்குப் பிறகு நான் முழு வட்டமடித்து, சிறுவனாக எங்கே ஆரம்பித்தேனோ அங்கேயே வந்து முடிந்திருக்கிறேன் என்று புரிந்துகொண்டேன். ஆனால், இந்த முறை என் பயணத்திற்குப் பிறகு நான் யார், நான் என்ன செய்துகொண்டிருக்கிறேன், என்னால் என்னவெல்லாம் முடியும் என்ற தெளிவு பிறந்திருக்கிறது”

“ஓ அப்படியானால் புத்தகங்கள் படிப்பது, படித்தவற்றை புரிந்துகொண்டு ஏற்கனவே இருக்கும் தகவல்களையும் ஞானத்தையும் ஆராய்ந்து பார்ப்பதுதான் இந்த மேம்பட்ட மெய்யறிவு என்ற சடங்கில் இருக்கும் முக்கியமான விஷயமோ?”

“ஹ்ம்ம், முழுமையாக இல்லாவிட்டாலும் ஒருமாதிரியாக சரி என்றே சொல்லலாம். இப்போதைக்கு ஒவ்வொரு நாளும் முப்பது நிமிடங்களாவது படிப்பது என்ற பழக்கத்தை ஏற்படுத்திக்கொள். மற்றது தானாகவே வந்துவிடும்” என்று ஒருவித பூடகமாகவே சொன்னார்.

“சரி, நீங்கள் சொல்லவிருக்கும் ஐந்தாவது செயல்முறை என்னவோ?”

“அதை வேண்டுமானால் ‘சுய ரூபத்தை சிந்தித்துப் பார்ப்பது’ என்று கொள்ளலாம். சிவானாவின் ஞானிகள் ஆன்மிகத் தேடலையும் ஆழ்மன சுய பரிசோதனையையும் மிக முக்கியமாகக் கருதினார்கள். உனக்குள் உண்மையாக இருக்கும் உன்னைப்பற்றி நீ அறிந்துகொள்ளும் போது, உன்னையறியாமலே உன்னில் இருக்கும் இன்னொரு பரிமாணத்துடன் நீ இணைவாய்” என்று கொஞ்சம் புதிராகச் சொன்னார்.

“இருப்பதில் இது ரொம்ப கடினமான தத்துவம்போல் தெரிகிறதே” என்றேன்.

"யோசித்துப்பார்த்தால் நடைமுறைக்கு மிகவும் எளிதான ஒரு தத்துவம்தான் ஜான். நமக்குள்ளே பல்வேறு திறமைகள் உறங்கிக்கொண்டிருக்கும். அவற்றைப்பற்றி ஒவ்வொன்றாக அறிந்துகொள்ள முற்படும்போது, அவற்றை ஒவ்வொன்றாக தட்டியெழுப்புகிறோம். இதைவிட மேலாக, அமைதியான கவனமான தியானம் இதைவிட ஆற்றல் வாய்ந்தது. இந்த பயிற்சி உன்னை மேலும் வலிமைபடுத்தும், மேலும் புத்திசாலியாக்கும். உன் மூளையை உபயோகிக்க இது மிகவும் லாபகரமான முறை என்று கூட சொல்லலாம்" என்றார்.

"எனக்கு இன்னும் புரியாவில்லையே ஜூலியன்" என்றேன்.

"பரவாயில்லை. நானும் முதன்முறையாக இதைப்பற்றி கேள்விபட்டவுடன் எனக்கும்தான் இது மிகவும் குழப்பமாக இருந்தது. சுலபமாக பார்க்கப்போனால். சுய உள்மன ஆராய்ச்சி என்பது ஆழமான சிந்தனையின் ஒரு பயிற்சி தான்" என்றார்.

"ஆனால் நாம் அனைவருமேதானே யோசிக்கிறோம்? சிந்தனை என்பது அடிப்படை மனித இயல்பு அல்லவா?"

"ஆம், நாம் யோசிக்கிறோம், மறுப்பதற்கில்லை. ஆனால், பிரச்னை என்னவென்றால், நம்மில் பலரும் உயிர்வாழ வேண்டிய அளவிற்கு மட்டுமே சிந்திக்கிறோம், பின்னர் நிறுத்தி விடுகிறோம். நான் சொல்வது, வளமான வாழ்க்கை வாழ சிந்திப்பது. நான் முன்னரே சொன்னேன் அல்லவா, பெஞ்சமின் ஃபிராங்க்ளின்-இன் வாழ்க்கை சரித்திரத்தைப் படித்தால் நான் சொல்வது எளிதாகப் புரியும். ஒவ்வொரு நாளும் நீண்ட உழைப்பிற்குப் பிறகு வீடு சென்ற அவர், வீட்டின் ஒரு அமைதியான மூலைக்குச் சென்று அந்த நாளில் என்னவெல்லாம் நடந்தது என்று சிந்திப்பாராம். ஒவ்வொரு செயலைப் பற்றியும் மனதால் எடைபோட்டு அந்த செயல் நன்மை உருவாக்கியதா தீமையானதா என்று தீர்மானிப்பாராம். தீயது என்றால் என்ன செய்தால் அதை சரிபடுத்த முடியும் என்றும் யோசிப்பாராம். ஒவ்வொரு நாளும் தான் செய்த தவறுகள் என்னென்ன என்று உடனுக்குடன் தெரிந்து கொண்டதனால், உடனுக்குடன் சுய முன்னேற்றம் ஏற்ப வாய்ப்பு கிட்டியது. சிவானவின் ஞானிகளும் அதையேதான் செய்தார்கள். ஒவ்வொருநாளா இரவும், அவர்கள் தத்தமது குடிலுக்குள் சென்று, ரோஜா இதழ்களுக்கு நடுவே உட்கார்ந்துகொண்டு, அமைதிக்யான ஆழமான தியானத்தில் ஈடுபடுவார்கள். யோகி ராமன் இன்னும் ஒருபடி மேலே போய்,

ஒவ்வொரு நாளின் சிந்தனைகளை எழுத்துப்பூர்வமாக பதிவு செய்திருந்தாராம்."

"எப்படிப்பட்ட விஷயங்களைப் பற்றி எழுதிக்கொள்வார்?" நியாயமான கேள்விதானே!

"முதலில் தான் செய்யவேண்டிய, செய்து முடித்த எல்லா வேலைகளைப் பற்றியும் எழுதுவாராம். காலையில் எழுந்து தன்னை பாமரித்துக்கொள்ள செய்தவைகளில் இருந்து, மற்ற ஞானிகளிடம் பேசியவை, விறகு தேடி காட்டுக்குள் சென்றது என்று எல்லாவற்றையும் பற்றி எழுதுவாராம். இப்படிப்பற்ற ஒவ்வொன்றையும் எழுதும் போது அவர் எக்டைப்பற்றி சிந்தித்துக் கொண்டிருந்தார் என்றும் எழுதுவாராம்" என்றார்.

"அவரால் இத்தனை விஷயங்களை அவ்வளவு உன்னிப்பாக எப்படி நினைவு வைத்துக் கொள்ள முடிந்ததாம்? நான் ஐந்து நிமிடங்களுக்கு முன்னே என்ன யோசித்துக் கொன்ம்டிருந்தேன் என்றே எனக்கு ஞாபகம் இருப்பதில்லை, சில மணி நேரம் முன்னே என்ன யோசித்துக்கொண்டிருந்தேன் என்று எப்படி ஞாபகம் இருக்கும்!"

"நான் சொன்னதை நீ தினமும் பயின்றால் நிச்சயம் முடியும். எனக்குக் கிடைத்த பலன்கள் மற்றவர்களுக்கும் கிடைக்கலாம். ஒரே ஒரு விஷயம், நிறைய பேர் சாக்குசொல்லும் வியாதியினால் அவதிப்படுகிறார்கள், அவ்வளவுதான்" என்றார். அவர் சொன்னது எனக்கே லேசாக உறுத்தியது, எனக்கும் அந்த வியாதி இருந்திருக்கிறதே!

"சாக்கு சொல்வதை நிறுத்தி, செய்ய வேண்டியதை செய், அவ்வளவுதான்!" என்றார் அழுத்தமான குரலில்.

"என்ன செய்வது?"

"சிந்திக்க நேரம் ஒதுக்கிக்கொள். உன்னைப்பற்றியே ஆழமாக யோசி. யோகி ராமன் தன் சிந்தனைகளை காகிதத்தின் ஒருபுறம் எழுதுவார். பின்னர், அவை எழுத்துப்பூர்வமாக அவர் கண்களில் படும்போது அவரால் ஒவ்வொன்றாக அவை நல்லதா கெட்டதா என்று ஆராய முடிந்தது. நல்லது என்றால் அதைத் தொடர்வது என்றும், கெட்டது என்றால் அதை உடனடியாக நிறுத்த என்ன செய்ய வேண்டுமோ அதை உடனே குறிப்பெடுத்துக்கொண்டும் செயல்படுத்த ஆரம்பிப்பார்"

"ஓர் உதாரணம் கொடுத்தால் இன்னும் நன்றாகப் புரியும் என்று நினைக்கிறேன்"

"சரி உன்னைப்பற்றிய உதாரணம் எடுத்துக்கொள்வோம். நீ இன்று செய்த விஷயங்கள் எல்லாவற்றையும் அந்த காகிதத்தில் எழுது பார்க்கலாம்" என்றார். எனக்கு இது ஒரு மிக முக்கியமான தருணமாகத் தோன்றியது, பல வருடங்களுக்குப் பிறகு நான் என் சிந்தனைகளைப் பற்றி மட்டும் யோசிக்கப்போகிறேன். புதிய ஆனால் நல்ல அனுபவமாகத் தோன்றியது. நான் என்ன செய்துகொண்டிருக்கிறேன் என்று தெரிந்தால்தானே என்னை எப்படி முன்னேற்றிக்கொள்வது என்று தெரியும்! எழுத ஆரம்பித்தேன்.

"காலை ஆறரை மணிக்கு என் மின்சாரக் கோழி கூவியதும் எழுந்தேன்" என்று ஆரம்பித்தேன்.

"செய்வதை கொஞ்சம் சீரியசாகச் செய்யலாமா" என்று திடீர் கண்டிப்புடன் சொன்னார் ஜூலியன்.

"சரி. எழுந்தேன், ஷேவ் செய்தபின் குளித்தேன். கிடைத்ததை அவசரமாக டிஃபனாக சாப்பிட்டுவிட்டு வேலைக்கு ஓடினேன் " என்றேன்.

"சரி, நீ இதெல்லாம் செய்துகொண்டிருக்கும் போது, உன் குடும்பத்தினர் என்ன செய்து கொண்டிருந்தார்கள்?"

"அவர்களெல்லாம் தூங்கிக்கொண்டிருந்தார்கள். நான் என் அலுவலகத்திற்குப் போய் சென்றபோது, நான் ஏழரை மணிக்கு வரசொன்ன கிளையண்ட் ஏழு மணியில் இருந்தே காத்துக்கொண்டிருந்தாராம், அதனால் ரொம்பக் கோபமாக இருந்தார்."

"சரி, அதற்கு நீ என்ன சொன்னாய்?"

"திருப்பி திட்டிவிட்டேன், வேறு என்ன செய்வதாம்? சொன்னதையெல்லாம் எடுத்துக்கொள்ள முடியுமா என்ன!"

"சரி, அதற்குப்பிறகு என்ன நடந்தது?"

"அதற்குப்பிறகு ஒன்றின்பின் ஒன்றாக வேண்டாத விவகாரம் தான். நீதிமன்றத்தில் இருந்து ஃபோன் வந்தது. நீதியரசர் வில்டாபெஸ்ட் கூப்பிடுகிறாராம், பத்து நிமிடங்களில் வந்து சேரவில்லையென்றால் தலைகள் உருளும் என்று மிரட்டல் வேறு! உங்களுக்குத்தான் அந்த நீதியரசரை ரொம்பப் பிடிக்குமே! ஒருமுறை அவருடைய பார்க்கிங் இடத்தில் நீங்கள் உங்கள் ஃபெர்ராரி காரை நிறுத்தியதற்கு கோர்ட்டையே அவமானப்படுத்தியதாக குற்றம் சாட்டினாரே! ஞாபகம் இருக்கா!"

"ரொம்ப முக்கியமாக அதை இப்போது நினைவுபடுத்தவேண்டுமா!" என்று பொய்க்கோபத்துடன் சிரிக்க ஆரம்பித்தார்.

தன் பொக்கிஷத்தை விற்ற துறவி

"பெரியவர் சொல்கிறாரே என்று அவசர அவசரமாக நீதிமன்றத்திற்கு ஓடினால், அங்கே இருக்கும் கிளார்க்கிடம் இன்னொரு தகராறு. இதையெல்லாம் முடித்துக்கொண்டு மீண்டும் ஆஃபிஸ் வந்து சேர்ந்தால், அவசரமான விஷயம், திரும்பி வந்ததும் கூப்பிடு என்று இருபத்தேழு பேரிடம் இருந்து செய்தி! என்னத்தை சொல்ல! மேலே சொல்லவேண்டுமா?" மூச்செடுக்க நிறுத்தினேன்.

"ஆமாம் சொல்லு, நிறுத்தாதே" என்றார்.

"மாலை வீடு திரும்பும் பொழுது மனைவியிடம் இருந்து ஃபோன். என் மாமியார் சூப்பராக சமயல் செய்வாள் என்று உங்களுக்குத் தெரியும் தானே, அவர் செய்ததை போய் கொண்டு வா என்று சொன்னாள். அங்கு போகலாம் என்றால் சாலையில் ட்ராஃபிக் நெருக்கடி. பல வருடங்களாகக் காணாத அப்படி ஒரு ட்ராஃபிக். நட்டநடு ட்ராஃபிக்கில் நாற்பது டிகிரி வெப்பத்தில் கோபத்திலும் மன அழுத்தத்திலும் உட்கார்ந்து கொண்டு கடுப்பாகிக் கொண்டிருந்தேன்."

"என்ன செய்தாய்?"

"எல்லாவற்றையும் திட்டிக்கொண்டிருந்தேன். காருக்குள் உட்கார்ந்து ஆத்திரம் தீர தொண்டை கிழிய கத்திக்கொண்டிருந்தேன். என்ன கத்தினேன் என்றும் சொல்லட்டுமா?"

"அந்த விவரம் தேவைப்படாது, நன்றி. சரி, இதுவரை நடந்ததை ஒருமுறை பார்ப்போம். நடந்த எல்லாவற்றையும் உண்மையுடன் திரும்பிப் பார்த்தால், நீ செய்திருந்த ஏதாவது ஒன்றிரண்டு விஷயங்களையாவது வேறு விதமாகச் செய்திருக்கலாம் என்று தோன்றுகிறதா?"

"நிச்சயமாக!"

"என்னவெல்லாம் மாற்றியிருப்பாய்?"

"யோசித்துப்பார்த்தால், நான் இன்னும் கொஞ்சம் சீக்கிரமாக எழுந்திருக்கலாம். அவசர அவசரமாக வேலைகள் செய்வதால் யாருக்குமே நன்மை இல்லை. காலையில் சற்று அமைதியாகவே எழுந்து மெல்ல மெல்ல வேலைகளை ஆரம்பிப்பதும் நல்லதுதானே. நீங்கள் கற்றுக்கொடுத்த ரோஜாப்பூவின் இதயம் பயிற்சி செய்து பார்க்க நேரம் கிடைக்கும். பின்னர், காலை உணவு எதுவாக இருந்தாலும், குடும்பத்தினருடன் சேர்ந்து அருந்தினால் நன்றாக இருக்கும். சிலசமயம் மனைவி குழந்தைகளுடன் போதுமான நேரம் கழிப்பதில்லையோ என்று தோன்றுகிறது" என்றேன்.

"இதையெல்லாம் செய்யத்தான் உனக்கு எல்லா வாய்ப்புகளும் இருக்கின்றனவே! உன்னுடைய நாளையும் நீ செய்யும் விஷயங்களையும் நீயே தீர்மானித்து செய்யும் சக்தி உன்னிடம் தானே இருக்கிறது! நல்ல விஷயங்களைப் பற்றி சிந்திக்கவும் உன் கனவுகளை நனவாக்கும் ஆற்றலும் உனக்குள் தானே இருக்கிறது!" என்றார் குரலில் உற்சாகத்துடன்.

இதைப்பற்றி நானே பேசப்பேச எனக்குள்ளும் ஒருவித சக்தி வருவதை கவனித்தேன் "ஆமாம் நானும் இதை உணர்கிறேன். உங்களிடம் பேசும்போது எனக்குள்ளேயே ஏதோ ஒரு மாற்றம் உருவாவதை உணர்கிறேன்" என்றேன்.

"நல்லதுதான். சரி, மேலே சொல். உன்னுடைய நாளில் வேறு என்னவெல்லாம் மாற்றியிருப்பாய்?" தொடர்ந்தார், விடுவதாயில்லை.

"பாவம் என்னிடம் உதவி கேட்க வந்திருந்த என் கிளையண்ட்-இடம் நான் சத்தம் போட்டிருக்கக்கூடாது. நீதிமன்றத்தில் அந்த கிளார்க்கிடம் வாக்குவாதம் செய்யாமல் இருந்திருக்கலாம். நிச்சயமாக ட்ராஃபிக்கில் மாட்டிக்கொண்டிருந்தபோது கத்தாமல் இருந்திருக்கலாம்" என்று ஒப்புக்கொண்டேன்.

"இப்போது நீயே பார்த்தாய் அல்லவா. உன்னைப்பற்றி நீயே ஆராயும்பொழுது, உன்னுடைய நாளில் நீ என்னவெல்லாம் செய்தாய் என்று யோசிக்கும்பொழுது நீ எதை எப்படி செய்திருக்கலாம் என்று சிந்திக்கவும் திருத்திக்கொள்ளவும் ஒரு வாய்ப்பு கிடைக்கிறது. நீ இன்றைக்கு செய்ததில் எதை திருத்திக்கொள்ளலாம் என்று தெரிந்தால்தானே நாளை எதை சரியாகச் செய்வது என்று தெரியும்!" என்றார்.

எனக்கும் அது சரிதான் என்று பட்டது. "அட ஆமாம், அப்போதுதானே திருத்திக்கொள்வதற்கு சரியாக திட்டம் அமைத்துக்கொள்ள முடியும்!" என்றேன்.

"அதைத்தான் நானும் சொல்கிறேன். தவறுகள் செய்வது மனித இயல்புதான். 'மகிழ்ச்சி என்பது சரியான முடிவுகளில் இருந்து வருகிறது, சரியான முடிவுகள் அனுபவத்தில் இருந்து வருகிறது, அனுபவம் தவறான முடிவுகளில் ருந்து வருகிறது' என்று இதைத்தான் சொல்வார்கள் போலும். ஆனால், ஒரே தவறை மீண்டும் மீண்டும் செய்வதும் பெரிய தவறு. அப்படிச் செய்வது மனிதனை மிருகங்களிடமிருந்து வேறுபடுத்தும் சுய அறிவின் குறைபாடு என்றே தோன்றும்" என்றார்.

தன் பொக்கிஷத்தை விற்ற துறவி

"இதை நான் முதன்முறையாகக் கேள்விப்படுகிறேன்" என்றேன்.

"ஆமாம். ஒரு மனிதனால் மட்டுமே பின்னோக்கி யோசித்து தான் செய்ததில் சரியெது தவறெது என்று யோசிக்க முடியும். பறவைகளாலோ நாயாலோ ஏன் குரங்குகளாலோ கூட முடியாது. இதுதான் சுயரூபத்தை சிந்தித்துப்பார்க்கும் பயிற்சியின் ஆதாரமே. உன் நாளிலும் வாழ்க்கையிலும் சரி தவறு என்னதென்று சிந்தித்து, முன்னேற திட்டமிடு" என்றார்.

"இதில் யோசிப்பதற்கு நிறைய விஷயம் இருக்கிறது ஜூலியன்" என்ற நான் அப்போதே சிந்தனையில் ஆழ்ந்துவிட்டேன்.

"சரி, அப்போது ஆறாவது செயல்முறைக்குச் செல்வோமா? வேகமான விழிப்புநிலை என்று அதற்குப் பெயர்." என்றார். தொடர்ந்து "சிவானாவில் நான் கற்றுக்கொண்ட மிக முக்கியமான விஷயங்களில் ஒன்று, சூரியன் உதிக்கும்பொழுதே எழுந்துகொண்டு, நம்முன் விரிந்துகிடக்கும் நாளை சரியாகத் துவங்குவதுதான். நம்மில் பலர் தேவைக்கு அதிகமாகவே தூங்குகிறோம். சராசரி மனிதன் ஆறு மணிநேரம் தூக்கத்துடன் நல்ல உற்சாகத்தோடு ஆரோக்கியமாக இருக்கலாம். தூக்கம் என்பது வெறும் ஒரு பழக்கம்தான். மற்ற பழக்கங்களைப் போல, நாமும் வேண்டிய குறிக்கோள்களை அடைய இந்த பழக்கங்களை மாற்றிக்கொள்ளலாம்" என்றார்.

"ஆனால் ரொம்ப சீக்கிரமாக எழுந்துவிட்டால் எனக்கு நாள் முழுவதும் தூக்கம் தூக்கமாகவும் கடுப்பாகவும் இருக்கிறதே என்ன செய்வது!" என்று என் கஷ்டத்தை சொன்னேன்.

"முதலில் சில நாட்கள் அப்படித்தான் இருக்கும், நானே ஒப்புக்கொள்கிறேன். முதல் ஒரு வாரம் வரை கூட அப்படி இருக்கலாம். நீண்டகால நன்மைக்காக சிலநாட்கள் படும் கஷ்டமாக இதை பார். புதிய பழக்கம் ஏற்படுத்திக்கொள்ளும் போது சில நாட்கள் அசௌகரியமாக இருக்கும் அல்லவா, அதுபோலத்தான் இது. புதிதாக காலணிகள் வாங்கும்போது முதலில் காலைக் கடிப்பது போல் இருந்தாலும், பிறகு ரொம்பக் கச்சிதமாகப் பொருந்துமே, அதுபோலத்தான் இதுவும். முன்னரே சொல்லியிருக்கிறேன் அல்லவா, வலி என்பது வளர்ச்சிக்கான முதல் படி தான். அதைப்பார்த்து பயம் வேண்டாம். அதை வரவேற்போம்!" என்று தைரியம் சொன்னார்.

"சீக்கிரம் எழ பயில்வது என்பது கேட்க நன்றாகத்தான் இருக்கிறது. ஆனால், ஒரு கேள்வி. 'சீக்கிரம்' என்றால் எவ்வளவு சீக்கிரம்?"

"நல்ல கேள்விதான். இதுதான் சரியான நேரம் என்று எதுவும் இல்லை. இதுவரை நான் உனக்குச் சொன்னதை போல், உனக்கு எது சரியாக இருக்கிறதோ அதை செய். யோகி ராமன் சொன்னது நினைவிருக்கிறதா? எதையுமே மிதமாகச் செய்"

"சரி, ஆனால் சூரியன் உதிக்கும்பொழுதே எழுந்திருப்பது கொஞ்சம் ஓவராகத்தான் தெரிகிறது" என்று தயங்கினேன்.

"அவ்வளவொன்றும் வித்தியாசமாக இல்லை என் தூங்குமூஞ்சி நண்பா. புதியதோர் நாளின் முதல் வெளிச்சத்தில் ஆரம்பிப்பதைப் போல் அழகான விஷயம் மிகக்குறைவுதான். சூரிய வெளிச்சம் என்பது கடவுளின் வரப்பிரசாதம் என்று சிவானாவின் ஞானிகள் நம்பினார்கள். அதிகம் ஆகாமல் பாதுகாத்துக்கொண்டு, அடிக்கடி அவர்கள் சூரிய வெளிச்சத்தில் குளிர்காயவும் செய்தார்கள், அதிகாலை வெளிச்சத்தில் குதூகலமாக ஆடவும் செய்தார்கள். தெரியுமா!"

"ஓ நீங்களும் இதைச் செய்வீர்களா!"

"நிச்சயமாக. சூரிய வெளிச்சம் எனக்குப் புத்துணர்ச்சி கொடுப்பதுபோல் உணர்கிறேன். நான் சோர்வடையும் பொழுது அது என்னை மீண்டும் உற்சாகப்படுத்துகிறது. பண்டைய கலாசாரத்தில் சூரியன் நம்முடைய ஆன்மாவுடன் நேரடித் தொடர்பு வைத்திருக்கிறது என்று நம்பினார்கள். விவசாயத்தின் வளர்ச்சியோடு சேர்ந்து, அது மனிதர்களின் சுய வளர்ச்சிக்கும் உதவுகிறது என்று நம்பினார்கள். அது உன்னை முழுமையாக உற்சாகப்படுத்தி புதிய ஆற்றல் உருவாக்குகிறது. வேண்டியபொழுது மிதமான அளவில் உபயோகித்தால் அது மிகச்சிறந்த மருத்துவ குணம் கொண்டது, தெரியுமா! சரி நான் என்னவோ பேசிக்கொண்டே இருக்கிறேனே. நான் சொல்ல வந்தது என்னவென்றால், சீக்கிரம் எழுந்துகொள். ஒவ்வொரு நாளும் மறக்காமல் செய்."

"சரி முயற்சித்துப்பார்க்கிறேன். ஆனால் நான் இதை எனது தினசரி பழக்கமாக எப்படி ஆக்கிக் கொள்வது?"

"சில சுலபமான குறிப்புகள் தருகிறேன் கேள். முதலில் நீ நினைவில் வைத்துக்கொள்ள வேண்டியது, எவ்வளவு நேரம் தூங்குகிறோம் என்பது முக்கியமல்ல, எப்படிப்பட்ட உறக்கம் என்பதில்தான் விஷயமே இருக்கிறது. எந்தவித தொந்தரவும் இல்லாத ஆறு மணிநேரத் தூக்கம், பத்துமணிநேரம் விட்டுவிட்டு தூங்குவதை விட சிறந்தது. தினப்படி வாழ்க்கையின் அழுத்தங்களினால்

பாதிக்கப்பட்ட உடலையும் மனதையும் புத்துணர்ச்சியூட்டி மீண்டும் ஆரோக்கியமாக்க இந்த இயற்கையான வழிமுறை அவசியமாகிறது. நீண்ட உறக்கத்தைவிட தரமான ஓய்வு சிறந்தது என்ற அடிப்படையில்தான் ஞானிகளின் பழக்கங்கள் அமைந்திருக்கின்றன. உதாரணத்திற்கு சொன்னால், யோகி ராமன் இரவு எட்டு மணிக்குப் பிறகு எந்த உணவையும் உட்கொள்ள மாட்டார். அப்படி உண்டால் அதை செரிமானம் செய்வதற்குத் தேவையான உடல்பணி உறக்கத்தின் தரத்தை குறைத்துவிடும் என்று நம்பினார். இன்னொரு பழக்கம் சுவாரசியமானது. அங்கே இருந்த பல ஞானிகள், தூங்கச் செல்வதற்கு முன்னால், தம்பூராவின் ஒலியுடன் சேர்ந்து தியானம் செய்வார்கள்"

"அப்படியா? எதற்கு?"

"சரி, உன்னைக் கேட்கிறேன், தினமும் தூங்கச்செல்வதற்கு முன் நீ என்ன செய்வாய்?"

"எனக்குத் தெரிந்த பலரைப்போல் நானும் என் மனைவி ஜென்னியும் கொஞ்சநேரம் டிவியில் செய்திகள் பார்த்துக்கொண்டிருப்போம், பின்னர்தான் தூங்கச்செல்வோம்" என்றேன்.

"நினைத்தேன்! நீ தூங்கப்போகும் முன் இருக்கும் கடைசி பத்து நிமிடங்களும் தூங்கி எழுந்தவுடன் முதல் பத்து நிமிடங்களும் உன் மனதிற்கு மிக முக்கியமானவை. அந்த வேளையில் மிக நல்ல சிந்தனைகளை மட்டுமே உன் மனதில் உள்ளிட வேண்டும். கணினியைப்போல, நீ என்ன உள்ளிடுகிறாயோ, அதுதான் உனக்குத் திருப்பிக் கிடைக்கிறது. இதில் இன்னொரு முக்கியமான விஷயம். இந்த மனக் கணினியின் செயல்பாட்டினை தீர்மானம் செய்யும் மென்பொருள் உன்னிடம் இருந்துதான் வருகிறது. எப்படிப்பட்ட சிந்தனைகளை உள்ளே செலுத்தி எப்படிப்பட்ட பலன்கள் வரவேண்டும் என்று நீ தான் தீர்மானிக்கிறாய். அதனால், தூங்கப்போவதற்கு முன் டிவி செய்திகள் எல்லாம் பார்க்காதே. யாரிடமும் வாக்குவாதம் செய்யாதே, உன்னுடைய நாள் எப்படிச் சென்றது என்று மனதில் ஆராயக்கூட செய்யாதே. அதற்கு பதில், கொஞ்சம் மூலிகை தேநீர் அருந்து, மெல்லிய இனிமையான இசை கேட்டுக்கொண்டே நல்ல ஆழமான தூக்கதில் இறங்கு" என்றார்.

"நீங்கள் சொல்வதும் சரிதான். நன்றாகத் தூங்கினால் குறைவான தூக்கம் கூடப் போதுமானதுதான் இல்லையா" என்றேன்.

"மிகச்சரியாகச் சொன்னாய். இன்னொன்றையும் நினைவில் வைத்துக்கொள் - எந்த ஒரு விஷயத்தையும் இருபத்தி ஒரு நாட்கள் செய்தால், அதுவே பழக்கமாகி விடும். ஆகவே, கஷ்டமாக இருக்கிறது என்று கைவிடுவதற்கு முன்னால், குறைந்தது மூன்று வாரங்களாவது சீக்கிரம் எழுந்திருக்கும் பழக்கத்தை தொடர்ந்து செய். அதற்குள் அது உன் தினசரி வாழ்க்கையின் ஒரு அங்கமாகவே ஆகிவிடும். சில நாட்களிலேயே நீ ஐந்தரை மணிக்கோ ஏன் ஐந்து மணிக்கோ எழுந்து மீண்டுமொரு அற்புதமான நாளை அனுபவிக்கத் தயாராகி விடுவாய்" என்று நம்பிக்கையூட்டினார்.

"சரி நான் தினமும் ஐந்தரை மணிக்கு எழுந்து விடுகிறேன் என்று வைத்துக்கொள்வோம். எழுந்ததும் என்ன செய்யவேண்டும்? நீங்களே சொல்லுங்களேன்" என்றேன்.

"நீ நன்றாக யோசிக்கிறாய் என்று உன் கேள்வியில் இருந்து தெரிகிறது. நல்ல விஷயம்தான். நீ எழுந்ததும் செய்வதற்கு நிறைய நல்ல விஷயங்கள் இருக்கின்றன. நாள் நன்றாகத் துவங்க வேண்டும், அதுதான் முக்கியம். முதல் பத்து நிமிடங்களில் நீ செய்வது உன் நாள் எப்படி அமையும் என்பதை நிர்ணயிக்கும் என்பதை நினைவில் வைத்துக்கொள்" என்றார்.

"அப்படியா!"

"ஆமாம், நல்ல விஷயங்களை மனதில் நிறுத்து. உனக்குக் கிடைத்ததற்கு எல்லாம் கடவுளிடம் நன்றி சொல். நல்ல இசையைக் கேள். சூரியன் எழுவதைப் பார். முடிந்தால் இயற்கைச்சூழலில் கொஞ்சம் நடை பயின்று வா. உடலில் நல்ல ஆற்றல் ஊற, சிவானாவின் ஞானிகள் காலை எழுந்ததும் கொஞ்ச நேரம் சிரித்துப் பழகினார்கள்." என்றார்.

மற்றதெல்லாம் சரி, கடைசி விஷயம் மட்டும் எனக்கு அதிசயமாக இருந்தது. "நீங்கள் சொல்லும் எல்லா விஷயங்களும் புரிகிறது, ஆனால் நட்ட நடு இமயமலையில் உட்கார்ந்திருக்கும் சிலர் காலை எழுந்ததும் கெக்கேபிக்கே என்று சிரிப்பது வேடிக்கையாக இல்லை?"

"ஏன் அப்படி நினைக்கிறாய்! ஒரு சராசரி நான்கு வயது குழந்தை ஒவ்வொரு நாளும் எவ்வளவு முறை சிரிக்கிறது என்று யூகிக்கமுடியுமா?"

"யாருக்குத் தெரியும்!" என்றேன்

“எனக்குத்தெரியும். சொல்லட்டுமா! குறைந்தது முன்னூறு முறை. நாம் சமூகத்தில் வாழும் பெரியவர்கள் சராசரியாக ஒரு நாளைக்கு எவ்வளவு முறை சிரிக்கிறார்கள் தெரியுமா?”

“ஐம்பது தடவை?” என்று சும்மா முயற்சித்துப்பார்த்தேன்.

“தவறு, வெறும் பதினைந்து தடவைதான்! சிரிப்பது நமது ஆன்மாவிற்கே ஒரு மருந்தைப்போல, புரிகிறதா! சிரிக்கத் தோன்றவில்லை என்றாலும், கண்ணாடியில் உன்னைப்பார்த்து சில நிமிடங்கள் சிரித்துப்பார், உனக்குள்ளேயே ஒரு உற்சாகம் ஊறும். ‘நாம் சந்தோஷமாக இருப்பதால் சிரிப்பதில்லை, சிரிப்பதால் சந்தோஷமாக இருக்கிறோம்’ என்று வில்லியம் ஜேம்ஸ் சொல்லியிருக்கிறார். ஆகவே, உன்னிடைய நாளை உற்சாகத்துடன் ஆரம்பி. சிரி, முடிந்தால் கொஞ்சநேரம் விளையாடு, உனக்குக் கிடைத்திருக்கும் எல்லாவற்றிற்கும் நன்றி செலுத்து. ஒவ்வொரு நாளும் மிகச் சிறந்ததாக இருக்கும்” என்றார்.

“உங்களுடைய நாளை நன்றாக ஆரம்பிப்பதற்கு நீங்கள் என்ன செய்கிறீர்கள்?” கற்கும் ஆவலுடன் கேட்டேன்.

“எனக்கென்று நான் ஒரு பட்டியலே வைத்திருக்கிறேன். காலை எழுந்ததும் கொஞ்சநேரம் ரோஜாப்பூவின் இதயம் பயிற்சி, நல்ல பழங்களில் இருந்து கொஞ்சம் பழரசம் அருந்துவது என்று பல விஷயங்கள் செய்வேன். ஆனால் உனக்கு ஒரு குறிப்பிட்ட விஷயம் சொல்லக் கடமை பட்டிருக்கிறேன்” என்றார்.

“என்னது அது?” கேட்காமல் இருக்கமுடியவில்லை.

“எழுந்ததும் உன் அமைதிப்பகுதி சரணாலயத்திற்கு சென்றுவிடு. முழு கவனத்துடன் அமர்ந்துகொள். உன்னையே ஒரு முக்கியமான கேள்வி கேட்டுக்கொள். இன்றுதான் நீ வாழப்போகும் கடைசி தினம் என்று ஆகிவிட்டால் நீ என்ன செய்வாய் என்று கேட்டுக்கொள். ஆழமாக யோசித்து, மனதில் ஒரு பட்டியல் இட்டுக்கொள். யாரையெல்லாம் கூப்பிட்டு பேசுவாய், எந்தெந்த நினைவுகளை யோசிப்பாய் என்று நினைவுபடுத்திக்கொள். பெரும் ஆற்றலுடன் இதைச் செய்வதாகக் கற்பனை செய்துபார். உன் குடும்பத்தினருடனும் நண்பர்களுடனும் என்ன செய்வாய் என்று சிந்தித்துப்பார். நான் முன்னே சொன்னதுபோல், ஒவ்வொரு நாளையும் நீ வாழப்போகும் கடைசி தினமாக நினைத்து வாழ்ந்தால். உன் வாழ்க்கையே அற்புதங்கள் நிறைந்ததாகி விடும்”

"அப்படியே இதில் இருந்து நாம் ஏழாவது செயல்முறைக்குச் செல்வோம் - இசையின் இனிமை என்பதுதான் அது"

"இது நன்றாக இருக்கும் போல் தோன்றுகிறதே"

"உனக்கு இது நிச்சயம் பிடிக்கும். சிவானாவின் ஞானிகளுக்கு இசை மிகவும் முக்கியமாக இருந்தது. சூரியன் எப்படி அவர்கள் ஆன்மாவிற்கு ஆற்றல் தந்ததோ, அதேபோல் இசையும் அவர்களுக்கு அதிக ஆற்றல் அளிக்கும் விதமாக இருந்தது. அது அவர்களை ஆடிப்பாடவும் மகிழ்ச்சியுடனும் இருக்கச் செய்தது. அதேபோல் உனக்கும் இசை உதவும். இசையின் மகத்துவத்தை குறைவாக எடைபோடாதே. தினமும் சிறிதுநேரமாவது இசை கேள், அலுவலகத்திற்கு செல்லும்போது கூட நீ இதை செய்யலாம். உடலாலோ மனதாலோ சோர்வாக இருக்கும்போது இசை கேட்டால் அது நன்றாக உற்சாகப்படுத்தி ஊக்கம் கொடுக்கும்" என்றார்.

"நீங்களும் அப்படித்தான் என்று எனக்குத் தோன்றுகிறது ஜூலியன். நீங்கள் சொல்வதைக் கேட்டாலே நிறைய உற்சாகம் கிடைப்பது போல் தோன்றுகிறது. கடந்த காலத்தைப் பார்க்கையில் உங்களுக்குள் நிறைய மாற்றங்கள் வந்திருக்கின்றன, வெளிப்புறத்தில் மட்டுமல்லாமல் உள்ளிருந்தும் நீங்கள் நிறையவே மாறியிருக்கிறீர்கள். உங்கள் பழைய நக்கல் தொனியோ மற்றவர்களை எளிதில் குடை கூறுவதோ போய் விட்டது. உங்களுக்குள் நிறைய அமைதியும் நிம்மதியும் நிரம்பியுள்ளதைக் காண்கிறேன். இன்று நாம் பேசிக்கொண்டிருப்பது என்னுள் நிறைய பாதிப்பு ஏற்படுத்தியுள்ளது" என்று மனதார சொன்னேன்.

"சரி சரி, அடுத்ததற்கு போகலாமா? எட்டாவது செயல்முறை வார்த்தையின் வலிமை என்பதாகும். சிவானாவின் ஞானிகள் காலையும் மாலையும் இரவிலும் சில மந்திரங்களை உச்சரித்து, அதன்மூலம் உற்சாகமும் கவனக்கூர்மையும் பெற்றதாகச் சொன்னார்கள்"

"மந்திரங்களா?"

"ஆமாம். மந்திரங்கள் மூலம் நமக்குள் நல்ல ஆற்றலை உருவாக்கலாம் அல்லவா. அதனால்தான் அதைக் கையாண்டார்கள். சமஸ்கிருத மொழியில் 'மன்' என்றால் மனது, 'த்ரா' என்றால் விடுவிப்பது என்று நம்பப்பட்டது. அதாவது, மந்திரங்கள் மூலம் மனதில் இருக்கும் தடைகளை விடுவித்து மனதை லேசாக்க முடியும்" என்று விளக்கம் அளித்தார்.

தன் பொக்கிஷத்தை விற்ற துறவி

"நீங்கள் தினமும் மந்திரங்கள் சொல்கிறீர்களா?"

"நிச்சயமாக! நான் எங்குசென்றாலும் என் மனதை விடுவிக்கும் வகையில் மந்திரங்களை உச்சரிப்பேன், பேருந்தில் சென்றாலும் சரி, பூங்காவில் நடந்துகொண்டிருந்தாலும் சரி, தொடர்ந்து மந்திரங்கள் சொல்லிக்கொண்டிருந்தால் எனக்குள் ஒரு புத்துணர்ச்சி இருந்துகொண்டிருக்கிறது" என்றார்.

"வாய்ச்சொற்களால் மட்டும்தான் மந்திரங்கள் சொல்லப்பட வேண்டுமா என்ன?" என்று சந்தேகத்தைக் கேட்டேன்.

"அவசியமில்லை. மீண்டும் மீண்டும் எழுதிப்பார்த்தும் மந்திரங்களின் பலன்களை அனுபவிக்கலாம். ஆனால் என் தனிப்பட்ட முறையில் மந்திரங்களை வாயால் உரக்கச்சொல்வதினால் அதிக பலன் கண்டுள்ளேன். எனக்குள் இருக்கும் ஊக்கத்தை அதிகப்படுத்த வேண்டும் என்ற அவசியம் இருந்தாலோ, அல்லது என் தன்னம்பிக்கையை வளர்த்துக்கொள்ள வேண்டும் என்றாலோ இளமையுடனும் உற்சாகத்துடனும் இருக்க வேண்டும் என்றாலோ மந்திரங்களை உபயோகிக்கிறேன்" என்றார்.

"இளமையுடன் இருக்க மந்திரங்களா?"

"வார்த்தைகள் நம்முடைய மனநிலையை நேரடியாக பாதிக்கின்றன, இல்லையா? எழுத்துப்பூர்வமாகவோ அல்லது உரக்கச் சொல்லியோ அவை நிச்சயம் ஒருவித மாற்றத்தை உருவாக்குகின்றன. அதனால், நாம் மற்றவர்களிடம் என்ன வார்த்தைகள் உபயோகிக்கிறோம் என்பது எவ்வளவு முக்கியமோ, நாம் நமக்குள்ளேயே என்ன வார்த்தைகள் உபயோகிக்கின்றோம் என்பது அதைவிட முக்கியம்."

"நம்மை நாமே உற்சாகப்படுத்திக் கொள்ளும் போதனைகளா?"

"ஆமாம். நீ உன்னைப்பற்றி உன்னிடமே என்ன கூறுகிறாயோ, நீ அதுவாகத்தான் ஆகிறாய். சோர்வாகவோ சோகமாகவோ இருப்பதாக சொல்லிக்கொண்டால் அதுதான் நடக்கும். அதேபோல, ஆரோக்கியமாகவும் உற்சாகத்துடனும் இருப்பதாகச் சொல்லிக்கொண்டால் நடப்பதும் அதுவே. உன்னையே நீ வர்ணித்துக்கொள்ள உபயோகிக்கும் வார்த்தைகள் உன் சுய பிம்பத்தை பாதித்து அதன்மூலம் உன் செயல்பாடும் பாதிப்படையும். உதாரணத்திற்கு, தன்னம்பிக்கை இல்லாதவன்போல் சுய பிம்பம் இருந்தால், நடவடிக்கைகளும் அதை ஒத்தே தான் இருக்கும். அதுவே, ஒரு பயமற்ற தன்னம்பிக்கையுள்ள உற்சாகமான மனிதனாக உன்னை

நீ பாவித்துக்கொண்டால் உன் நடவடிக்கைகளும் அதற்கேற்பத் தான் இருக்கும்."

"அது எப்படி சாத்தியம்?"

"உன்னால் ஏதாவது ஒரு விஷயம் செய்ய முடியாது என்று நம்பினால், உன்னுடைய அந்த நம்பிக்கை உன் சுய பிம்பத்தை பாதிக்கும். அந்த சூழ்நிலையை நீயே மாற்றிக்கொள்ளலாம் என்று எத்தனித்தாலும் அந்த சுய பிம்பம் உன்னை மாற அனுமதிக்காது."

"அப்படி ஏன் நடக்கிறது?"

"உன் சுய பிம்பம்தான் பலவிஷயங்களில் நீ செய்வதை கட்டுப்படுத்துகிறது. அதோடு ஒத்துப்போகாத எதையும் அது அனுமதிப்பதில்லை. உன் வாழ்க்கையில் உன் முன்னேற்றத்தைத் தடுக்கும் எந்த விஷயதையும் உன்னால் மாற்றமுடியும் என்பது போல உன்னுடைய இந்த சுய பிம்பத்தையும் உன்னால் மந்திரங்கள் மூலமாகவோ வேறு ஏதாவது வழிமுறைகள் மூலமாகவோ மாற்றிக்கொள்ள முடியும்."

"பிறகு, அதன்மூலம் எனக்குள் இருக்கும் உலகத்தை மாற்றி, அதன் பின்னர் என் வெளிப்புற உலகையும் மாற்றிக்கொள்ளலாம், அப்படித்தானே!" என்றேன் ஆவலாக.

"சபாஷ் நண்பா. எவ்வளவு சீக்கிரமாகக் கற்றுக்கொண்டு விட்டாய்! அப்படியே நான் சொல்ல வந்த ஒன்பதாவது செயல்முறைக்குச் செல்லலாமா? நன்மையளிக்கும் நற்குணங்கள் என்று அதற்குப் பெயரிடலாம். நாம் இதுவரை பேசிக்கொண்டிருந்த சுய பிம்பத்தின் ஒரு நீட்சியாக இதைக் கருதலாம். தினமும் உன் குணங்களை பண்புகளை முன்னேற்றம் அடையச் செய்ய குறிப்பிடக்கூடிய ஏதாவது ஒரு நடவடிக்கை எடுக்கவேண்டும் என்பதுதான் இதன் அடிநாதம். உன் குணங்களை முன்னேற்றம் அடையச்செய்வதால், நீ எடுக்கும் ஒவ்வொரு நடவடிக்கையும் மாறுபடும். இந்த மாறும் நடவடிக்கைகள் பழக்கங்களாக மாறி, அதன்மூலம் உன் குறிக்கோளை அடையும் பாதையில் முன்னேற்றம் அடையச் செய்யும். இதை 'ஒரு சிந்தனையை விதைத்தால் ஒரு செயல்பாட்டினை அறுவடை செய்யலாம். ஒரு செயல்பாட்டினை விதைத்தால் பழக்கத்தை அறுவடை செய்யலாம். பழக்கத்தை அறுவடை செய்து குணத்தையும், பின்னால் அதன்மூலம் நாம் குறிக்கோளையும் அடையலாம்' என்று யோகி ராமன் மிக அழகாக விவரித்தார்" என்றார்.

"அப்படியா! என் குணத்தை மாற்றிக்கொள்ள நான் என்ன செய்யவேண்டும்?"

"உனக்குள் இருக்கும் நல்ல பழக்கங்களை வளர்த்துக்கொள்ள என்ன தேவையோ அதை செய். கேட்பதற்கு முன்னரே சொல்லிவிடுகிறேன், நல்ல பழக்கங்களின் தொகுப்பு தான் நல்ல வாழ்க்கை என்று சிவானாவின் ஞானிகள் நம்பினார்கள். அதனால் அவர்கள் தங்கள் வாழ்க்கையை ஒரு சில குறிப்பிட்ட தத்துவங்களின்படி வாழ்ந்தார்கள்" என்றார்.

"ஆனால் கொஞ்ச நேரத்திற்கு முன்னர், அவர்கள் வாழ்க்கையை தங்கள் குறிக்கோளுக்கு இணங்க வாழ்ந்தார்கள் என்று அல்லவா சொன்னீர்கள்?" என்றேன்.

"ஆமாம், ஆனால் அவர்கள் வாழ்க்கையின் முக்கியமான தத்துவமே பல்லாயிரக்கணக்கான வருடங்களாக தங்கள் மூதாதையர்கள் நம்பிய தத்துவங்களின்படி வாழ்வது என்பதுதான்" என்று விளக்கம் அளித்தார்.

"அவை என்ன தத்துவங்கள்?" என்று கேட்டேன்.

"சுருங்கச் சொன்னால், கடினமான உழைப்பு, மற்றவர்களிடம் காட்டும் பரிவு, அவையடக்கம், பொறுமை, உண்மை தவறாமை, துணிச்சல் ஆகியவை தான் இந்த முக்கியமான தத்துவங்கள். உன் அனைத்து நடவடிக்கைகளுமே இந்த தத்துவங்களின்படி இருந்தால், உனக்குள் ஆழ்ந்த அமைதியும் இணக்கமும் உருவாகும். இப்படி வாழ்ந்து வந்தால் நீ சரியானவற்றைத்தான் செய்வாய், அதனால் ஆத்மார்த்தமான வெற்றி நிச்சயம். இயற்கையின் நியதிகளுக்கிணங்க நீ நடந்துகொள்வாய். இந்த நிலையில் தான் நீ வேறு ஒரு பரிமாணத்தில் இருக்கும் உயரிய ஆற்றலை தொடர்புகொண்டு உன் இலக்கை நோக்கி முன்னேறுவாய். சாமானிய வாழ்க்கையை விட்டுவிட்டு உயரிய மேன்மையடைந்த வாழ்க்கைக்கு மாறுவாய். வாழ்நாள் முழுவதும் தெளிவு பிறக்க இது ஒரு முக்கியமான முதல் படி" என்றார்.

"நீங்கள் இதை அனுபவித்திருக்கிறீர்களா?"

"நான் இதை நிச்சயமாக அனுபவித்திருக்கிறேன், உனக்கும் அது கிடைக்கும் என்று நம்புகிறேன். சரியானவற்றையே செய். உன் உண்மையான குணம் எதுவோ, அதன்படியே நடந்துகொள். உன் இதயம் சொல்வதுபோல், உண்மைப்படி நட. மற்றவையெல்லாம் தானாக நடக்கும். நீ எப்போதுமே தனியாக இல்லை, தெரியும்தானே?" என்றார்.

"என்ன சொல்ல வருகிறீர்கள், புரியவில்லையே" என்றேன்.

"பரவாயில்லை, பிறகு எப்போதாவது சொல்கிறேன். இப்போதைக்கு உனக்குத் தெரியவேண்டியது இதுதான். உன் குணத்தை உருவாக்க தினமும் சிறுகச் சிறுக முன்னேறும்படியான விஷயங்களைச் செய். தத்துவஞானி எமெர்சன் சொன்னதுபோல் 'பண்பும் குணமும் அறிவை விட உயர்ந்தது. உயரிய மனிதன் அறிவோடும் குணத்தோடும் செயல்பட்டு வலிமையோடு இருப்பான்'. நான் பரிந்துரைத்த விதத்தில் வாழ்ந்து வந்தால் உன் குணமும் பண்பும் மேலோங்கும். இதை விட்டுவிட்டால், உண்மையான மகிழ்ச்சி என்பது கிடைப்பது மிகவும் கடினமாகும்" என்றார்.

"சரி நீங்கள் சொன்னதில் கடைசி செயல்முறை என்ன?" என்றேன்.

"'எளிமையின் வலிமை' என்பதுதான் அது. எளிமையான வாழ்க்கை வாழ்வதே இதன் அடிநாதம். யோகி ராமன் என்னிடம் சொன்னதைப்போல், 'சிறுமைகளால் சூழ்ந்த வாழ்க்கையை வாழாதே. உனக்கு எது முக்கியமோ அதில் முதலில் கவனம் செலுத்து. உன் வாழ்க்கை எளிதாகும், பலன்கள் நிறைந்ததாக இருக்கும். அமைதியாக இருக்கும். அவர் சொன்னதைப்போலவே தான் என் வாழ்க்கையில் நடந்தது. வேண்டாததை விடுத்து, எனக்கு முக்கியமானவற்றின் மேல் கவனம் செலுத்த ஆரம்பித்ததும் வாழ்க்கையே சுமுகமானது. நான் வாழ்ந்து வந்த அவசர புயல்போன்ற வாழ்க்கை மாறி, மெதுவாக என்னைச் சுற்றியுள்ள அழகை ரசித்து வாழ ஆரம்பித்தேன்.

"எளிமையான வாழ்க்கை வாழ என்னவெல்லாம் செய்தீர்கள்?"

"விலையுயர்ந்த துணிகள் அணிவதை நிறுத்தினேன். ஒரு நாளுக்கு ஆறு செய்தித்தாள்கள் படிக்கும் வெறித்தனமான பழக்கத்தை நிறுத்தினேன். யார் வேண்டுமானாலும் எப்போது வேண்டுமானாலும் என்னை தொடர்பு கொள்ளலாம் என்று இருந்த நிலையை மாற்றிக்கொண்டு எனக்கென்று நேரம் ஒதுக்கிக்கொண்டேன். சைவத்திற்கு மாறினேன். உண்ணும் அளவை குறைத்துக்கொண்டேன். சுருக்கமாகச் சொல்லப்போனால் என் தேவைகள் அனைத்தையும் குறைத்துக்கொண்டேன். தேவைகள் குறைந்தால்தான் அவற்றை பூர்த்தி செய்யமுடியும் என்று அப்போதுதான் உணர்ந்தேன். இல்லாவிட்டால் "இன்னும் ஒரே ஒரு சீட்டு போட்டுப்பாரேன் எனக்கு வேண்டிய சீட்டு வருகிறதா பார்ப்போமே" என்று கெஞ்சும் சூதாட்டக்காரன் போல் நம் வாழ்க்கை ஆகிவிடும். எப்பொழுதுமே

தன் பொக்கிஷத்தை விற்ற துறவி

உன்னிடம் இருக்கும் செல்வத்தைவிட அதிகமாகத்தான் உன் தேவைகள் இருக்கும், பின்னர் திருப்தி என்ற நிலை எப்படி வரும்!"

"ஒரு நிமிடம். கொஞ்ச நேரத்திற்கு முன்னே, நாம் சாதித்தவைதான் நாணக்கு உண்மையான மகிழ்ச்சியைத் தரும் என்று நீங்கள் என்னிடம் சொன்னீர்கள். இப்போது தேவைகளைக் குறைத்துக்கொண்டு எளிமையில் மகிழ்ச்சி கொள் என்கிறீர்களே. எனக்கு இது முரண்பாடாகத் தெரிகிறதே!" எனக்குள் இருந்த வக்கீல் யோசித்துக்கொண்டுதான் இருக்கிறான்!

"மிகவும் அழகான விஷயத்தைப் பிடித்தாய் ஜான். முரண்பாடாகத் தோன்றலாம், ஆனால் முரண்பாடு அல்ல. வாழ்நாள் முழுவதும் நீண்ட மகிழ்ச்சி என்பது கனவுகளை நனவாக்க உழைக்கும்பொழுது தான் கிடைக்கும் என்பதில் சந்தேகமேயில்லை. ஆனால், அந்தக் கனவை அடைந்தால்தான் மகிழ்ச்சி என்றோ, அது கிடைக்கும்வரை மகிழ்ச்சி கிடையாது என்றோ இருக்கக்கூடாது என்றுதான் சொல்கிறேன். என்னையே எடுத்துக்கொள். நான் கோடீஸ்வரனாகத்தான் இருந்தேன். ஆனால், ஏதோ ஒரு காரணத்திற்காக, முப்பதுகோடி டாலர் சம்பாதிப்பதுதான் என் குறிக்கோள் என்று என் மனதில் பட்டுவிட்டது. அதன் காரணமாக என்ன ஆயிற்று! என்னிடம் எவ்வளவு காசு இருந்தாலும், அந்தத்தொகை இன்னும் எட்டவில்லையே என்று மகிழ்ச்சி இல்லாமலேயே இருந்துவிட்டேன். இது வெறும் பேராசை தான் என்று இப்போது ஒப்புக்கொள்வதில் எனக்கு வெட்கமே இல்லை. மிதாஸ் என்ற மன்னனின் கதை தெரியுமல்லவா?"

"ஓ தெரியுமே, தங்கத்தின்மீது பைத்தியமாக இருந்து, தான் தொடும் எல்லா பொருட்களும் தங்கமாக மாறவேண்டும் என்று வரம் வாங்கிக்கொண்டான், பின்னர் தான் தூத உணவும் தங்கமாக மாறியதால் உணவு கூட உண்ணமுடியவில்லை என்று உணர்ந்து சோகமடைந்தான், அதுதானே?"

"ஆம் அதுதான். அதேபோல நானும் பணத்தின் பின்னால் ஓடி ஓடி, என்னிடம் இர்ந்த செல்வத்தை என்னால் அனுபவிக்க முடியாமல் போனது தெரியுமா! இன்னும் விஷயம் தலைக்குமேல் போய் ஒரு கட்டத்தில் என்னால் வெறும் ரொட்டியும் தண்ணீரையும் தவிர எதுவுமே சாப்பிட முடியாமல் இருந்திருக்கிறேன் தெரியுமா!"

"யார் நீங்களா? உலகிலேயே சிறந்த உணவகங்களில் பிரபலங்களோடு மட்டுமே உணவருந்தும் நீங்களா!" என்னால் ஆச்சரியத்தையும் அதிர்ச்சியையும் கட்டுப்படுத்த முடியவில்லை.

"ஆம், நீ சொல்வதெல்லாம் என்னுடைய ஆரம்ப காலத்தில் தான். ஆனால் நாட்கள் செல்லச்செல்ல வேலைப்பளுவும் அழுத்தமும் அதிகம் ஆக, என் வாழ்க்கைமுறை அளவுக்கு மீறிப்போனது. ஒரு கட்டத்தில் எனக்கு வயிற்றில் அல்சர் வந்து ரத்தம் கசியும் அளவுக்கு வயிற்றுப் புண் வந்துவிட்டது. இதைப்பற்றி பலருக்கு தெரியாது. சாதாரணமான உணவுகள் சாப்பிட்டாலே உடம்புக்கு முடியாமல் போய்விடும் அளவுக்கு ஆகியிருந்தேன். என்ன வாழ்க்கை அது! அவ்வளவு பணம் இருந்தும், என்னால் வெறும் ரொட்டியும் தண்ணீரும் மட்டும்தான் உட்கொள்ள முடிந்தது" என்று சொல்லிக்கொண்டிருந்தவர், சட்டென்று நிறுத்திக்கொண்டார். பின்னர் சுதாரித்துக்கொண்டு "ஆனால் அது எல்லாமே கடந்தகாலம். காலம் எனக்குக் கற்றுத்தந்த பாடம் அது. வலி என்பது நல்ல பாடங்களைக் கற்றுத்தரும் என்று நான்தான் சொன்னேனே. வலியைத் தாண்டிச் செல்வதற்கு முதலில் நான் வலியை அனுபவிக்க வேண்டியிருந்தது. அது இல்லாவிட்டால் நான் இங்கே இப்போது இந்த நிலையில் இருந்திருக்கமாட்டேன்" என்றார்.

வேண்டுமென்றே பேச்சை மாற்ற "என் வாழ்க்கையிலும் எளிமையின் மகிமையைக் கொண்டுவர என்ன செய்யவேண்டும்?" என்று கேட்டேன்.

மீண்டும் உற்சாகமடைந்த அவர் "பல விஷயங்கள் செய்யலாம். சிறு சிறு விஷயங்கள் கூட பெரிய மாற்றங்கள் உருவாக்கலாம்!"

"உதாரணம் ஏதாவது சொல்ல முடியுமா?"

"ஒவ்வொரு முறையும் ஃபோன் அடித்தவுடன் எடுப்பதை விட்டுவிடலாம். மின்னஞ்சல் வரும்போது தேவையில்லாதவற்றை படிக்காமல் விடலாம், வாரத்தில் மூன்று நாட்கள் வெளியில் உணவருந்துவதை விடலாம், வெளியில் கால்ஃப் விளையாடாமல் குழந்தைகளுடன் விளையாடலாம், வாரத்தில் ஒரு நாள் கடிகாரம் இல்லாமல் இருக்கலாம், அவ்வப்போது எழுந்து சூரிய உதயத்தை ரசிக்கலாம், கைபேசியை ஒழித்துக்கட்டலாம், இப்படி என்ன வேண்டுமானாலும் செய்யலாம். இன்னும் சொல்லவா?" என்றார் குறும்பாக.

"மற்றவை எல்லாம் நியாயமாகப் படுகிறது. ஆனால் கைபேசியை விட்டுவிடச் சொல்கிறீர்களே அதுதான் ...."

"என் வாழ்க்கையில் உபயோகமாக இருந்த விஷயங்களைப் பற்றி சொல்வது என் கடமை, சொன்னேன். அவற்றில் உனக்கு எது

சரியாகப் படுகிறதோ அதை வைத்துக்கொள், மற்றதை விட்டுவிடு" என்றார். கேட்க சுலபமாகத்தான் இருந்தது.

"ஒன்றை ஒப்புக்கொள்ளத்தான் வேண்டும் ஜூலியன், நீங்கள் சொன்ன ஒவ்வொரு விஷயமும் கேப்பதற்கு நன்றாகத்தான் இருக்கிறது. ஆனால் நீங்கள் சொன்னதுபோல் முப்பதே நாட்களில் வாழ்க்கையில் மாற்றம் ஏற்படுமா என்ன!" என் சந்தேகமும் நியாயமானது தானே!

"முப்பது நாட்களுக்கு மிகக்குறைவான அவகாசத்திலும் நடக்கலாம், அதற்கு மிக அதிகமான நேரமும் எடுத்துக்கொள்ளலாம்" என்று மீண்டும் குறும்பாகப் புதிர் போட்டார்.

"ஐயோ மறுபடியுமா! புரியும்படியாகச் சொல்லுங்களேன் குருவே" என்றேன்.

"குரு எல்லாம் வேண்டாம், ஜூலியன் என்றே கூப்பிடு போதும்" என்று சிரித்தவர் மேலும் தொடர்ந்தார் "நான் சொல்ல வந்தது என்னவென்றால், முப்பது நாட்களுக்குக் குறைவாக எடுக்கும் என்று சொல்லக் காரணம் வாழ்க்கையில் உண்மையான மாற்றம் தானாகவே வரும் என்பதனால் தான்" என்றார்.

"தானாகவா? எப்படி?"

"கண் சிமிட்டும் நேரம்தான் எடுக்கும். உண்மையாகவே மாறவேண்டும் என்ற எண்ணம் உனக்குள்ளே இருந்து எழும் அந்தக் கணம் நீ மாறுபட்ட மனிதனாக, உன் விதியை நோக்கி முன்னேறிச்செல்ல ஆரம்பிக்கிறாய்" என்று விளக்கினார்.

"அப்போ அதைவிட அதிகம் ஆகும் என்றீர்களே, அது?"

"நான் சொன்ன இந்த வழிமுறைகள் எல்லாமே சரியாகப் பயின்றால் இந்த நொடிப்பொழுதில் இருந்து ஒரே மாதத்திற்குள் பெரும் மாற்றங்களை உணர்வாய். உன் வாழ்க்கையின் ஒவ்வொரு பரிமாணத்திலும் உனக்குள் இன்னும் அதிக ஆற்றல் பெருக்கெடுத்து ஓடும், கவலைகள் குறையும், அழுத்தம் குறையும், ஆக்கசக்தி அதிகாரிக்கும். ஆனால் ஒரு விஷயம் நினைவில் இருக்கட்டும், சிவானாவின் ஞானிகளின் இந்த வழிமுறை அவசர சிகிச்சை முறை அல்ல. தினமும் உன் வாழ்நாளின் ஒவ்வொரு நாளும் பழக வேண்டியவை. இதை பாதியில் விட்டுவிட்டால் மீண்டும் பழையபடி உன் முட்னகிய நிலைக்கே இறங்கிவிடும் ஆபத்து இருக்கு" என்று கறாராக எச்சரித்தார்.

ஜூலியன் இதுவரை எனக்கு சிறந்த வாழ்க்கை வாழ பத்து செயல்முறைகளையும் புரியவைத்தபின் சற்று நிறுத்தினார். "நான்

இன்னும் மேலே சொல்ல வேண்டும் என்று நீ விரும்புகிறாய் என்று எனக்குத் தெரியும். அதனால், இரவு முழுவதும் உன்னை நான் தூங்கவிடாமல் இன்னும் கொஞ்சம் ஆழமாக இதைப்பற்றி விவாதிக்கப் போகிறேன்" என்றார்.

"என்ன சொல்கிறீர்கள் நீங்கள். இதுவரை நான் கேட்டது எல்லாமே எனக்கு ஆழமான கருத்துக்களாகத்தானே இருந்தது" என்றேன்.

"இதுவரை நான் சொல்லிக்கொடுத்தது எல்லாமே நீ விரும்பும் வாழ்க்கையை நீ வாழ உதவியாக இருக்கும். ஆனால் சிவானாவின் ஞானிகளின் தத்துவம் இன்னும் ஆழமானது. இதுவரை நாம் பேசியது எல்லாமே எளிதில் நடைமுறைபடுத்த வசதியானவை. ஆனால் நான் சொன்ன எல்லா விஷயங்களிலும் ஒரு ஆன்மிக அடிநாதம் ஓடுகிறது, அதைப்பற்றித்தான் நான் சொல்லப்போகிறேன். இப்போது அது உனக்குப் புரியவில்லை என்றாலும் பரவாயில்லை. சும்மா கேட்டுக்கொண்டிரு. பிறகு அதைப்பற்றி சிந்திக்கலாம், புரியும்" என்றார்.

"சரி வாருங்கள், நான் தயார்" என்றேன் உற்சாகத்துடன். அதிகாலை இரண்டரை மணி ஆனது எனக்குத் தெரியவேயில்லை.

"சூரியன், சந்திரன், வானம், நம்மைச் சுற்றியுள்ள எல்லா அதிசயங்களும் உனக்குள் இருக்கின்றன. இந்த அதிசயங்களை உருவாக்கிய அதே சக்திதான் உன்னையும் உருவாக்கியிருக்கிறது. நாம் அனைவருமே ஒன்றுதான்" எண்டு துவங்கினார்.

"எனக்கு புரியும்படியாக இல்லையே" என்றேன் உண்மையாக.

"இந்த பூமியில் உள்ள ஒவ்வொரு உயிருக்கும், ஏன் ஒவ்வொரு பொருளுக்குமே ஒரு ஆன்மா இருக்கிறது. இந்த ஆன்மாக்கள் எல்லாமே பிரபஞ்சத்தின் ஆன்மாவில் வந்து கலக்கின்றன. நீ உன்னை மேம்படுத்திக் கொள்ளும்போது பிரபஞ்சத்தின் இந்த ஆன்மாவுக்கு இன்னும் வலு சேர்க்கிறாய், உன்னைச் சுற்றியுள்ள எல்லா உயிர்களையும் மேம்படுத்துகிறாய். உன் கனவுகளை நோக்கி துணிச்சலுடன் செல்லும்பொழுது பிரபஞ்சத்தின் வலிமையையும் உபயோகிக்கிறாய். நான் முன்னே சொன்னதுபோல, நீ வாழ்க்கையில் இருந்து என்ன எதிர்பார்க்கிறாயோ, உனக்கு அதுதான் கிடைக்கிறது. நீ சொல்வதையும் விரும்புவதையும் அது எப்போதும் கேட்டுக்கொண்டிருக்கிறது." என்றார்.

"அதாவது சுய ஆளுமையும் கைஸென்-உம் என்னை மட்டுமல்லாது என்னைச் சுற்றியிருக்கிறவர்களையும் முன்னேற்ற உதவும் என்கிறீர்களா?"

“அப்படித்தான் வைத்துக்கொள்ளேன். உன் மனதை நீ மேம்படுத்திக்கொண்டு, உன் ஆன்மாவையும் பெம்படுத்தினாய் என்றால், நான் சொல்வது உனக்கு நன்றாகப் புரியும்“ என்றார்.

“நீங்கள் நல்ல எண்ணத்தோடுதான் சொல்கிறீர்கள், ஆனால் இதுவரை தன்னுடைய முன்னேற்றத்தைப் பற்றி யோசிக்காமல் அலுவலகத்தில் வேலை முன்னேற்றத்தைப் பற்றி மட்டுமே யோசித்துக்கொண்டிருந்த நூறு கிலோ எடையுள்ள இந்த குடும்பஸ்தனுக்கு சுய முன்னேற்றம் என்பதெல்லாம் கொஞ்சம் அதிகமான இலக்காகத்தான் இருக்கும். நான் இதில் தோற்றால் என்ன செய்வது?” என்ற சந்தேகம் என்னைப்போன்ற சாமானியனுக்கு எழுவது நியாயம்தானே!

“தோல்வி என்பது முயற்சி செய்ய துணிச்சல் இல்லாமல் இருப்பது, அவ்வளவுதான். பெரும்பான்மையான மக்களுக்கும் அவர்களுடைய கனவுகளுக்கும் நடுவே நிற்பது தோல்வியடைந்தால் என்னாகும் என்ற பயம் மட்டும்தான். ஆனால், ஒவ்வொரு முயற்சியும் வெற்றி பெற தோல்வி என்பது மிக அவசியம். தோல்வி நம்மை பரிசோதித்துப் பார்க்கும். நம் வளர்ச்சிக்கு உதவும். நமக்கு மிக முக்கியமான பாடங்கள் புகட்டி வெற்றியின் பாதையில் கொண்டுசேர்க்கும். சரியான இலக்கில் போய் சேர்ந்த ஒவ்வொரு அம்பும், தவறி விழுந்த நூறு அம்புகளின் பலன் என்று தத்துவ ஞானிகள் சொல்லக் கேட்டிருக்கிறேன். நஷ்டம் மூலம் தான் லாபம் வரும் என்பது இயற்கையின் நியதி. தோல்வியைக் கண்டு என்றைக்குமே பயம் வேண்டாம். தோல்வி உன் நண்பன்” என்றார்.

“ஏதேது, நீங்கள் சொல்வதைப் பார்த்தால் தோல்வியை நாடிச்சென்று அரவணைக்க வேண்டும் என்பீர்கள் போலிருக்கிறதே!” என்றேன்.

“நண்பனே, பிரபஞ்சமே துணிச்சலானவர்களைத் தான் ஆதரிக்கும். உன் வாழ்க்கையை உயர்ந்த நிலைக்குக் கொண்டு செல்வது என்று நீ முழுமையாக நம்பி முடிவெடுத்தாயானால், உன் ஆன்மாவின் வலிமை உன்னை வழிகாட்டும். ஒவ்வொருவருடைய விதியும் அவர்கள் பிறப்பிலேயே நிர்ணயிக்கப் படுகிறது என்று யோகி ராமன் நம்பினார். இந்தப்பாதை நம்மை பல அரிய பொக்கிஷங்களுக்குக் கூட்டிச் செல்லும். இந்தப்பாதையில் நடந்து செல்வதா இல்லையா என்பது மட்டும் ஒவ்வொருவருடைய

துணிச்சலைப் பொறுத்தது. அவர் சொன்ன இன்னொரு கதையை நான் உன்னிடம் சொல்லப்போகிறேன்.

முன்பு ஒரு காலத்தில், கடலின் ஓரத்தில் ஒரு பெரிய அரக்கன் தன் மாளிகையில் வாழ்ந்து வந்தானாம். பல போர்களுக்குச் சென்றதனால் பல வருடங்களாக அவன் அந்த மாளிகைக்கு வரவில்லை, அதனால் அந்த ஊரில் இருந்த சிறு குழந்தைகள் அந்த மாளிகையின் தோட்டத்தில் விளையாட ஆரம்பித்தார்களாம். திடீரென்று ஒருநாள் வீடு திரும்பிய அரக்கன், கோபத்தில் அவர்கள் எல்லோரையும் வெளியே துரத்திவிட்டு, 'மறுபடி திரும்பி வராதே'; என்று கோபத்தில் கத்தித் தீர்த்தானாம், மாளிகையைச் சுற்றி ஒரு சலவைக்கல் சுவற்றையும் எழுப்பினானாம். குளிர்காலம் வந்து எங்கும் குளிர் படர்ந்தது. வெயில் வராதா என்று அரக்கன் ஏங்கி மாளிகைக்கு வெளியே எட்டிப்பார்தால் அங்கே கிராமத்தில் கோடைக்காலம் வந்து அழகான பூக்களும் பழங்களும் இயற்கையின் வண்ணங்களும் திரும்பியிருந்தனவாம், ஆனால் அரக்கனின் மாளிகையில் மட்டும் குளிர்காலம் அப்படியே இருந்ததாம்.

நிறைய நாட்கள் கடந்த பின்னர் இறுதியில் ஒருநாள் திடீரென புதிய பூக்களின் வாசம் வரவே அரக்கன் அவசரமாக வெளியே போய் பார்த்து ஆனந்தம் அடைந்தானாம் - சிறுவர்கள் சுவரேறி குதித்து மீண்டும் அவன் தோட்டத்திற்குள் திருட்டுத்தனமாக வந்திருந்தனராம். அந்த கணநேரம் அந்த ஆரக்கனுக்கு தான் செய்த தவறு புரிந்து, வந்திருந்த சிறுவர்களை வரவேற்க வெளியே ஓடினானாம். அங்கே பார்த்தால் ஒரே ஒரு சிறுவன் மட்டும் சுவரேறுவதற்குக் கஷ்டப்பட்டுக் கொண்டிருந்தானாம். அரக்கன் அந்த சிறுவனுக்கு உதவி செய்ய அவனை நோக்கி ஓட, மற்ற சிறுவர்கள் பயந்து வெளியேறி விட, அந்த சிறுவன் மட்டும் "நாம் விளையாடுவதற்காக இந்த தோட்டத்தை பாதுகாக்கிறேன்" என்று அந்த அரக்கனை எதிர்த்து நின்றானாம். அரக்கன் நெகிழ்ந்து போய் அந்த சிறுவனையும் சுவற்றில் ஏற உதவ, அந்த சிறுவன் அரக்கனுக்கு நன்றி சொல்லி, தான் அணிந்திருந்த மாலையை அணிவித்து விட்டானாம். அன்றில் இருந்து தினமும் எல்லா குழந்தைகளும் அந்த (திருந்திய) அரக்கனின் மாளிகைத் தோட்டத்தில் வந்து விளையாடுவார்களாம். அந்த குறிப்பிட்ட சிறுவன் மட்டும் மீண்டும் வரவேயில்லையாம்.

ஆண்டுகள் உருண்டோடி, ஆரக்கனுக்கும் வயதாகி விட்டதாம். ஒரு வருடத்தின் குளிர்காலம் மிகத்தீவிரமாக வந்ததும் அரக்கன் அந்த

வீரச்சிறுவனைப்பற்றி யோசித்துக் கொண்டிருக்கும் போது வெளியே எட்டிப்பார்த்தால் தோட்டத்தின் ஒரே ஒரு சிறு பகுதி மட்டும் பூக்கள் நிறைந்து காணப்பட்டதாம். வேகமாகச் சென்று அங்கே பார்த்தால், இத்தனை ஆண்டுகள் கழித்து அந்த சிறுவன் அங்கே நின்று கொண்டிருந்தானாம். "அன்று ஒரு நாள் உன் தோட்டத்தில் எனக்கு அனுமதி தந்தாய், இன்றைக்கு என் தோட்டத்திற்கு உன்னை கூட்டிச் செல்ல வந்திருக்கிறேன்" என்று அந்த சிறுவன் சொன்னானாம். அன்று மதியம் வழக்கம்போல தோட்டத்தில் விளையாடுவதற்கு குழந்தைகள் வர, அங்கே அந்த அரக்கன் உயிரற்று தலைமுதல் கால்வரை ரோஜாக்கள் சூழ படுத்துக்கிடந்ததைக் கண்டார்களாம்.

"எப்போதுமே துணிச்சலாக இரு ஜான். அந்த சிறுவன் இருந்தானே, அப்படி உன் நிலையில் நீ அசைக்கமுடியாமல் துணிச்சலோடு இரு. உன் கனவுகளை தைரியமாக பிந்தொடர்ந்து செல். அவற்றைநோக்கி நீ சென்றால், நீ இந்த பிரபஞ்சத்தின் அதிசயங்களை நோக்கிச் செல்வாய். அப்படிச் சென்றால், ரோஜாக்கள் நிறைந்த ஒரு அழகான சிறப்பான தோட்டத்தை நீ நெருங்குவாய்" என்று கூறி நிறுத்தினார் ஜூலியன்.

இவ்வளவு அழகான ஆழமான கதையைச் சொன்னதற்கு நன்றி கூற அவரை நோக்கினால், நான் கண்ட காட்சி என் மனதை என்னமோ செய்தது - யாருமே அசைக்க முடியாத இந்த உலகப் பிரசித்தி பெற்ற சட்டத்துறை நிபுணர், கண்களில் தாரை தாரையாய் நீருடன் உட்கார்ந்து கொண்டிருந்தார்.

ஒன்பதாவது அத்தியாயம் - செயல்முறை தொகுப்பு
ஜூலியனின் அறிவுரை சுருக்கம்

குறியீடு	
நற்பண்பு	கைஸென் பயிற்சி செய்
தெளிவு	• குறிக்கோளுடன் வாழ்வது தான் வாழ்க்கையின் குறிக்கோள்
	• உன் வாழ்க்கையின் அர்த்தத்தையும் குறிக்கோளையும் அடையாளம் கண்டு, பின்னர் அதன்படி வாழ்வது தான் குன்றாத நீண்ட நிம்மதியைத் தரும்
	• சிந்த வாழ்க்கைக்கும் பணியிடத்திற்கும் ஆன்மீகரீதியிலும் குறிப்பிட்ட இலக்குகள் அமைத்து, துணிச்சலுடன் அவற்றை பின்தொடர்ந்து செல்
செயல்முறை	• எதைக்கண்டு பயம் கொள்கிறாயோ அதை செய்துபார்
	• சிறப்பான ஒளிமயமான வாழ்க்கை வாழ பத்து வழிமுறைகள்
மேற்கோள் காட்டவல்ல கூற்று	பிரபஞ்சமே துணிச்சலானவர்களைத் தான் ஆதரிக்கும். உன் வாழ்க்கையை உயர்ந்த நிலைக்குக் கொண்டு செல்வது என்று நீ முழுமையாக நம்பி முடிவெடுத்தாயானால், உன் ஆன்மாவின் வலிமை உன்னை வழிகாட்டி அதிசய பொக்கிஷங்கள் நிறைந்த இடத்திற்கு உன்னைச் சேர்க்கும்.

பத்தாவது அத்தியாயம்

ஒழுக்கத்தின் வலிமை

நம்முடைய விதியின் மன்னர்கள் நாம்தான் என்பது எனக்கு நிச்சயம் தெரிகிறது. நமக்கு இருக்கும் பொறுப்புகளும் பணிகளும் நம்முடைய சக்திக்கு அப்பாற்பட்டது அல்ல என்பதும் தெரியும். அதற்கு வேண்டிய முயற்சிகளும் எனக்கு அப்பாற்பட்டது அல்ல. நம்முடைய இலட்சியங்கள் மீது நமக்கே நம்பிக்கையிருக்கும் வரை, வெற்றியடைய வேண்டும் என்ற அடக்கமுடியாத ஆவல் இருக்கும் வரை, அந்த வெற்றியை யாரும் நம்மிடமிருந்து பறிக்க முடியாது !

- வின்ஸ்டன் சர்ச்சில்

ஜூலியன் தான் கற்றதை என்னிடம் பகிர்ந்து கொள்ள யோகி ராமன் சொன்ன கதையை தொடர்ந்து உபயோகித்தார். "ஆற்றலும் வலிமையும் மிகுந்த என் மனதை ஒரு தோட்டம் போல பாவித்துக்கொள்ள வேண்டும் என்று கற்றுக்கொண்டேன். கலங்கரை விளக்கம் மூலமாக குறிப்பிடக்கூடிய இலக்குகள் அமைப்பதன் முக்கியத்துவத்தை கற்றுக்கொண்டேன். ஒன்பதடி உயர நானூறு கிலோ எடையுள்ள பிரம்மாண்ட சுமோ மல்யுத்த வீரர் மூலம் கைஸென் பற்றியும் சுய ஆளுமையின் முக்கியத்துவம் பற்றியும் கற்றுக்கொண்டேன். இன்னும் சிறப்பான விஷயங்கள் வரவிருப்பதை நான் அப்போது அறிந்திருக்க வில்லை".

"அந்த சுமோ வீரன் பிங்க் நிற கம்பியை மட்டுமே அணிந்திருந்தான், மற்றபடி நிர்வாணமாக இருந்தான் என்பது ஞாபகம் இருக்கிறது அல்லவா? சிறந்த மேம்பட்ட வாழ்க்கையை

வாழ சுய ஒழுக்கமும் கட்டுப்பாடும் அவசியம் என்பதை அந்த பிங்க் நிறக்கம்பி நினைவூட்டும். சிவானாவில் எனக்குக் கிடைத்த ஆசிரியர்கள் நான் கண்டதிலேயே மிகவும் சாந்தமான ஆரோக்கியமான நிம்மதியானவார்களாக இருந்தார்கள். நான் கண்டதிலேயே மிகவும் ஒழுக்கமானவர்களாகவும் இருந்தார்கள். சுய ஒழுக்கம் என்பது ஒரு வயர் கம்பியைப் போன்றது என்று அவர்கள்தான் எனக்கு சொல்லிக்கொடுத்தார்கள். எப்போதாவது ஒரு வயர் கம்பியை கூர்ந்து கவனித்ததுண்டா ஜான்?"

"இதுவரை இல்லை"

"நேரம் கிடைக்கும்போது நிச்சயம் கவனித்துப்பார். சிறு சிறு மெல்லிய கம்பிகள் ஒன்றாக முடுக்கப்பட்டிருக்கும். தனித்தனியாக எடுத்தால், ஒக்கொரு கம்பியும் ரொம்ப மெலிதாக, வலிமையாற்றதாக இருக்கும். ஆனால், ஒன்று சேர்ந்தாலோ, அதன் மொத்த வலிமை மிக மிக அதிகமாகி விடும். சுய கட்டுப்பாடும் ஒழுக்கமும் இதைப்போலத்தான். இரும்பைப்போன்ற மனோபலம் பெற, சிறுசிறு நல்லொழுக்கங்கள் செய்தல் அவசியம். திரும்பத்திரும்பச் செய்தால் அதன் நற்குணங்கள் ஒன்றுசேர்ந்து மிக அதிகமான மனவலிமை உருவாகும். 'சிலந்திவலைகள் ஒன்றுசேர்ந்தால் சிங்கத்தையே கட்டிப்போடும்' என்ற பழைய ஆஃப்ரிக்க பழமொழி கேட்டிருக்கிறாயா? அதுபோலத்தான். உன் மனவலிமையை கட்டவிழ்த்து விட்டால், நீதான் உன் உலகத்தின் தலைவன் ஆகிவிடுகிறாய். சுய ஆளுமையை மீண்டும் மீண்டும் பயின்றால், எந்த ஒரு தடையும் உன்னை தடுக்காது, எந்த சவாலும் பெரியதாக இருக்காது, எந்த பிரச்னையும் எளிதில் சரியாகிவிடும். வாழ்க்கை எதிர்பாராத பிரச்னைகளை உருவாக்கும்போது, அதை எதிர்கொள்ள வேண்டிய மனோசக்தியை சுய கட்டுபாடு உனக்குத் தரும்." என்று விளக்கினார்.

"மனவலிமை இல்லாமல் இருப்பது மனதில் இருக்கும் ஒரு பெரிய குறைபாடு என்றும் உனக்கு இப்போதே சொல்லிவிடுகிறேன். உனக்கு இந்த குறைபாடு இருந்தால், உடனேயே அதை நிவர்த்தி செய்துவிடு. உயரிய வாழ்க்கை வாழும் அனைவரிடமும் அதிக அளவில் சுய ஒழுக்கமும் மன வலிமையும் இருக்கும். நீ சொன்னதை சொன்ன நேரத்தில் செய்து முடிக்க மனவலிமையும் சுய ஒழுக்கமும் உதவும். அதிகாலை ஐந்து மணிக்கு எழுந்து தியானத்தின் மூலம் மனதை ஒருமுகப்படுத்தவும், சுகமான படுக்கையில் படுத்து உறங்குவதற்கு பதிலாக குளிர்காலத்திலும் காட்டுக்குள் நடைபயிலவும், உனக்கு

எதிராக யாராவது வேண்டாததை பேசினால் பதில் சொல்லாமல் விட்டுவிடவும் இந்த சுய கட்டுபாடு தான் உதவுகிறது. உனக்கு எதிராக தடைகள் இருப்பதாக நீ நினைத்தாலும் முன்னேறிச் செல்ல இந்த மனோபலம் தான் உதவுகிறது. மற்றவர்களுக்கும் உனக்குமே நீ செய்த வாக்குறுதிகளை நிறைவேற்ற இந்த சுய ஒழுக்கம் தான் உதவுகிறது."

அது அவ்வளவு முக்கியமானதா என்ன?"

"நிச்சயமாக! உத்வேகம், வாய்ப்புகள் மற்றும் அமைதி ஆகியவை நிறைந்த வாழ்க்கையை உருவாக்கியுள்ள ஒவ்வொருவருக்கும் இது மிகவும் அவசியமான ஒரு நற்பண்பு" என்றார். பின்னர் தான் நீண்ட அங்கியின் உள்ளிருந்து ஒரு வெள்ளி லாக்கெட்-ஐ எடுத்தார். இந்த எகிப்திய கண்காட்சிகளில் கிடைக்குமே, அதுபோன்ற ஒன்று.

"நான் சிவானாவில் இருந்த கடைசி தின மாலையில் அங்கிருந்த ஞானிகள் இதை எனக்கு பரிசளித்தார்கள். வாழ்க்கையை முழுமையாக நிறைவாக வாழ்ந்த குடும்பத்தினருடனான கொண்டாட்டமாக அமைந்த அந்த மாலைப்பொழுது, எனக்கு ஒருசேர மிக்க மகிழ்ச்சியாகவும் சோகமாகவும் இருந்தது. எனக்கு சிவானாவின் அந்த சரணாலயத்தை விட்டு போக மனதே இருக்கவில்லை. இந்த உலகில் இருந்த நன்மைகள் எல்லாம் சேர்ந்த ஒரு இடமாக இருந்தது. அங்கே இருந்த ஞானிகள் எனக்கு ஆன்மிக சகோதர சகோதரிகளாக ஆகிவிட்டிருந்தனர். அன்று நான் அங்கிருந்து விட்டு விலகியபோது என்னுடைய ஒரு பகுதியையே அங்கே விட்டுவிட்டு வந்ததுபோல் உணர்ந்தேன்" என்று சற்று தழுதழுத்த குரலில் சொன்னார்.

"இந்த லாக்கெட்டில் ஏதோ எழுதியிருக்கிறதே, என்னது?" என்றேன்.

"இதோ படித்துக் காட்டுகிறேன். என்றைக்குமே இதை நீ மறக்காதே. எனக்கு கடினமான சூழ்நிலை ஏற்பட்ட போதெல்லாம் இதுதான் எனக்கு துணையாக இருந்திருக்கிறது. உனக்கும் இது எப்போதும் துணை நிற்கும் என்று வேண்டிக்கொள்கிறேன். இதோ படிக்கிறேன் கேள்: *'ஒழுக்கம் என்ற எஃகினால் துணிச்சலும் அமைதியும் நிறைந்த குணங்கள் உனக்குள் உருவாகும். மனோதிடம் என்ற நற்குணத்தினால் வாழ்க்கையின் உயரிய நிலைகளுக்குச் செல்வாய். நல்லவை, மகிழ்ச்சியானவை உற்சாகமானவை அனைத்தும் உனக்குக் கிடைக்கும். இந்த குணங்கள் இல்லாமல், வழிகாட்டியில்லாத மாலுமி போல் வழிதவறியதாக உணர்வாய்'* " என்று முடித்தார்.

"சுய கட்டுப்பாட்டைப் பற்றி நான் அதிகம் சிந்தித்ததில்லை என்று தான் ஒப்புக்கொள்ள வேண்டும். என் மகன் உடற்பயிற்சி செய்து உடலை வளர்த்துக் கொள்வதைப் போல் நானும் என் சுய கட்டுப்பாட்டை வளர்த்துக் கொள்ளலாம் என்கிறீர்களா என்ன?"

"நல்ல உதாரணம் சொன்னாய் ஜான். எப்படி உன் மகன் உடற்பயிற்சியின் போது சிறிதுசிறிதாக தன் உடலின் தசைகளை மெருகேற்றுகிறானோ, அப்படியே நாமும் நம் குணத்தை மெருகேற்றலாம். தற்போது எந்த மனநிலையில் இருந்தாலும், யார் வேண்டுமானாலும் குறுகிய காலத்திற்குள்ளாகவே சுய கட்டுப்பாட்டை அதிகரித்துக் கொள்ளலாம். இதற்கு மகாத்மா காந்தி ஒரு நல்ல உதாரணமாக இருப்பார். இப்போது அவரைப்பற்றி கேள்விப்படுபவர்கள் எல்லோருமே, தன் குறிக்கோளுக்காக பல நாட்கள் உண்ணாவிரதம் இருக்கக்கூடிய, தன் நம்பிக்கைகளை நிரூபிக்க பல கஷ்டங்களையும் தாங்கிக்கொள்ளும் ஒரு சத்யாக்ரஹியாகத்தான் பார்க்கிறார்கள். ஆனால் அவருடைய வாழ்க்கையைப் பற்றி படித்துப் பார்த்தால், அவர் எப்பொழுதுமே அந்த அளவிற்கு சுய கட்டுப்பாட்டோடு இருந்ததில்லை என்றுதான் சொல்லவேண்டும்."

"அப்படியா, அவருக்கும் என்னைப்போல இனிப்புகள் என்ற ரொம்ப இஷ்டமா என்ன!"

"அட இல்லையப்பா, நான் சொல்ல வந்தது என்னவென்றால், அவர் தனது இளவயதில் தென்னாப்பிரிக்காவில் இருந்தபொழுது அவர் அடிக்கடி உணர்ச்சிவசப்படுவாராம். இந்த பட்டினிப்போராட்டம் தியானம் சத்யாக்ராகம் என்பது எல்லாம் அவருக்கு அப்போது அதிகம் பழக்கமில்லாத விஷயங்களாகத்தான் இருந்தன."

"அதாவது, சிறிது பயிற்சி எடுத்துக்கொண்டால் நானும் காந்தியாரைப்போல் சுயகட்டுப்பாட்டோடு இருக்கலாம் என்கிறீர்களா என்ன?"

"ஒவ்வொருவரும் வித்தியாசமானவர்கள் ஜான். மேம்பட்ட வாழ்க்கை வாழ்பவர்கள் மற்றவர்களைப்போல தானும் இருக்கவேண்டும் என்று என்றைக்குமே ஒப்பிட்டுப் பார்ப்பதில்லை என்பது யோகி ராமன் எனக்கு சொல்லித் தந்த அடிப்படையான தத்துவங்களில் மிக முக்கியமானது. அவர்கள், தங்களுடைய முன்னாள் வடிவத்தைவிட சிறப்பாக இருக்கவேண்டும் என்றுதான் எண்ணுவார்கள். உன்னை நீ மற்றவர்களோடு ஒப்பிடாதே,

உன்னோடே ஒப்பிட்டுக்கொள். உனக்கு சுயக்கட்டுப்பாடு இருந்தால், நீ எப்போதுமே செய்யவேண்டும் என்று விரும்பிய விஷயங்களைச் செய்ய உனக்குள்ளிருந்து சக்தி வெளிப்படும். நீண்டதூர ஓட்டப்பந்தயத்தில் கலந்து கொள்வதோ, இல்லை மலைச்சரிவில் வேகமாக வரும் நதியில் படகோட்டிச் செல்வார்களே ராஃப்டிங், அது செய்வதாகவோ, அல்லது சட்டத்துறையை விட்டுவிட்டு ஓவியம் வரையச் செல்வதோ எதுவாக இருந்தாலும் உனக்குள் இருந்து அந்த சக்தி வெளிவரும். நீ பொருட்செல்வத்தைப்பற்றி கனவு காண்கிறாயா அல்லது ஆன்மிக இலக்கை நோக்கிச் செல்கிறாயா என்பதைப்பற்றி நான் கவலைப்பட மாட்டேன். உனக்குள் இருக்கும் மனோதிடத்தை நீ தட்டியெழுப்பினால் உன் கனவுகள் அனைத்துமே நனவாகும் என்றுமட்டும் நான் உறுதியாகச் சொல்வேன். சுய கட்டுப்பாடும் ஒழுக்கமும் வளர்த்துக் கொண்டால் உனக்குள் ஒருவித சுதந்திர உணர்வு வரும். அதுமட்டுமே பல மாற்றங்களை உருவாக்கும்" என்று முடித்தார்.

"பெரும்பாலானவர்களுக்கு சுதந்திரம் இருக்கிறது. எங்குவேண்டுமானாலும் சென்று எது வேண்டுமானாலும் செய்ய அவர்களுக்கு வசதியுண்டு. ஆனால், இதில் பலரும் தங்கள் சிறுசிறு இச்சைகளுக்கு அடிமையாகி இருப்பதனால், முன்கூட்டியே யோசிக்காமல், எது வந்தாலும் பார்த்துக் கொள்ளலாம் என்ற அலட்சியப்போக்கு அவர்களுக்கு வந்துவிடுகிறது. கடல்நீரில் இருக்கும் நுரையைப் பார்த்திருக்கிறாய் இல்லையா, தண்ணீர் எங்கு கொண்டு செல்கிறதோ அங்கேதான் செல்லும். அதுபோலத்தான் அவர்களும். உதாரணத்திற்கு, அவர்கள் குடும்பத்துடன் எதாவது செய்துகொண்டிருக்கும் பொழுது அவர்களுடைய வேலை தொடர்பாக யாராவது தொலைபேசியில் அழைத்தால், குடும்பத்தையே அபப்டியே விட்டுவிட்டு வேலையை நோக்கி ஓடுவார்கள். அவர்களுடைய வாழ்க்கைக்கு எது முக்கியம் என்று ஆராயத் தெரிவதில்லை. நான் இதுவரை என் பழைய வாழ்க்கைமுறையையும் சிவானாவில் பெற்ற ஞானதையும் வைத்து இதை பார்த்தால், இவர்களுக்கு சுதந்திரம் இருந்தும் அதை உபயோகிக்கத் தெரிவதில்லை என்றுதான் எனக்குத் தோன்றுகிறது. அர்த்தமுள்ள உயரிய வாழ்க்கை வாழ்வதற்கு வேண்டிய ஒரு முக்கியமான விஷயம் அவர்களிடம் இருப்பதில்லை, இருக்கும் சுதந்திரத்தில் எது முக்கியம் என்று பாகுபாடு அறிந்து செயல்படுவது."

ஜூலியன் சொல்வதை என்னால் ஒப்புக்கொள்ளாமல் இருக்க முடியவில்லை. மிகவும் அன்பான குடும்பம், அழகான சுகமான வீடு, நல்ல வேலை என்று எல்லாம் இருந்தாலும், நான் முழுமையாக சுதந்திரம் அடைந்திருந்தேனா என்றால் இல்லை என்றுதான் தோன்றியது. என் கைபேசி என்னுடைய கையின் ஒரு அங்கமாகவே ஆகி விட்டிருந்தது. நான் எப்போதும் ஓடிக்கொண்டே இருப்பதாக எனக்கு அவ்வப்போது தோன்றும். என் மனைவியிடம் மனம் விட்டுப் பேசவோ எனக்கென்று நானே கொஞ்சம் நேரம் ஒதுக்கிக்கொள்ளவோ வாய்ப்புகள் மிகக்குறைவாகத்தான் இருந்தன. இன்னும் யோசித்துப் பார்த்தால், நான் எனது சிறுவயது முதலே முழுமையான சுதந்திரத்தை எப்போதுமே அனுபவித்திருந்தது இல்லை என்றே தோன்றியது. மற்றவர்கள் சொன்னதையே செய்த நான் எனது சிறு இச்சைகளுக்கு அடிமையாக இருந்திருப்பேனோ என்று தோன்றியது.

"நீங்கள் சொல்வதைப்போல் மனோதிடத்தை இன்னும் அதிகமாக்கிக்கொண்டால் சுதந்திரம் கிடைக்குமா என்ன?"

"சுதந்திரம் என்பது வீடுகட்டுவது போல தான். ஒவ்வொரு செங்களாகத்தான் எடுத்துவைத்து கட்ட முடியும். முதல் செங்கல் மனோதிடம். எந்த நேரத்திலும் சரியானதையே செய்ய ஒதுதான் உனக்கு வேண்டிய துணிச்சலையும் ஆற்றலையும் கொடுக்கும். உனக்குக் கிடைக்கும் வாழ்க்கைக்கு பதிலாக, நீ விரும்பும் வாழ்க்கையை வாழ உன் கைகளில் உரிமையைக் கொடுக்கும்" என்ற ஜூலியன், கட்டுப்பாட்டுடன் இருப்பதன் மற்ற பலன்களையும் சொன்னார்.

"நீ கவலைப்படும் பழக்கத்தைக்கூட மனோதிடத்தால் அழிக்கலாம் தெரியுமோ! அதிக ஆரோக்கியமாகவும் அதிக ஆற்றலுடனும் இருக்கச்செய்யலாம். சுய கட்டுபாடு என்பது மனதை கட்டுப்படுத்துவதை அன்றி வேறெதுவும் இல்லை. மனதின் ஆற்றலுக்கு மனோதிடம்தான் முக்கியம். உன் மனதை கட்டுப்படுத்தினால் உன் வாழ்க்கையையே கட்டுப்படுத்தலாம். உன்னிடைய ஒவ்வொரு சிந்தனையையும் கட்டுப்படுத்துவதில் ஆரம்பித்து, வலிமையற்ற தேவையற்ற சிந்தனைகளை வெளியேற்றினால், உன் வாழ்க்கையில் நல்ல விஷயங்கள் தானாகவே பின்தொடர்ந்து வரும்.

ஒரு உதாரணம் எடுத்துக்கொள்ளலாம். தினமும் காலை ஆறு மணிக்கு எழுந்து பூங்காவில் கொஞ்சநேரம் ஓடிப் பழகுவது உன்

சுய முன்னேற்ற இலக்குகளில் ஒன்று என்று வைத்துக்கொள்வோம். நல்ல குளிர்காலத்தில் ஒரு காலைப்பொழுதில் உன் அலார்ம் கடிகாரம் உன்னை இதற்காக எழுப்புகிறது. உன் முதல் ஆசை என்னவாக இருக்கும்? உடற்பயிற்சியை நாளை வைத்துக்கொள்ளலாம் என்று, அலறிக்கொண்டிருக்கும் கடிகாரத்தை அணைத்து விட்டு மீண்டும் தூங்கிவிடலாம் என்பதுதானே! இதே விஷயம் அடுத்த சில தினங்களுக்கு ஒவ்வொரு நாளும் நடந்தால், உன் உடல் ஆரோக்கிய இலக்கு அதோகதிதான்! இந்த வயதிற்குமேல் என்ன மாறுவது என்று விட்டுவிடும் உணர்வு உனக்கே வந்துவிடும்!" என்றார்.

"என்னைப்பற்றி உங்களுக்கு ரொம்ப நன்றாகத் தெரிந்திருக்கிறதே!" என்றேன் நான்.

"சரி, இதே சூழ்நிலையை வேறு விதமாக யோசித்துப் பார்க்கலாம். இப்போதும் குளிர்காலம்தான். அதே காலை வேலையில் அதே அலார்ம் கடிகாரம் அலறுகிறது. இன்னும் கொஞ்சநேரம் தூங்கலாமா என்று நீ யோசிக்க ஆரம்பிக்கிறாய். ஆனால், உன் பழைய பழக்கங்களுக்கு அடிமையாக இருக்காமல், இன்னும் அதிக வலிமையான சிந்தனைகளோடு உன் சோம்பலை விரட்டியடிக்கிறாய். நீ சிறந்த உடலாரோக்கியத்துடன் இருக்கும்பொழுது எப்படி இருப்பாய், எப்படி நடந்துகொள்வாய், அலுவலகத்தில் உன் சக ஊழியர்கள் எல்லாம் உன்னை எப்படிப் பாராட்டுவார்கள் என்றெல்லாம் உன் மனக்கண்ணில் பார்த்துக்கொள்கிறாய். நீண்ட நாள் வேலைக்குபிறகு வேறு எதுவும் செய்யமுடியாமல் டிவிக்கு முன்னே விழுந்து கிடப்பது இனி இல்லை என்று நினைத்துக்கொள்கிறாய். உன்னுடைய நாட்கள் உற்சாகத்துடன் நிறைந்திருக்கும்."

"ஆனால் இதையெல்லாம் செய்த பின்னரும் தூங்குவதில் தான் என் மனம் மீண்டும் லயித்தது என்றால் என்ன செய்வது?"

"முதலில் சில நாட்கள் அப்படித்தான் கஷ்டமாக இருக்கும். ஆனால் யோகி ராமன் ஒரு விஷயத்தில் மிகவும் நம்பினார் - எப்பொழுதுமே நல்ல விஷயம் எதிர்மறையான விஷயங்களை தோற்கடித்து விடும். ஆகவே, கடந்த இத்தனை வருடங்களாக உன் மனதில் ஏதாவது வேண்டாத விஷயங்கள் இருந்தாலும், நீ மீண்டும் மீண்டும் உன் மனதில் நல்ல விஷயங்களை நினைத்தாயானால், அவை வேண்டாதவற்றை நிச்சயம் வெளியேற்றிவிடும்."

"நீங்கள் என்னவோ சிந்தனைகளை பொருட்களைப்போல் வர்ணிப்பதுபோல் இருக்கிறதே!"

"ஆமாம், ஒருவிதத்தில் பார்த்தால் அப்படித்தான். கெட்ட எண்ணங்களை நினைக்க எவ்வளவு நேரம் எடுக்கிறதோ, நல்ல எண்ணங்களை நினைக்கவும் அதே அளவு நேரம் தான் எடுக்கிறது." என்று பதிலளித்தார்.

"பின்னர் இத்தனை பேர் ஏன் வேண்டாத கெட்ட எண்ணங்கைளைப் பற்றி மட்டுமே கவலைபட்டுக் கொண்டிருக்கிறார்கள்?"

"ஏனென்றால் அவர்களுக்கு சுய கட்டுபாடு மற்றும் ஒழுக்கத்துடன் நல்ல விஷயங்களைப் பற்றி மட்டுமே யோசிக்க தெரிவதில்லை. தங்கள் வாழ்க்கையின் ஒவ்வொரு நாளுன் ஒவ்வொரு நொடியும் தங்கள் சிந்தனைகளை கட்டுப்படுத்த தங்களால் முடியும் என்று நான் சந்தித்த பலருக்கும் தெரிந்திருப்பதே இல்லை. சிந்தனைகள் தன்னாலேயே ஏற்படுகின்றன என்றும் அவர்களால் அதை கட்டுப்படுத்த முடியாது என்றும் நினைக்கின்றார்கள், நாம் அவற்றை கட்டுப்படுத்தவில்லை என்றால் அவை நம்மை கட்டுப்படுத்த ஆரம்பிக்கும் என்றும் அவர்களுக்குத் தெரிவதில்லை. மனக்கட்டுப்பாட்டோடு வேண்டாத கெட்ட எண்ணங்களை தள்ளி வைத்து நல்ல விஷயங்களை மட்டுமே நினைத்திருந்தால் நிச்சயமாக அந்த கெட்ட எண்ணங்கள் நம்மை விட்டு அகன்று விடும்."

"அதாவது, சீக்கிரம் எழுந்து உடற்பயிற்சி செய்வது, உணவை குறைத்து கொள்வது, இன்னும் அதிகம் படிப்பது, கவலையை குறைத்துக்கொள்வது, இன்னும் அதிகம் பொறுமையாக இருப்பது, இன்னும் அன்போடு இருப்பது என்று எது செய்வதாக இருந்தாலும் ஏன் மனக்கட்டுப்பாட்டை பிரயோகித்து என் சிந்தனைகளை கட்டுப்படுத்தினால் போதுமா என்ன?"

"நீ உன் சிந்தனைகளை கட்டுப்பாட்டிற்குள் வைத்திருக்கும்பொழுது, உன் மனமும் கட்டுப்படுகிறது. அதன்மூலம் உன்னால் உன் வாழ்க்கையையும் கட்டுப்படுத்த முடிகிறது. உன் வாழ்க்கையை முழுமையாக கட்டுப்படுத்தும் நிலைக்கு நீ வந்துவிட்டால், உன் விதியின் மேல் முழு ஆளுமையும் பெறுகிறாய்" என்றார்.

கேட்பதற்கு மிகவும் தைரியம் அளிப்பதாக இருந்தது, இந்த சிறப்பான மாலைப்பொழுதில், யார் சொல்வதையும் எளிதில் நம்பிவிடாத ஒரு வக்கீலாக இருந்த நான், திடீரென்று ஞானம் பெற்றவன் போல் ஆகிவிட்டேன். பல வருடங்களுக்குப் பின்னர் யாரோ எனக்கு மிக முக்கியமானதை கற்றுக் கொடுப்பாதைபோல் உணர்ந்தேன்.

நான் கேட்டதையெல்லாம் என் மனைவியும் கேட்டிருந்தால் எப்படி இருந்திருக்கும்! இன்னும் சொல்லப்போனால், என் குழந்தைகள் கூட இதை கேட்டுத் தெளிந்திருக்கலாமே! என்மேல் உண்டாக்கிய பாதிப்பைப் போல் அவர்கள் மேலும் ஒரு ஆழமான பாதிப்பு உண்டாகியிருக்கும். என் குடும்பத்தை நன்றாக கவனித்துக்கொள்ளவேண்டும் என்றா ஆசை என் வாழ்க்கையில் எப்போதுமே இருந்திருந்தது, ஆனால் சிறு சிறு அவசர வேலைகள் ஒன்றின்பின் ஒன்றாக வரவே, நான் அவற்றின் பின்னால் சென்று, என் குடும்பத்திற்கு வேண்டிய முக்கியத்துவம் கொடுக்காமல் இருந்திருப்பேனோ என்ற சந்தேகம் எப்போதும் இருக்கிறது. இது ஒருவிதத்தில் சுய கட்டுபாடு இல்லாத தன்மையோ என்னவோ! வாழ்க்கையும் எவ்வளவு சீக்கிரம் கடந்து கொண்டிருக்கிறது, என்னவோ நேற்றுதான் சட்டக்கல்லூரியில் ஒரு உற்சாகமான மாணவனாக இருந்தாற்போல் இருந்தது. அப்போதெல்லாம் ஒரு பெரிய அரசியல் தலைவராகவோ அல்லது நீதிபதியாகவோ ஆகலாம் என்ற கனவெல்லாம் இருந்தது. நாட்கள் செல்லச்செல்ல அப்படியே ஒருவித அட்டவணைபோல் உருவாகி, செய்வதையே மறுபடி மறுபடி செய்யும் பழக்கத்திற்கு ஆளானேன். என்னுடைய அந்த பழைய தினங்களைப்பற்றியும் இப்போதுள்ள என்னைப்பற்றியும் யோசிக்கையில், எனக்குள் இருந்த அந்த பசி போய்விட்டதோ என்றுதான் நினைக்கத் தோன்றியது. இப்போதெல்லாம் இன்னும் பெரிய வீடு இன்னும் வேகமான கார் என்ற பசியெல்லாம் போய், அதைவிட ஆழமான அர்த்தமுள்ள கொண்டாட்டங்கள் நிறைந்த நிம்மதியான வாழ்க்கையைத் தேடிய பசியாகத் தோன்றியது.

ஜூலியன் பேசிக்கொண்டே இருக்க, என் கண்கள் அவரை நோக்கிக் கொண்டிருந்தாலும், என் சிந்தனைகள் வேறெங்கோ ஓடிக்கொண்டிருந்தன. அவர் சொல்வதை கண்டுகொள்ளாமல் நான் என்னை ஒரு 50 வயது ஆளாகவும் பிறகு 60 வயது ஆளாகவும் கற்பனை செய்து பார்க்கத் தொடங்கினேன். நானும் இதேபோலத்தான் இதே மக்களுடன் இதே பிரச்சினைகளைதான் சந்தித்துக் கொண்டு இருப்பேனா? ஐயோ! நான் எப்பொழுதாவது இந்த உலகிற்கு ஏதாவது ஒரு விதத்தில் உதவி செய்ய வேண்டும் என்று ஆசைப்பட்டிருந்தேனே. நிச்சயம் இப்போதைக்கு நான் அதை செய்து கொண்டிருக்கவில்லை என்று தோன்றியது. சரியாக அந்த நொடிப்பொழுதில் தான், என் வீட்டு வரவேற்பறையில்

ஜூலியனுக்கு அருகில் உட்கார்ந்து கொண்டிருந்த அந்த ஜூலை மாத இரவில் நான் முழுவதுமாக மாறினேன். ஜப்பானியர்கள் இதை சட்டோரி என்பார்களாம் அதாவது நொடிப்பொழுதில் முழு விழிப்பு என்பார்களாம். எனக்கு அந்த கணம் அப்படித்தான் தோன்றியது. நான் அந்த நொடியில் எனது கனவுகள் அனைத்தையும் முழுமையாக பூர்த்தி செய்வது என்றும் என் வாழ்க்கையை இன்னும் அர்த்தமுள்ளதாக ஆக்க வேண்டும் என்றும் உறுதி பூண்டேன். நான் முழுமையாக சுதந்திரம் அடைந்தது அப்போது தான் என்று நினைக்கிறேன். நம் வாழ்க்கையை முழுவதுமாக நம் கைகளில் எடுத்துக்கொண்டு நாமே முடிவெடுத்து முன்னேறுவது என்று நினைப்போமே அந்த நொடிப்பொழுதில் கிடைக்கும் சுதந்திரத்தை அப்போதுதான் நான் உணர்ந்தேன்.

எனக்குள் நடந்த பரிபூரண மாற்றத்தைப் பற்றி ஒன்றுமே அறியாதவர் போல் ஜூலியன் தொடர்ந்து பேசிக்கொண்டிருந்தார். "முழுமையான மனவலிமையை உருவாக்கிக்கொள்ள இப்பொழுது ஒரு வழிமுறை கற்றுத் தருகிறேன். சரியாக உபயோகிக்கத் தெரியாமல் வெறும் அறிவை மட்டும் வைத்துக் கொண்டிருப்பது அறிவில்லாததற்கு சமமானது. ஒவ்வொரு நாளும் நீ உன் வேலைக்கு செல்லும் பொழுது சில சுலபமான வார்த்தைகளை திரும்பத் திரும்ப சொல்ல உனக்கு உதவுகிறேன்" என்றார்.

"நீங்கள் கொஞ்ச நேரம் முன்னாடி சொன்ன மந்திரப்பயிற்சி என்பது இதுதானா" என்று கேட்டேன்.

"ஆமாம் இது ஐந்தாயிரம் வருடங்களை தாண்டியும் இருந்துகொண்டிருக்கிறது. ஆனால் சிவானாவில் இருக்கும் ஞானிகளுக்கு மட்டும் தான் இந்த குறிப்பிட்ட பிரயோகத்தைப் பற்றித் தெரியும். 'இதை திரும்பத் திரும்ப சொல்வதினால் உனக்குள் பெருமளவு சுய கட்டுப்பாடும் மனவலிமையும் வெகு விரைவிலேயே வளரும்' என்று யோகி ராமன் எனக்குச் சொல்லியிருந்தார். நினைவில் இருக்கட்டும் வார்த்தைகள் என்பவை மிக வலிமையானவை. ஆற்றலின் ஒரு அழகான வடிவம்தான் வார்த்தைகள். உன் மனதில் வலிமையான நல்ல கருத்துக்களை சுட்டிக்காட்டும் வார்த்தைகளால் நிரப்பினால் உனக்குள் புதிய சக்தி பிறக்கிறது. கருணையின் வார்த்தைகளால் உன் மனதை நிரப்பினால் உனக்குள் கருணை உணர்வு நிறைகிறது. துணிச்சல் சம்பந்தமான வார்த்தைகளை உன் மனதிற்குள் நிரப்பினால் நீ மிகவும் துணிச்சல்

தன் பொக்கிஷத்தை விற்ற துறவி

உடையவன் ஆகிவிடுகிறாய்" என்று ஜூலியன் சொன்னார். தொடர்ந்து "நீ சொல்ல வேண்டிய மந்திரம் இதுதான் - 'கண்ணால் காண்பதை விட நான் உள்ளிருந்து மிகப்பெரியவன், உலகின் எல்லா வலிமையும் என்னுள் தங்கி இருக்கிறது' என்பதுதான் இந்த மந்திரம். ஒரு நாளில் குறைந்தது 30 தடவையாவது நீ இதை திரும்பத் திரும்பச் சொல்ல வேண்டும். இது உன் வாழ்க்கையில் பல முக்கியமான மாற்றங்களை ஏற்படுத்தும். இன்னும் சீக்கிரமே நீ பலன்களை அனுபவிக்க விரும்புகிறாய் என்றால், உன் சுய பிம்பத்தை உன் மனக் கண்ணில் காண்பது பற்றி சொல்லிக் கொடுத்து இருந்தேன் அல்லவா அதையும் இந்த மந்திரத்தையும் ஒன்றாக செய்து பார். உதாரணத்திற்கு, ஒரு அமைதியான இடத்திற்கு போய் சென்று உன் கண்களை மூடிக்கொண்டு மனதை ஒருமுகப்படுத்தி உன் உடலை அசைக்காமல் நான் சொன்ன இந்த மந்திரத்தைத் திரும்பத் திரும்பச் சொல். இதை சொல்லிக் கொண்டிருக்கும்பொழுது உன் மனக்கண்ணில் உன்னை ஒரு முழுமையான ஒழுக்கமுடைய திடமான ஒரு மனிதனாகப் பார். உன் மனம் உடல் ஆன்மா மூன்றையும் நீ உன் முழு கட்டுப்பாட்டில் இருப்பது போல் உன்னை காட்சிப்படுத்திக் கொள். ஒரு குறிப்பிட்ட சவாலான சூழ்நிலையில் மகாத்மா காந்தியோ அல்லது அன்னை தெரசாவோ என்ன செய்வார்கள் என்பதை யூகித்து அப்படியே நீயும் நடந்து கொள்வது போல் சிந்தித்துப்பார். நிச்சயமாக நீயே அதிசயப்படும் பலன்களை பார்ப்பாய்" என்று எனக்கு அறிவுறுத்தினார்.

"அவ்வளவுதானா! இப்படிப்பட்ட ஒரு சுலபமான வழிமுறையை கொண்டு என் முழு மன வலிமையையும் உபயோகப்படுத்த முடியுமா என்ன?" என்று எனக்கே ஆச்சரியமாக இருந்தது.

"ஆம் நண்பா கிழக்கு நாடுகளில் இருக்கும் ஆன்மீக குருமார்கள் பல நூற்றாண்டுகளாக இந்த வழிமுறையை கற்றுக் கொடுத்து வரும் ஒரே காரணம் இது இன்றைக்கும் செயல்படுத்தி பலன்கள் அளிக்கும் விதத்தில் உள்ளன என்பது மட்டுமே. அதனால், எப்பொழுதும் போல, இந்த வழிமுறையையும் அதன் பலன்கள் மூலமே எடை போட்டுப் பார். உனக்கு ஆசையிருந்தால் நான் இன்னும் வேறு சில பயிற்சிகள் கற்றுக் கொடுக்கிறேன். ஆனால் இப்போதே சொல்லி விடுகிறேன், அவை முதன்முதலில் செய்து பார்க்கும் பொழுது கொஞ்சம் விசித்திரமாக தோன்றலாம்!" என்று ஆசையும் காட்டி எச்சரிக்கையும் விடுத்தார்.

ஆனால் எனக்கு ஆவல் தாங்க முடியவில்லை. "ஜூலியன், நீங்கள் சொல்லிக் கொடுத்துக் கொண்டிருக்கும் இத்தனை விஷயங்களும் எனக்கு ரொம்ப சுவாரசியமாக இருக்கின்றன. அதனால் இப்பொழுது நிறுத்தி விடாதீர்கள் தயவுசெய்து தொடர்ந்து சொல்லுங்கள்" என்று வற்புறுத்தினேன்.

"சரி முதலில் சொல்லப்போவது இதுதான். உனக்கு பிடிக்காதவற்றை முதலில் செய். காலை எழுந்ததுமே நீ படுத்த படுக்கையை சரி செய்வதோ, அல்லது வேலைக்குச் செல்லும் பொழுது காரில் செல்லாமல் நடந்து போவதோ, எதுவாக வேண்டுமானாலும் இருக்கலாம். அதை தயங்காமல் செய்துவிடு. நீ உன்னுடைய சிறுசிறு ஆசைகளுக்கு அடிபணியாமல் உன் மன வலிமையோடு எது நல்லதோ அதை செய்கிறாய் என்பதற்கான பயிற்சிதான் இது. உன் மன வலிமையையும் உனக்குள் இருக்கும் திடத்தையும் நீ உபயோகித்துதான் பலப்படுத்த வேண்டும். சுய கட்டுப்பாடு என்னும் அபார சக்தியை மீண்டும் மீண்டும் பயின்றால் தான், நீ வேண்டும் பலன்களை அது அளிக்கும்" என்றார்.

தொடர்ந்து " இரண்டாவது பயிற்சி யோகி ராமனுக்கு மிகவும் பிடித்த ஒன்று. அவர் ஒரு நாள் முழுதும் யாரிடமும் பேசுவதை தவிர்த்து, நேரடியான கேள்விகளுக்கு மட்டுமே பதில் அளித்து, மற்ற நேரம் வாய் பேசாமல் உட்கார்ந்திருப்பார்" என்றார்.

"அதாவது மௌனவிரதம் என்பார்களே அது போலவா?"

"ஆம் அதேதான். இந்த பழக்கத்தை பிரபலப்படுத்திய திபேத்திய துறவிகள் நம் பேச்சை அடக்குவதால் நம் சுய கட்டுப்பாடு இன்னும் வளரும் என்று நம்பினார்கள்" என்று விளக்கமளித்தார்.

"ஆனால் அது எப்படி சாத்தியமாகும்?" எனக்கு சந்தேகம் இன்னும் தீரவில்லை.

"ஒரு முழு நாளும் அமைதியோடு உட்கார்ந்திருப்பதால் நீ உன் மன வலிமையைப் பயன்படுத்தி உன் இச்சைகளை கட்டுப்படுத்துகிறாய். பேச வேண்டும் என்ற ஆவல் எழும் ஒவ்வொரு தடவையும், நீ உன் மனவலிமையால் அதை அடக்கி அமைதியாக உட்காருகிறாய். உன் மன வலிமை என்பது நீ ஆணையிட்டால் ஒழிய, தானாகவே வேலை செய்யாது. அதன் மேல் நீ அதிகமாக கட்டுப்பாடு செலுத்தினால்தான் அது இன்னும் சிறப்பாக வேலை செய்யும். பிரச்சினை என்னவென்றால் இங்கே இருக்கும் பல பேர் அவர்களுடைய மனக்கட்டுப்பாட்டை உபயோகப்படுத்துவதே இல்லை என்பதுதான்" என்றார்.

தன் பொக்கிஷத்தை விற்ற துறவி

"ஏன் அப்படி?" என்ற சந்தேகம் என்னுள் எழுந்தது.

"ஏனென்றால் இங்கே இருக்கும் பலர் தங்களிடம் மனவலிமை இருப்பதைப் பற்றியே யோசிக்காமல் போகிறார்களோ என்னவோ! அவர்கள் தங்களைத் தவிர மற்ற எல்லாவற்றையும் எல்லோரையும் இதற்காக குறை சொல்வார்கள். கடும் கோபம் உடையவர்கள் 'நான் என்ன செய்வது என் தந்தையும் இப்படித்தான் இருந்தார்' என்பார்கள். மிக அதிகமாக கவலைப் படுபவர்கள் 'நான் என்ன செய்வது என் வேலை ரொம்ப அழுத்தமான ஒன்றாக இருக்கிறது' என்பார்கள். அதிகமாகத் தூங்குபவர்கள் 'நான் என்ன செய்வது என் உடலுக்கு பத்து மணி நேரம் தூங்கினால் தான் ஓய்வு கிடைக்கிறது' என்பார்கள். அவர்கள் எல்லோருமே தங்களுக்குள் இருக்கும் பெரும் ஆற்றலை அறிந்து கொண்டு அதை செயல்படுத்தும் பொறுப்பு பற்றி அறியாமல் இருக்கிறார்கள். இயற்கையின் விதிகளையும் பற்றி தெரிந்துகொண்டு இந்த பிரபஞ்சம் இயங்கும் விதத்தையும் நீ புரிந்து கொண்டால், 'நீ என்னவாக விரும்புகிறாயோ அப்படியே ஆகலாம், அது உன் பிறப்புரிமை' என்பதையும் புரிந்து கொள்வாய். உன்னை சுற்றி இருக்கும் சூழலை விட நீ இன்னும் சிறந்ததாக பெரியதாக இருப்பதற்கு உனக்கு எல்லா உரிமையும் இருக்கிறது. அதேபோல் உன் கடந்த காலத்தின் கைதியாக இருப்பதற்கும் உனக்குள் எல்லா சாத்தியக்கூறுகளும் இருக்கின்றன. இதில் உனக்கு எது வேண்டுமோ அதை செய்து கொள்வது உன் மனவலிமையை சார்ந்தே இருக்கிறது" என்று அவர் கூறியது எச்சரிக்கையா, ஊக்கமா, சரியாகப் புரியவில்லை.

"அடடா இது திடீர் என்று கேட்பதற்கு ரொம்ப அதிக தத்துவமாக இருக்கிறதே" என்றேன்.

"அப்படியா என்ன? இது செயல்படுத்துவதற்கு மிகவும் எளிதான ஒரு விஷயம் அல்லவா! உனக்குள் தற்போது இருக்கும் மன வலிமையை விட இரண்டு மூன்று மடங்கு அதிகரித்து விட்டால் உன்னால் என்னவெல்லாம் செய்ய முடியும் என்று யோசித்துப் பார். நீ இதுவரை வெறும் யோசித்துக்கொண்டே இருக்கும் அந்த உடற்பயிற்சியில் சேர்ந்து உன் உடலை இன்னும் ஆரோக்கியமாக ஆக்கலாம், உன் நேரத்தை இன்னும் சிறப்பாக பயன்படுத்துவது உன் கையில் தான் இருக்கும், நீ அடிக்கடி கவலைப்படுகிறாயே, அந்த பழக்கத்தை ஒரேடியாக விட்டுவிடலாம், அல்லது உன் மனைவி விரும்பும்படி ஆதர்ச கணவனாகவும் ஆகலாம். உன்

மன வலிமையைப் பயன்படுத்தி உனக்குள் இருக்கும் ஆற்றலையும் உற்சாகத்தையும் எழுப்பி, நீ இதுவரை தொலைத்ததை எல்லாம் மீண்டும் பெறலாம்!" என்றார்.

"அதாவது சுருங்கச் சொன்னால் என் மனவலிமையை இன்னும் அதிகமாக பயன்படுத்த வேண்டும் என்கிறீர்கள், அது தானே!" என்றேன்.

"ஆமாம் அதேதான். செய்வதற்கு சுலபமாக இருக்கிறது என்று ஒரே காரணத்திற்காக செய்கிறாய் அல்லவா, அந்த விஷயங்களை விட்டுவிட்டு நீ செய்யவேண்டியவை எதுவோ அதை செய்ய ஆரம்பி. உன் பழைய கெட்ட பழக்கங்கள் உன்னை கீழே இழுத்துக் கொண்டிருக்கின்றன. அவற்றை நிறுத்திவிட்டு உயரே பறக்கத் துவங்கு. உன்னை இன்னும் அதிக வேகத்தோடு முன்னேற்றப் பார். இன்னும் சில வாரங்களிலேயே என்னவெல்லாம் மாற்றங்கள் நடக்கும் என்பதை நீயே பார்ப்பாய்!" என்று ஊக்கம் அளித்தார்.

"நீங்கள் கொஞ்ச நேரத்திற்கு முன்னே சொன்ன அந்த மந்திரம் இதற்கு ஏதாவது வகையில் பயன்படுமா?"

"நிச்சயம் பயன்படும். இதோடு சேர்த்து நீ உன்னை எப்படி எதிர்காலத்தில் பார்க்க விரும்புகிறாயோ, அதேபோல் உன் மன பிம்பத்தை உருவாக்கிக் கொண்டு, உன் வாழ்க்கையை கொள்கைகளுடனும் கட்டுப்பாட்டுடனும் வாழ்வது எப்படி என்று அமைத்துக்கொண்டு, உன் கனவுகளை நோக்கிச் செல். உன் முழு உலகத்தையும் ஒரே நாளில் மாற்ற வேண்டாம். சிறுசிறு விஷயங்களாக தொடங்கினால் போதும். உன் முன்னே இருக்கும் இந்த நீண்ட பயணம் ஒரு சிறு அடியுடன் தான் துவங்கும் என்பதை மறந்து விடாதே! ஒவ்வொரு நாளும் ஒரு மணி நேரம் முன்னதாக எழுந்து கொள்வது கூட ஒரு நல்ல ஆரம்பம் தான், அது உன் தன்னம்பிக்கையை பலப்படுத்தி இன்னும் அதிக உயரத்திற்கு பறக்கச் செய்யும்!" என்று என் தயக்கத்தையும் சந்தேகத்தையும் போக்கினார்.

"ஆனால் இதற்கும் நீங்கள் முன்னே சொன்ன விஷயங்களுக்கும் என்ன தொடர்பு, புரியவில்லையே" என்று ஒப்புக்கொண்டேன்.

சிரித்துக்கொண்டே "நண்பா, சிறுசிறு வெற்றிகள் தான் பெரிய வெற்றிக்கு அடிநாதம்" என்றார். "ஒவ்வொரு நாளும் கொஞ்சம் சீக்கிரம் எழுந்திருக்க வேண்டும் என்ற அந்த ஒரு சிறிய மாற்றம் கூட உனக்கு சிறியதொரு சாதனை புரிந்ததாகவே ஆனந்தமளிக்கும். இப்படி நீ ஒரு சிறிய இலக்கை அமைத்துக்கொண்டு அதை அடைந்து

விட்டதும் ஒரு ஆனந்தம் கிடைக்கும் அல்லவா, அது உன்னை நிச்சயம் இன்னும் பல வெற்றிகளுக்கு தயார் படுத்தும். தினமும் இந்த இலக்கை கொஞ்சம் கொஞ்சமாக உயிரே அமைத்துக்கொண்டு, அந்தப் புதிய உயர்ந்த இலக்கை நோக்கி செல்வது தான் இதில் முக்கியமான விஷயமே! இப்படி செய்து கொண்டே இருந்தால், இதுவரை உன்னை செலுத்திய அந்த வேகம் இருக்கிறதல்லவா, அதுவே உன்னை இன்னும் முன்னே கொண்டு போய் சேர்க்கும். பனிமலையில் சறுக்கி விளையாட நீ அடிக்கடி செல்வாய் அல்லவா, ஸ்கியிங்க் என்னும் அந்த விளையாட்டு உனக்கு பிடிக்கும்தானே. நீ அதை செய்யும்போது எப்படி அவ்வளவு வேகமாக செல்கிறாய் என்று தெரியுமல்லவா? மொமெண்டம் என்று அறிவியலில் இதைக் கூறுவார்கள். அதாவது நீ சென்று கொண்டிருக்கும் வேகம் உன்னை இன்னும் அதிக வேகமாக உந்திச் செல்லும். நம் சுய கட்டுப்பாட்டை இன்னும் அதிகம் ஆக்குவதற்கும் இந்த சக்தி மிகவும் முக்கியம். நான் முன்பே கூறியது போல, சிறிதாக ஆரம்பித்தாலும் அந்த சிறிய வெற்றி உனக்கு வேண்டிய அந்த சிறிதளவு வேகத்தை கொடுத்து, நீ இன்னும் அதிக வேகத்துடன் முன்னே செல்ல உதவும். மிக விரைவிலேயே நீ இதுவரை நினைத்துப்பார்க்க முடியாத விஷயங்களையெல்லாம் ஒரு உற்சாகத்துடனும் ஆற்றலுடனும் செய்து முடிப்பாய். இந்த பயணம் இருக்கிறதே, இது மிகவும் மகிழ்ச்சியும் உற்சாகமும் அளிக்கக்கூடிய பயணம்தான். யோகி ராமனின் கதையில் வந்த அந்த சுமோ மல்யுத்த வீரர் அணிந்து கொண்டிருந்த அந்த பிங்க் நிறக் கம்பி நினைவிருக்கிறது அல்லவா? உன் உடலின் வலிமையையும் உன் மனதின் வலிமையையும் அந்தப் கம்பி நினைவுபடுத்திக் கொண்டிருக்கும்! என்று முடித்து தன்னை சற்று ஆசுவாசப்படுத்திக் கொண்டார்.

சுய கட்டுப்பாடு பற்றி ஜூலியன் தனது சிந்தனைகளை என்னுடன் பகிர்ந்து முடித்த அந்த குறிப்பிட்ட கணப்பொழுதில்தான் நாங்கள் அமர்ந்திருந்த என் வீட்டு வரவேற்பறையில், புதியதொரு நாளின் சூரிய ஒளி கொஞ்சம் கொஞ்சமாக வந்து இருப்பதை கண்டேன். சிறிது சிறிதாக அங்கு இருந்த இருள் நீங்கி புதிய வெளிச்சம் என் வீட்டு அறைக்குள் நுழைவதைக் கண்டேன். என் மனதிற்குள்ளும் அவ்வாறே ஆவதை என்னால் உணர முடிந்தது. 'என் மீதமுள்ள வாழ்க்கையின் முதல் நாள் எவ்வளவு சிறந்த எவ்வளவு அழகான நாளாக இருக்கப் போகிறது பார்' என்று எனக்கு தோன்றியது!

பத்தாவது அத்தியாயம் - செயல்முறை தொகுப்பு
ஜூலியனின் அறிவுரை சுருக்கம்

குறியீடு	 ⦅⦆⦅⦆⦅⦆⦅⦆
நற்பண்பு	கட்டுப்பாட்டுடன் வாழ்
தெளிவு	• உண்மையான அறிவு சிறு சிறு துணிச்சலான காரியங்கள் செய்வதினால் உருவாகிறது • சுய கட்டுப்பாட்டை மேலும் மேலும் வளர்த்தால் அது இன்னும் சிறப்பாக வளரும் • முழுமையான சிறப்பான வாழ்க்கைக்கு மன வலிமை மிக முக்கியமான பண்பாகும்
செயல்முறை	• மந்திரச்சொற்களோடு சேர்த்து சுய பிம்பத்தை மனக்கண்ணினால் பார்ப்பது • மௌன விரதம் இருப்பது
மேற்கோள் காட்டவல்ல கூற்று	உன் மனக்கோட்டையில் ஊடுருவியிருக்கும் வேண்டாத கெட்ட எண்ணங்களின்மேல் போர் தொடுத்தால், அந்த அழையா விருந்தாளிகள் தானாக வெளியேறிவிடும்.

பதினொன்றாவது அத்தியாயம்

உங்களுக்கு மிகவும் விலை உயர்ந்த பொருள்

சரியாக திட்டமிடப்பட்ட கால அட்டவணை என்பது சரியாக யோசிக்கத்தெரிந்த மனதின் அறிகுறி.

- சர் ஐசாக் பிட்மான்

"வாழ்க்கையில் மிக வேடிக்கையான விஷயம் என்ன தெரியுமா" என்று கேட்ட ஜூலியன் அடுத்த விஷயத்திற்குத் தயாராவது எனக்குப் புரிந்தது. "பெரும்பாலான மக்கள் தங்களுக்கு என்ன வேண்டும் என்று யோசித்து முடிவெடுப்பதற்கே அதிக நேரம் எடுத்துக் கொள்கிறார்கள். பின்னர் அதை செயல்படுத்த நடவடிக்கைகள் எடுப்பதற்குள் மிகவும் தாமதமாகி விடுகிறது. 'இளமையில் சரியாக தெரிந்துகொண்டாலோ அல்லது முதுமையில் சரியாக முயன்றாலோ நிச்சயம் முடியும்" என்ற கூற்று மிகவும் உண்மையானது தானே! " என்றார்.

உடனே எனக்கு இந்த தொடர்பு புர்ந்ததுபோல் இருந்தது. "யோகி இராமனின் கதையில் வரும் அந்த கடிகாரம் இதைத்தான் குறிப்பிடுகிறதா என்ன?" என்று கேட்டேன்.

"ஆமாம் அந்த 9 அடி உயர 400 கிலோ எடையுள்ள அந்த சுமோ மல்யுத்த வீரர் ஒரு தங்க நிற கைக்கடிகாரத்தை கட்டிக் கொண்டிருப்பார் நினைவிருக்கிறது அல்லவா! அது நம் வாழ்க்கையில் நமக்கு இருக்கும் நேரத்தை தான் காட்டுகிறது" என்று விளக்கினார்.

இப்பொழுது எனக்கு நன்றாகவே புரிந்துவிட்டது - யோகி ராமனுடைய கதையில் வரும் ஒவ்வொரு குறியீடும் ஒரு முக்கியமான விஷயத்தை நினைவுபடுத்த தான் உதவுகிறது.

“ஆமாம் நீ மிகச் சரியாக ஊகித்துக்கொண்டாய். என்னுடைய குருநாதர் கற்றுக் கொடுக்கும் முறை முதலில் சற்று வித்தியாசமாகத்தான் தோன்றியது, அதனால் எனக்கு அதை புரிந்து கொள்ள கொஞ்சம் நேரம் பிடித்தது. ஆனால் அவர் கூறிய கதையில் வரும் ஏழு விஷயங்களுமே நம் வாழ்க்கையில் மிகவும் இன்றியமையாத பாடங்களைக் குறிப்பிடுகின்றன. கதையில் வரும் தோட்டம், அந்த சுமோ மல்யுத்த வீரர், மஞ்சள் நிற ரோஜாக்கள், வைரக்கற்கள் பதித்த பாதை எல்லாமே நான் சிவானாவில் கற்றுக்கொண்ட மெய்ஞானத்தை வெகு அழகாக சித்தரிக்கின்றன. அந்த தோட்டம் என்னை நல்ல விஷயங்களைப் பற்றியே யோசிக்க நினைவுபடுத்திக் கொண்டிருக்கிறது. கலங்கரை விளக்கம் என் வாழ்க்கையின் குறிக்கோள் என்ன என்பதைப்பற்றி நினைவுபடுத்துகிறது. சுமோ மல்யுத்த வீரர் என்னை தொடர்ந்து சுய கட்டுப்பாட்டைப் பற்றியும், அவர் கட்டியிருக்கும் பிங்க் நிற கம்பி என்னை சுய ஒழுக்கத்தின் முக்கியத்துவத்தை பற்றியும் ஞாபகப்படுத்துகின்றன. எனக்கு கற்றுக்கொடுத்த இந்த தத்துவங்களைப் பற்றி நான் ஒருநாளும் யோசிக்காமல் இருந்ததில்லை” என்றார்.

“சரி அப்போது இந்த தங்க நிற கடிகாரம் என்பதை குறிப்பிடுகிறது?” என்று கேட்டேன்.

“நமக்கு எல்லோருக்குமே இருக்கும் மிக முக்கியமான பொருள் என்னது? நேரம் அல்லவா! அதைத்தான் இந்த கடிகாரம் குறிப்பிடுகிறது” என்றார்.

“சரி, ஆனால் சரியான சிந்தனை, இலக்கை சரியாக அமைத்துக்கொள்வது, சுய ஆளுமை ஆகியவற்றை பற்றியெல்லாம் இப்போது நீங்கள் சொல்லவேயில்லையே!” என்று நினைவுபடுத்தினேன்.

“நேரத்தை சரியாக உபயோகிக்கவில்லை என்றால் இந்த விஷயங்கள் எதுவுமே உபயோகப்படாது அல்லவா! நான் சிவானாவில் போய் சேர்ந்து சுமார் ஆறு மாதங்கள் ஆனபின்னர் நான் அங்கிருந்து கிளம்பும் நேரமும் நெருங்கிக்கொண்டிருக்கும் வேளையில், என்னை சந்திக்க என் குடிலுக்கு அங்கே இருக்கும் ஒரு இளம் ஞானி வந்தார். யோகி ராமன் அனுப்பி தான் அவர்

அங்கே வந்ததாகவும், நான்தான் அவருக்கு கிடைத்த மிகச் சிறந்த மாணவன் என்று அவரே குறிப்பிட்டிருந்ததையும் சொன்னார். 'கடந்த கால வாழ்க்கையில் நீங்கள் அனுபவித்த கஷ்டங்கள் எல்லாம் தான் உங்களை இப்பொழுது நல்ல மாணவனாக மாற்றி இருக்க வேண்டும்' என்ற அந்த இளம் துறவி சொன்னார். 'நீங்கள் இவ்வளவு தூரம் பயணித்து இவ்வளவு நாட்கள் எங்களுடன் இருந்து நாங்கள் செய்யும் ஒவ்வொரு வழிமுறையையும் கேலி செய்யாமல் பொறுமையாக உன்னிப்பாக கவனமாகக் கற்றுக் கொண்டீர்கள் அதனால் நீங்கள் எங்களை விட்டு சில வாரங்களில் கிளம்பி செல்ல போகிறீர்கள் என்றாலும் உங்களை எங்களில் ஒருவராகவே நாங்கள் கருதுகிறோம். இப்பொழுது எங்கள் சமூகத்தின் சார்பாக நான் உங்களுக்குக் கொண்டு வந்திருக்கும் இந்த சிறிய பரிசுப்பொருளினை நீங்கள் ஏற்றுக்கொள்ள வேண்டும். வெளியிலிருந்து வந்த எவருக்குமே இப்படிப்பட்ட ஒரு பரிசுப் பொருளை நாங்கள் கொடுத்ததில்லை' என்று கூறி அவர் கொண்டு வந்திருந்த துணிப்பையில் இருந்து ஒரு பொருளை எடுத்து என்னிடம் கொடுத்தார். கண்ணாடிக்குமிழிக்குள் மணல் துகள்கள் அடைக்கப்பட்டு, ஒவ்வொரு மணிநேரம் கடப்பதையும் காட்டுமே, அப்படிபட்ட கடிகாரம் அது. நான் ஆச்சரியப்பட்டிருந்ததை கவனித்த அவர், அங்கே இருக்கும் ஒவ்வொரு ஞானியுமே தங்களது சிறுவயதில் இப்படிப்பட்ட ஒரு கடிகாரத்தைப் பெறுவார்கள் என்று விளக்கினார். 'எங்களிடம் லௌகீக பொருட்கள் எதுவுமே இல்லாவிட்டாலும் நாங்கள் நேரத்தை மிகவும் கவனமாக பாதுகாக்கிறோம். இந்த சிறிய கடிகாரம் வேகமாக கடந்து கொண்டிருக்கும் நேரத்தை தினமும் எங்களுக்கு நினைவுபடுத்திக்கொண்டே இருக்கிறது, எங்களுடைய ஒவ்வொரு நாளையும் மிகவும் கவனமாக கழிக்க வேண்டும் என்றும் நினைவு படுத்திக் கொண்டிருக்கிறது' என்று எனக்கு விளக்கம் அளித்தார்" என்று தனக்குக் கிடைத்த அந்த அற்புதமான அன்பளிப்பைப் பற்றி பகிர்ந்துகொண்டார்.

"என்னது இமயமலை உச்சியில் இருக்கும் துறவிகள் நேரத்தை இவ்வளவு உன்னிப்பாக கவனித்தார்களா என்ன?"

"ஆம் நண்பா அங்கே இருக்கும் ஒவ்வொருவரும் நேரத்தின் முக்கியத்துவத்தை மிக நன்றாக அறிந்தவர்கள். நேரத்தைப் பற்றிய அவர்களுக்கு எப்போதுமே கவனம் இருந்திருந்தது என்பதை அங்கேதான் நான் கற்றுக்கொண்டேன். நேரம் என்பது நாம் நமது உள்ளங்கையில் கெட்டியாகப் பிடித்துக்கொண்டிருக்கும்

மணலைப் போல. நாம் கெட்டியாக பிடிக்க பிடிக்க அந்த மணல் நம் கை விரல்களில் இருந்து நடுவே ஓடிவிடுகிறது. சிறுவயது முதலே நேரத்தைச் சரியாகப் பயன்படுத்துபவர்கள் முழுமையான அர்த்தமுள்ள வாழ்க்கையை வாழ்கிறார்கள். நேரத்தை சரியாகக் கடைப்பிடிக்க தெரியாதவர்கள் தங்களுக்குள் ஆற்றல் இருந்தாலும் தங்க இலக்கினை முழுமையாக அடைய முடியாமல் தான் இருப்பார்கள். நேரம் என்பதுதான் எல்லோரையும் சமமாக்குகிறது. நாம் பிறப்பிலே உயர்ந்தவர்களோ சாமானியர்களோ, அல்லது சரியான வாய்ப்புகள் பெற்றவர்களோ பெறாதவர்களோ, நாம் உலகத்தில் எங்கே வாழ்ந்து கொண்டிருந்தாலும் நம் எல்லோருக்குமே ஒவ்வொரு நாளிலும் 24 மணி நேரங்கள் தான் கொடுக்கப்பட்டுள்ளன. நல்ல முறையில் இந்த நேரத்தை எப்படிப் பயன்படுத்துகிறோம் என்பதைப் பொறுத்துதான் சாதித்தவர்களா அல்லது வெறும் முயன்றுபார்த்தவர்களா என்ற வேறுபாடே அமையும்" என்ற அழகான விளக்கமளித்தார் ஜூலியன்.

என் தந்தை என்னிடம் ஒரு முறை சொல்லி இருந்தது இப்போது எனக்கு நினைவுக்கு வந்தது. 'மிகவும் மும்முரமாக வேலை செய்து கொண்டிருப்பவர்கள் தான் தங்கள் நேரத்தை சரியாக உபயோகிப்பார்கள்' என்று அவர் அடிக்கடி எனக்குச் சொல்லுவார். அதை ஜூலியனிடமும் பகிர்ந்துகொண்டேன்.

"ஆம், அவர் சொன்னதும் சரிதான். எப்போதும் தங்களை பிஸியாக வைத்துக் கொண்டிருப்பவர்கள் தான் தங்கள் நேரத்தை மிக அழகாக திட்டமிட்டு செயலில் செலவிடுவார்கள். அப்படி இருந்தால்தான் அவர்களால் சரியாக வாழவே முடியும். நேரத்தை பயன்படுத்துவது என்றால், நீ எப்போதுமே வேலை செய்து கொண்டிருக்க வேண்டும் என்ற அர்த்தத்தில் சொல்லவில்லை. மாறாக, நேரத்தைச் சரியாகத் திட்டமிட்டுப் பயன்படுத்தினால் நீ விரும்பும் அனைத்து விஷயங்களையுமே வெகு அழகாக செய்து முடிக்க உனக்கு நேரம் கிடைக்கும். நேர மேலாண்மை தான் வாழ்க்கையில் வெற்றியையும் கொண்டு வரும். நேரத்தை மிக கவனமாக பாதுகாக்கவேண்டும். ஏனென்றால் ஒருமுறை சென்று விட்டால் மீண்டும் கிடைக்காத ஒரே பொருள் நேரம்தான்" என்றார்.

தொடர்ந்து, "இதைப்பற்றி உனக்குப் புரியும்படி ஒரு சிறு உதாரணம் தருகிறேன். திங்கட்கிழமை காலை பணியிடத்தில் உன் கால அட்டவணை நிரம்பி வழிகிறது என்று வைத்துக்கொள்வோம். உன் தினசரி வழக்கப்படி ஆறரை மணிக்கு எழுந்து அவசரஅவசரமாக

தன் பொக்கிஷத்தை விற்ற துறவி

காப்பி குடித்து அலுவலகத்திற்கு விரைந்து, அங்கே ஒரு முழு நாளை அவசரஅவசரமாக முடிப்பதற்கு பதிலாக, அதற்கு முந்தைய நாள் ஞாயிற்றுக்கிழமை இரவே வெறும் 15 நிமிடங்கள் எடுத்துக் கொண்டு உன்னுடைய அடுத்த நாளை எப்படி செலவிடப் போகிறாய் என்று திட்டமிட்டால் எப்படி இருக்கும், யோசித்து பார்த்திருக்கிறாயா? அல்லது அதைவிட சிறப்பாக, ஞாயிற்றுக்கிழமை மாலை ஒரே ஒரு மணிநேரம் மட்டும் எடுத்துக்கொண்டு, அடுத்து வரப்போகும் ஒரு முழு வாரத்தையும் எப்படிச் செலவிடுவது என்று நீ திட்டமிட்டுக் கொண்டால் எவ்வளவு சுலபமாக இருக்கும்! மிக முக்கியமாக, உன் வேலை சம்பந்தப்பட்ட விஷயங்களைத் தவிர, உன் தனிப்பட்ட வாழ்க்கை பற்றியும் உன் ஆன்மீக முன்னேற்றம் குறித்த இலக்குகள் பற்றியும் உன் குடும்பத்தினருடன் செலவு செய்ய வேண்டிய நேரம் பற்றியும் நீ அழகாக திட்டமிடலாம். இந்த எளிமையான சுலபமான வேலைதான் உன் வாழ்க்கையில் ஒரு சமநிலையை கொடுக்கும். உன் கால அட்டவணையில் உனக்கு வேண்டிய மிக முக்கியமான விஷயங்களுக்கு இடம் கொடுத்தால் உன் வாழ்க்கையில் அமைதியும் சமநிலையும் கிடைக்கும்!" என்றார்.

எனக்கு பொறி தட்டியது. "நான் என் பணி நேரத்தில் நட்ட நடுவே ஒரு மணிநேர இடைவெளி எடுத்துக்கொண்டு எங்காவது காலாற நடந்துவிட்டு வரலாம் என்றோ தியானம் செய்யலாம் என்றோ சொல்கிறீர்களா என்ன!" என்று கேட்டேன்.

"ஏன் கூடாது? ஏன் மற்றவர்களை போல நீயும் குறுகிய வட்டத்திற்குள்ளேயே யோசிக்கிறாய்? மற்றவர்கள் செய்வதைத்தான் நீயும் செய்ய வேண்டும் என்று ஏன் யோசித்துக் கொண்டிருக்கிறாய்! உன் வாழ்க்கையை உன் இஷ்டப்படி வாழலாமே! அவசியப்பட்டால் உன் தினத்தை ஒரு மணி நேரம் முன்பாகவே தொடங்கலாமல்லவா, அல்லது வாரத்தின் துவக்கத்திலேயே சில மணி நேரம் அதிகமாக வேலை செய்தால் வெள்ளிக்கிழமை மாலை உன் குழந்தைகளுடன் செலவிட செலுத்த நேரம் கிடைக்கும் அல்லவா! அல்லது வீட்டில் இருந்தபடியே வாரத்தில் இரண்டு நாள் வேலை செய்தால் உன் குடும்பத்தினருடன் செலவிட இன்னும் சிறிது நேரம் கிடைக்குமா கிடைக்காதா? நான் சொல்வதெல்லாம் இதுதான் ஜான் - உன் வாரத்தை அழகாக சரியாகத் திட்டமிட்டால், உன் நேரத்தை சரியாகப் உபயோகிக்கலாம். முக்கியமாகப் படும் விஷயங்களை சுற்றியே உன் நேரத்தை திட்டமிட்டு செலவிடு என்றுதான் நான் சொல்கிறேன்.

உன் வாழ்க்கையில் எது மிக முக்கியமாகத் தேவையோ அவற்றை செய்ய வேண்டும், முக்கியம் இல்லாதவற்றை விட்டு விட வேண்டும். திட்டமிடாமல் விட்டுவிடுவது என்பது தோல்விக்கு திட்டமிடுவதற்கு சமானமாகும். உன் கால அட்டவணையில் ஏற்கனவே இருக்கும் மற்ற வேலைகளுடன் சேர்த்து, நீ உன் சுய முன்னேற்றத்திற்காக செய்ய வேண்டிய விஷயங்களையும் சேர்த்துக்கொள். படிப்பதாக இருக்கலாம், எழுதுவதாக இருக்கலாம் குறிப்பெடுத்துக் கொண்டால் உன் நேரத்தை நீ இன்னும் சிறப்பாக திட்டமிட்டு செலவிட முடியும். வேலையைத்தவிர மற்ற விஷயங்களுக்கும் நீ செலவிடும் நேரமும் மிக முக்கியமானது என்பதை மறந்து விடாதே! உன் பணி நேரத்தை அதுதான் இன்னும் அதிகமாக சிறப்பாக்கும். உன் பணி நேரத்தைத்தவிர நீ எப்படி வாழ்கிறாயோ அது நிச்சயமாக உன் பணி நேரத்தையும் பாதிக்கும்" என்றார்.

"நீங்கள் சொல்வதெல்லாம் சரிதான் ஜூலியன், ஆனால் எனக்கு நிச்சயமாக என்னுடைய பணிநாளுக்கிடையே எனக்காக என்று இடைவெளி எடுத்துக் கொள்வதற்கு நேரம் சுத்தமாக கிடையாது. இப்பொழுதே நான் எல்லா மாலை வேளைகளிலும் என் பணி சம்பந்தமான விஷயங்களைத் தான் செய்து கொண்டிருக்கிறேன்" என்று அவரிடம் புலம்பினேனா முறையிட்டேனா தெரியவில்லை. ஆனால், இதை சொல்லும் பொழுது அடுத்த நாள் நான் செய்ய வேண்டிய எல்லா விஷயங்களும் நினைவுக்கு வந்து என் வயிற்றை கலக்க ஆரம்பித்தது!

"ஜான், பிஸியாக இருக்கிறேன் வேலையில் மும்முரமாக இருக்கிறேன் என்பதெல்லாம் வெறும் நொண்டிச்சாக்கு! எந்த விஷயத்தை எப்படி மும்முரமாக செய்து கொண்டிருக்கிறோம் என்பதுதான் கேள்வி. உன் வாழ்க்கையில் உனக்கு கிடைக்கும் நல்ல விஷயங்களில் எண்பது சதவீதப் பலன்கள், நீ செய்த 20 சதவீத உழைப்பில் இருந்து தான் கிடைக்கிறது என்பது உலக நியதி. இதை நான் யோகி ராமரிடம் கற்றுக்கொண்டேன். இதை அவர் 'இருபதுகளின் நியதி' என்று செல்லமாக குறிப்பிடுவார்" என்றார்.

"நீங்கள் சொல்வது எனக்கு சரியாக புரியவில்லை போலிருக்கிறதே"

"சரி நீ கொஞ்ச நேரத்திற்கு முன்னே உன் திங்கட்கிழமை காலையைப் பற்றி சொல்லிக் கொண்டிருந்தாயே, அதற்கே திரும்புவோம். காலையிலிருந்து இரவு வரை நீ தொலைபேசியில் உன் வாடிக்கையாளர்களுடன் பேசுவது, சட்டத்துறை சம்பந்தப்பட்ட

தன் பொக்கிஷத்தை விற்ற துறவி

கடிதங்களை எழுதுவது, அல்லது உன் குழந்தைக்கு கதை படித்துக் காட்டுவது என்று முழுமையாக செலவிடுகிறாய் அல்லவா? ஆனால் நீ செய்யும் அத்தனை பணிகளிலும் வெறும் 20 சதவீத பணிகள் மட்டுமே உன் வாழ்க்கையின் தரத்தை உயர்த்த உபயோகப் படும் படியாக இருக்கின்றன என்பதை புரிந்துகொள். உதாரணத்திற்கு, நீ அலுவலகத்தில் உன் நண்பர்களுடன் உட்கார்ந்து அரட்டை அடித்துக் கொண்டிருப்பதைப் பற்றியோ அரட்டை அடித்துக்கொண்டு இருந்தது பற்றியோ டிவியில் என்ன பார்த்தோம் என்பதைப் பற்றியோ இன்றிலிருந்து பத்து வருடங்கள் கழித்து நினைத்துப்பார்ப்பதில் அர்த்தம் இருக்குமா? நிச்சயமாக இல்லை அல்லவா! அதேபோலத்தான் சில விஷயங்களை நீ குறிப்பிட்டு இவை என் வாழ்க்கையின் தரத்தை நிச்சயமாக உயர்த்தும் என்று உன்னால் கூற முடியும்!" என்றார்.

"அதாவது சட்டத்துறை பற்றி நான் இன்னும் அதிகம் படித்து தெரிந்து கொள்வது அல்லது என் சட்ட அறிவை மேலும் உயர்த்திக் கொள்வது போன்ற விஷயங்களைப் பற்றி கூறுகிறீர்கள் இல்லையா?"

"ஆமாம் உன் மனைவியிடமும் குழந்தைகளிடமும் நீ செலவிடும் நேரத்தையும் சேர்த்துதான் குறிப்பிடுகிறேன். நீ இயற்கையுடன் செலவழிக்கும் நேரத்தை பற்றியும், நீ நன்றி செலுத்தும் விஷயங்களைப் பற்றியும், அதற்கு செலவிடும் நேரத்தை பற்றியும் தான் கூறுகிறேன். உன் மனதை உடலை ஆன்மாவை இன்னும் மேம்படுத்திக்கொள்ள நீ செலவிடும் நேரத்தை பற்றியும் குறிப்பிடுகிறேன். அர்த்தமுள்ள விஷயங்களுக்காக உன் நேரத்தை செலவிட்டால் உன் வாழ்க்கை தரம் நிச்சயம் உயரும். உயரிய மக்கள் முக்கியமான வேலைகள் எது என்று தெரிந்து கொண்டு, அதை செய்வதில் வல்லவர்கள். இதுதான் நேர மேலாண்மைக்கான மிகவும் முக்கியமான ஒரு ரகசியம்" என்று விளக்கினார்.

"அட யோகி ராமன் இதையெல்லாம் கற்றுக் கொடுத்தாரா என்ன!"
ஜூலியன் சிரித்துக்கொண்டே, "நான்தான் வாழ்க்கையிலேயே ஒரு மாணவனாக ஆகிவிட்டேனே ஜான்! யோகி ராமன் ஒரு சிறந்த ஆசிரியர் தான் மறுப்பதற்கில்லை, ஆனால் நான் என்னுடைய கடந்த கால அனுபவங்களையும் சேர்த்து வைத்துக் கொண்டு பார்த்தால், இவையெல்லாம் என்னை இன்னும் சிறந்த வாழ்க்கை வாழ்வதற்கு அழகாக கற்றுக் கொடுக்கின்றன. நான் என் வாழ்க்கையில் மிக அதிகமான தவறுகளை செய்திருக்கிறேன். நீ என்னுடைய தவறுகளில் இருந்து பாடம் கற்றுக் கொள்வாய் என்று நான் விரும்புகிறேன்.

உலகத்தில் பலர் மற்றவர்களுடைய தவறுகளில் இருந்து பாடங்கள் கற்றுக் கொள்ள முயற்சிபார்கள், அவர்கள் புத்திசாலிகள். சிலர் சுயமாக தவறு செய்துகொண்டு அதில் இருந்துதான் பாடம் கற்றுக் கொள்வேன் என்று அடம் பிடித்துக்கொண்டு நின்றால், அவர்கள் தங்கள் வாழ்க்கையில் அவசியமற்ற வலியையும் கஷ்டங்களையும் அனுபவிப்பார்கள்" என்றார்.

அவர் சொன்னதை யோசித்துப் பார்த்தால் புரிந்தது போலத்தான் இருந்தது. நான் நேர மேலாண்மை பற்றி பல பயிற்சி வகுப்புகளுக்குச் சென்றிருக்கிறேன். ஆனால் ஜூலியன் இப்போது என்னிடம் பகிர்ந்து கொண்டிருக்கும் விதத்தில் நேரத்தைப் பற்றி யாருமே எனக்கு கற்றுக் கொடுத்ததில்லை. நேர மேலாண்மை என்பது பணியிடத்தில் மட்டுமே செயல்படுத்த கூடிய விஷயம் இல்லை என்பது ஜூலியன் எனக்குப் புரியவைத்தார். சரியாக செயல்படுத்தினால், நேர மேலாண்மை என் முழு வாழ்க்கையை முழுமையாக மேம்படுத்த உதவும். என்னுடைய நாட்களை நான் சரியாக திட்டமிட்டு உபயோகிக்கிறேன் என்று நிச்சயம் செய்து கொண்டால், நான் அதிக வேலை செய்து முடிப்பதோடு மட்டுமில்லாமல், மகிழ்ச்சியுடனும் இருப்பேன் என்பது எனக்குத் தெளிவாகத் தெரிந்தது.

ஜூலியன் தொடர்ந்து, "உன் வாழ்க்கையை ஒரு உணவுப்பொருளாக நோக்கினாய் என்றால், உன் வாழ்க்கையையும் உன் நேரத்தையும் உன் மன வலிமையையும் முக்கியமாக தேவைப்படும் சத்துக்களாகக் கண்டால், தேவையற்ற சக்கையில் உன் நேரத்தை விரையம் செய்வதற்கு உன்னிடம் நேரமும் இருக்காது, அவசியமும் இருக்காது! இப்படிப்பட்ட ஒரு கணத்தில் தான் உன்னுடைய வாழ்க்கை சாதாரணமான நிலையைத் தாண்டி உயரிய நிலையை அடைகிறது. இப்படிப்பட்ட ஒரு தருணத்தில் தான் நீ சாதனைகளை படைக்க ஆரம்பிக்கிறாய். இந்த கணத்தில் இன்னொரு விஷயத்தையும் சொல்லிக் கொள்ள விரும்புகிறேன். உன்னுடைய நேரத்தை மற்றவர்கள் வந்துத் திருடி கொள்ளாமல் நீ காத்துக் கொள்ள வேண்டும். அவர்களிடம் மிக ஜாக்கிரதையாக இருக்கவேண்டும். உதாரணத்திக்கு, உன் வீட்டு வேலைகள் எல்லாவற்றையும் முடித்துவிட்டு உன் குழந்தைகளை தூங்க செய்துவிட்டு உன் நாற்காலியில் அப்போதுதான் உட்கார்ந்து சற்று ஓய்வாக உனக்கு வேண்டிய புத்தகத்தை படிக்கலாம் என்று உட்காரும்போது, அவர்கள் தொலைபேசியில் அழைத்து

உன்னிடம் பேச விரும்புவார்கள். உன் அலுவலகத்தில் அத்தனை வேலைகளுக்கும் வேலைகளை முடித்துவிட்டு சிறிதளவு ஓய்வு நேரம் கிட்டிய உடன் உன் சிந்தனைகளை ஒழுங்குபடுத்திக் கொள்ள விரும்பும் போது அவர்கள்தான் அலுவலக அறைக்குள் வந்து உன்னிடம் அரட்டை அடிப்பவர்கள். இப்படிப்பட்டவர்களை பார்த்து நீ மிகவும் ஜாக்கிரதையாக இருக்கவேண்டும். நான் சொல்வது உனக்கு புரிகிறதல்லவா?" என்றார்.

"ஆமாம் ஜூலியன் புரிகிறது. ஆனால், இப்படிப்பட்ட மனிதர்களை தவிர்ப்பது எப்படி என்று யோசித்துக் கொண்டிருக்கிறேன். அவர்களை இங்கிருந்து போய்விடு என்று சொல்லவும் சிறிது சங்கோஜமாக இருக்கிறதே!" என்று என் இயலாமையை அவரிடம் சொன்னேன்.

"ஜான் உன் நேரத்தை வீணடிக்காமல் பார்த்துக் கொள்வதற்கு இப்படிப்பட்ட சங்கோஜம் தேவையே இல்லை. முடியாது, வேண்டாம் என்ற வார்த்தைகளை உபயோகிக்க கற்றுக் கொள். உன் வாழ்க்கையில் இப்படிப்பட்ட சிறு சிறு விஷயங்களைப் பார்த்து, 'வேண்டாம் தேவை இல்லை' என்று நீ சொல்ல கற்றுக் கொண்டால்தான் உன் வாழ்க்கையில் இருக்கும் மிகப்பெரிய விஷயங்களுக்கு ஆம் என்று ஏற்றுக் கொள்வதற்கு உனக்கு நேரம் கிடைக்கும். உன் வேலையிடத்தில், ஏதாவது முக்கியமான வழக்கில் உன் சிந்தனைகளை முழுதுமாக கவனப்படுத்த வேண்டுமென்றால் உன் அலுவலக அறையை மூடிக்கொண்டு உள்ளே உட்கார்ந்து சிந்திக்கலாம். வெட்டி அரட்டை அடிக்க வருபவர்கள், நடுவே வந்து தொந்தரவு செய்யமாட்டார்கள். ஒவ்வொரு தடவை தொலைபேசி மணி அடிக்கும் போதும் அதை உடனே எடுக்க தேவையே கிடையாது. அது உன்னுடைய வசதிக்காக வைக்கப்பட்டிருக்கிறது மற்றவர்களுடைய வசதிக்காக இல்லை! இதில் விசித்திரமான விஷயம் என்ன தெரியுமா, நீ உன் நேரத்தை இப்படி ஜாக்கிரதையாக செலவிடுகிறாய் என்று மற்றவர்கள் கவனிக்க தொடங்கியவுடன், அவர்கள் உன்னை இன்னும் அதிகமாகத் தான் மதிப்பார்கள். உன் நேரம் மிகவும் முக்கியமானது என்பதை புரிந்துகொண்டு அவர்களும் அதற்கு வேண்டிய முக்கியத்துவம் அளிப்பார்கள்" என்றார்.

"சரி வேலையை ஒத்திப்போடும் கெட்ட பழக்கம் இருக்கிறது, அதைப்பற்றி என்ன செய்வது? நான் பலதடவை என்னுள் இதை கவனித்திருக்கிறேன். முக்கியமான வேலை இருக்கும்போது

அதை எல்லாம் ஒருபுறம் ஒதுக்கிவிட்டு, உட்கார்ந்து ஏதாவது பழைய புத்தகத்தையோ அல்லது செய்தித்தாளையோ பழைய கடிதங்களையோ நொண்டிக் கொண்டிருப்பேன். அப்படிப்பட்ட பழக்கத்தை என்ன செய்வது?" என்று அவரிடம் கேட்டேன்.

"நேர விரயம் என்று இதைச் சொல்வார்கள். நல்ல பெயர் தான், இல்லையா! நேரம் என்ற அரிதான பொக்கிஷத்தை விரையப்படுத்துகிறோம் என்பதனால் தானே அப்படிப்பட்ட ஒரு பெயரை வைத்திருக்கிறார்கள். நீ கூறிய பழக்கம் சாதாரண மனித இயல்புதான், மறுப்பதற்கில்லை. நமக்கு பிடித்ததையோ அல்லது நமக்கு சுலபமாக வேலைகளையோ முதலில் செய்வதற்குத்தான் நமது மனம் அதிக நாட்டம் காட்டும், கடினமான விஷயங்களை செய்வதற்கு நமக்கு கொஞ்சம் தயக்கம் ஏற்படுவது இயற்கை தான். ஆனால் நான் முன்னரே சொன்னது போல, வாழ்க்கையில் மிகவும் வெற்றிகரமாக இருக்கும் மக்கள் தங்களுக்கு பிடிக்காத எதையும் தைரியமாக முதலில் செய்து விடுவதைத்தான் வழக்கமாக கொண்டிருப்பார்கள்!" என்றார்.

ஜூலியன் இப்போது சொன்ன தத்துவத்தை கேட்டதும், அதைப்பற்றி சிந்திப்பதற்கு நான் கொஞ்சம் நேரம் எடுத்துக்கொண்டேன். என்னுடைய அடிப்படை பிரச்சினை காலவிரயம் கிடையாது என்றும், அதையும் தாண்டி என்னுடைய வாழ்க்கையை நானே தேவையில்லாமல் மிகவும் கடினமாக்கிக் கொண்டிருக்கிறானோ என்றும் எனக்கு சந்தேகம் ஏற்பட்டது. என்னுடையது கவலையை ஜூலியன் முழுவதுமாக புரிந்து கொண்டார்.

"யோகி ராமன் என்னிடம் என்ன சொன்னார் தெரியுமா, தன் நேரத்தை தானே நிர்ணயித்துக் கொள்பவர்கள் மிக எளிமையான வாழ்க்கையை தான் வாழ்கிறார்கள். அவசரஅவசரமாக வாழ்க்கையை வாழ்வது என்பது இயற்கை படைத்த விஷயமே கிடையாது. தங்களுக்கு குறிப்பாக இலக்குகளை அமைத்து கொண்டு அதை நோக்கி முன்னேறிக் கொண்டிருக்கும் மக்கள் தான் வாழ்க்கையில் வெற்றி அடைகிறார்கள் என்றாலும், அவசியமே இல்லாமல் மனநிம்மதியை கெடுத்துக்கொண்டு அவசரஅவசரமாக வாழ்வதினால் இந்த வெற்றி என்றுமே கிடைக்காது" என்று அழுத்தமாகச் சொன்னார்.

நான் இதுவரை கேட்ட யோகி ராமனின் தத்துவங்களில் எனக்கு இது மிகவும் சுவாரஸ்யமான விஷயமாகத் தோன்றியது.

தன் பொக்கிஷத்தை விற்ற துறவி

நான் என்னைப் பற்றி இன்னும் கொஞ்சம் அதிகமாக ஜூலியனிடம் பகிர்ந்து கொள்ள ஆரம்பித்தேன். "இதுவரை நீங்கள் என்னிடம் நேரிடையாகவும் எதையும் மறைக்காமலும் உங்கள் ஆழ்மன சிந்தனைகள் அனைத்தையும் என்னுடன் பகிர்ந்து கொண்டீர்கள். அதனால் நானும் அதையே செய்யப்போகிறேன். எனக்கு என்னுடைய சட்டத் தொழிலையும் என்னுடைய இந்த வசதியான வீட்டையும் என்னுடைய காரையும் தியாகம் செய்து விட்டு மகிழ்ச்சியாகவும் நிம்மதியாகவும் இளமையாகவும் இருப்பதில் நாட்டம் இல்லை. இவற்றையெல்லாம் நான் என்னுடைய சொந்த மகிழ்ச்சிக்காக என்னுடைய கடின உழைப்பினால் நேர்மையாக சம்பாதித்து வைத்து இருக்கிறேன். ஆனால் இன்னொருபுறம் எனக்குள் ஒரு விதமான வெறுமை தோன்றுகிறது. நான் சட்டக் கல்லூரியில் படித்துக் கொண்டிருக்கும் போது கண்ட கனவுகள் பற்றி உங்களிடம் கூறியிருக்கிறேன் அல்லவா. என்னுடைய வாழ்க்கையில் நான் இன்னும் நிறைய விஷயங்கள் செய்ய முடியும் என்று எனக்கு தோன்றுகிறது. நான் நாற்பது வயதைத் தொடப் போகிறேன். ஆனால் சுற்றுலா தலங்களுக்குச் சென்று சுற்றிப் பார்க்க வேண்டும் என்று ஆசை இருந்தாலும் எனக்கு நேரம் கிடைத்ததே இல்லை. நான் என்றைக்குமே வெறுங்காலுடன் மணலில் கடற்கரையில் நடந்தோ, அல்லது ஒரு அழகான அமைதியான இடத்தில் ஓய்வெடுத்ததோ கிடையவே கிடையாது." என்று முறையிட்டேன்.

"அப்படியானால் உன் வாழ்க்கையை நீ எளிமைப்படுத்தி கொள்ளேன் அவ்வளவுதானே! சிறிது நேரத்திற்கு முன் நம் நாம் எளிமையின் வலிமை என்பதைப் பற்றி பேசியிருந்தோம் அல்லவா, அதை நீ உபயோகித்தால் உனக்கு நீ விரும்பும் சிறு சந்தோஷங்களை அனுபவிக்கவும் நீ சம்பாதித்து வைத்திருக்கும் விஷயங்களை அனுபவிக்கவும் இன்னும் நேரம் கிடைக்குமே. நம்மில் பலர் செய்யும் ஒரு மிக சோகமான விஷயம் என்பது வாழ்க்கையை அனுபவிப்பதை தள்ளிப்போடுவது தான்! இந்த நேரத்தில் நம்மிடம் இருக்கும் ஒரு அழகை அனுபவிப்பதற்கு பதிலாக, அதை தள்ளிப் போட்டுவிட்டு என்றோ ஒருநாள் நிம்மதியாக இருக்கும்போது அனுபவிக்கலாமே என்று வேறு ஏதோ ஒரு விஷயத்தை துரத்திக் கொண்டு சென்று கொண்டிருக்கிறோம். இதுதான் நமக்குள் இருக்கும் சோகம்!" என்றார்.

"இதை சமாளிக்க உங்களிடம் ஏதாவது அறிவுரைகள் இருக்கின்றனவா?"

"அதைபற்றிய விடை காண்பதை நான் உன்னிடமே விட்டு விடுகிறேன். இதுவரைக்கும் நான் சிவானாவின் ஞானிகளிடம் இருந்து கற்றுக் கொண்ட பல விஷயங்களை உனக்கு உன்னிடம் பகிர்ந்து கொண்டிருக்கிறேன். அவற்றை நீ உன் வாழ்க்கையில் செயல்படுத்த துணிந்தாயானால், அவை நிச்சயம் நல்ல பலன் தரும். இதைப்பற்றி பேசும்போது தான் இன்னொரு சிறு விஷயமும் ஞாபகம் வருகிறது. மதியம் ஒரு குட்டித் தூக்கம் போடும் பழக்கம் எனக்கு புதிதாக வந்து சேர்ந்து கொண்டு விட்டது. அப்படிச் செய்வது என்னை முழு ஆற்றலோடும் இளமையுடன் வைத்திருப்பதாக எனக்கு தோன்றுகிறது. நீயும் வேண்டுமானால் அதை முயற்சித்துப்பார்க்கலாம். நேரத்தை திட்டமிடுவதைப்பற்றி சொன்னேன் அல்லவா, இதற்கும் இடைவெளி கொடுத்துப்பாரேன்! அதோடு சேர்த்து உன் நகைச்சுவை உணர்வையும் மறக்காமல் உபயோகித்துக் கொண்டிரு. நான் முன்பு சொன்ன இசையைப் போலவே அதுவும் வாழ்க்கையில் நாம் தினசரி சந்திக்கும் அழுத்தங்களுக்கும் கஷ்டமான தருணங்கள் மிக அருமையான ஒரு மருந்து. யாருமே சிரிப்பதை மறந்துவிட்டு வாழ்க்கையை மிக சீரியசாக எடுத்துக் கொள்ளக்கூடாது"

நேரத்தைப் பற்றி ஜூலியனுக்கு கடைசியாக ஒரு இன்னும் ஒரு விஷயம் சொல்ல பாக்கி இருந்தது போல் தோன்றியது. "ஜான் மிகவும் முக்கியமான ஒரு விஷயம் சொல்கிறேன். ஏதோ உன்னிடம் வாழ்வதற்கு 500 வருடங்கள் இருப்பதாக எண்ணிக் கொண்டு இருக்காதே நான் சிவானாவில் இருந்து கிளம்பும்போது அந்த இளைஞன் எனக்கு ஒரு பரிசு கொடுத்ததாக கூறியிருந்தேன் அல்லவா அதை நினைவில் வைத்துக்கொள். உன் வாழ்க்கையில் இன்னும் ஒரு நிமிடத்தை கூட வீணாக்காதே. சாகும் தருவாயில் நீ எப்படி இருப்பாய் என்ற மனப்பான்மையை வளர்த்துக்கொள்!" என்று கடைசியாக ஒரு புதிர் போட்டார்.

"என்னது, நீங்கள் கூறியது சரியாக கேட்கவில்லை! சாகும் தருவாயில் இருப்பது போலவா?" என்று கேட்டேன்.

"அதிர்ச்சி அடையாதே ஜான். உன் வாழ்க்கையை நீயே ஒரு புதிய கோணத்தில் பார்த்துக்கொள்ள ஒரு சிறந்த வழிமுறை இதுதான். இன்றுதான் உன் வாழ்க்கையின் கடைசி நாள் என்று நீ நினைத்துக்

தன் பொக்கிஷத்தை விற்ற துறவி

கொண்டால், அதை நீ முழு மகிழ்ச்சியுடன் அனுபவிப்பாய் அல்லவா, அப்படி செய்வதற்கான ஒரு வழிமுறை அது" என்று விளக்கினார்.

"நீங்கள் இப்படி பேசினால் எனக்கு மரணம் என்பதை பற்றிய ஒரு அசௌகரியமான சிந்தனை தோன்றுகிறதே" என்று ஒப்புக்கொண்டேன்.

"சரியாகச் சொன்னாய் ஜான். இது வாழ்க்கை பற்றிய மிக முக்கியமான ஒரு தத்துவம் தான். இன்றைக்குத்தான் என் வாழ்வின் கடைசி நாள் என்று நீ சிந்தித்தால் என்னவெல்லாம் செய்வாய்? காலை எழுந்தவுடன் அப்படிப்பட்ட ஒரு சிந்தனையை வைத்துக்கொள். உன் குடும்பத்தினரையும், உன்னுடன் வேலை புரியும் சக பணியாளர்களையும், உன் நண்பர்களையும், ஏன் உனக்கு தெரியாதவர்களையும் கூட நீ எப்படி நடத்துவாய் என்பதை யோசி. உன்னுடைய நாளின் ஒவ்வொரு நொடிப் பொழுதையும் எப்படி உற்சாகத்துடன் கழிப்பாய் என்பதையும் சிந்தித்துப் பார். உன் நாளில் நடக்கப்போகும் மிகவும் அர்த்தமுள்ள விஷயங்களை நீ செய்யவேண்டுமென்று அதுவே உனக்கு தூண்டும். முக்கியமில்லாத சிறுசிறு விஷயங்களை உன் வாழ்க்கையில் இருந்து நீக்குவதற்கு அது மிக முக்கியமான ஒரு வழிமுறையாகும்" என்ற ஆழமான அழகான விளக்கத்தை அளித்தார்.

மேலும் தொடர்ந்து "இன்னும் அதிகமாக சாதனைகள் படைத்து இன்னும் அதிகமான நல்ல அனுபவங்களை நீ பெற வேண்டும் என்று உன்னையே ஊக்கமளித்து கொள். உன் ஆற்றலை ஒருமுகப்படுத்தி உன் கனவை மேம்படுத்துவதற்கு முயற்சி செய். சாதாரணமான வாழ்க்கையை ஒப்புக்கொள்ளாதே! உன் மனதிற்குள் இவ்வளவு ஆசைகளும் இவ்வளவு வலிமையும் இருக்கும்பொழுது சாதாரணமானவற்றை ஒப்புக்கொள்ளாது, உனக்கு ஒளிந்திருக்கும் வலிமையை வெளியே கொண்டுவா. சிறந்ததை அனுபவிப்பது உன்னுடைய பிறப்புரிமை என்பதை மறந்து விடாதே! வாழ்க்கையில் அடிக்கடி மக்கள் சந்திக்கும் கடுகடுப்பு தன்மையை போக்குவதற்கு ஒரு மிக சிறந்த மருந்து ஒன்று இருக்கிறது தெரியுமா?" என்று மீண்டும் புதிர் போட்டார்.

"என்னது அது? என் வாழ்க்கை எனும் கோப்பை இன்னமும் நிரம்ப வில்லையே. அதை இன்னும் கொஞ்சம் அறிவால் நிரப்புங்களேன்!" என்றேன்.

"வாழ்க்கையில் தோல்வி என்ற விஷயம் இல்லவே இல்லை என்பது போல நடந்து கொள். அப்படிச் செய்தால் உனக்கு நிச்சயம்

வெற்றிகள் தான் கிடைக்கும். உன்னால் உன்னுடைய குறிக்கோள்களை அடைய முடியாது என்ற சிந்தனையே வராதவாறு, துணிச்சலுடன் உன் கற்பனா சக்திக்கு எல்லைக்கோடுகள் அமைத்துக் கொள்ளாமல், உன் கடந்த காலத்திற்கு கைதியாக இருக்காமல், உன் எதிர்காலத்தை நோக்கி நீயே உருவாக்கிக்கொண்டு நடந்தாயானால் நீ உன் பழைய வாழ்க்கையை விட்டுதறி முன்னே சென்று கொண்டேயிருப்பாய்" என்று தைரியம் ஊட்டினார்.

எங்களைச்சுற்றி ஒரு புதிய நாளின் வெளிச்சம் மெலிதாகப் பரவ ஆரம்பிக்க சிறு சிறு சலனங்கள் எங்கள் தெருவில் இருந்து எங்கள் காதில் கேட்க ஆரம்பித்தது. அப்போதுதான் என் இளமையான நண்பரின் முகத்தில் சிறிதளவு சோர்வினைக் காண முடிந்தது. பாவம் அவர் முழு இரவும் என்னுடன் விழித்திருந்து, இவ்வளவு விஷயங்களையும் பகிர்ந்து கொண்டிருக்கிறார் அல்லவா. அவர் உடலில் இருக்கும் உற்சாகமும் ஆற்றலும் அதிசயப்பட வைக்கக்கூடியது தான்.

"யோகி இராமன் கூறிய கதையின் முடிவில் நாம் வந்து கொண்டிருக்கிறோம். உன்னையும் உன் சிந்தனைகளையும் விட்டு விட்டு, கிளம்பும் நேரம் நெருங்கிக்கொண்டிருக்கிறது. நான் இன்னும் நிறைய பேரை சந்தித்து, இன்னும் நிறைய செய்ய வேண்டியது பாக்கி இருக்கிறது" என்றார்.

"ஏன் நம் நிறுவனத்திற்கு மீண்டும் சென்று பழைய பார்ட்னர்களை சந்தித்து திரும்பி வந்துவிட்டேன் என்று சொல்லப் போகிறீர்களா என்ன?" என்று கேட்டேன்.

"இல்லை அதை செய்யமாட்டேன் என்றுதான் எனக்குத் தோன்றுகிறது. அவர்களுக்குத் தெரிந்த ஜூலியன் மாண்டில் வேறு யாரோ ஒரு மனிதனாகத்தான் எனக்கு இப்போது தெரிகிறான். நான் பழைய சிந்தனைகள் சிந்திப்பதில்லை. முன்பு நான் அணிந்திருந்ததைப்போன்ற ஆடைகளை இப்போது அணிவதில்லை. என் பழைய வாழ்க்கையில் செய்த விஷயங்களை நான் இபொப்தெல்லாம் செய்வதில்லை. நான் முற்றிலும் மாறுபட்டவனாக இருக்கிறேன் அல்லவா. அதனால் அவர்களுக்கு என்னை அடையாளம் காணமுடியாது!" என்றார்.

சிரித்துக் கொண்டே நானும் "ஆமாம் நிச்சயம் அடையாளம் காண்பது கடினம் தான். எனக்குமே அப்படித்தானே இருந்தது!" என்று ஒப்புக்கொண்டேன்.

"வெறும் சிறதளவு மாற்றங்கள் அல்லவே, முற்றிலும் புதிய மனிதனாகவே அல்லவா நான் ஆகிவிட்டேன்" என்று அவரே சொன்னார்.

"ஏன் இரண்டிற்கும் ஏதாவது வித்தியாசம் இருக்கிறதா என்ன?" என்று எனக்கு சந்தேகம் தோன்றியது.

"ஜான், உனக்குப் புரியும்படி விளக்குகிறேன். இந்தியாவில் ஒரு பழமொழி ஒன்று இருக்கிறது. அதாவது, நாம் ஆன்மீக அனுபவங்களை பெற்று கொண்டிருக்கும் மனிதர்கள் அல்ல, மனித அனுபவங்களைப் பெற்றுக் கொண்டிருக்கும் ஆன்மீகவாதிகள் என்று அந்த பழமொழி சொல்கிறது. இந்தப் பிரபஞ்சத்தில் என்னுடைய வேலை என்ன, என் கடமை என்ன என்பது எனக்கு புரிந்துவிட்டது. நான் யார் என்று எனக்கு இப்போது புரிந்து கொண்டு இருக்கிறது. நான் இந்த உலகத்தில் இல்லை, எனக்குள்ளே தான் உலகமே இருக்கிறது என்று தோன்றுகிறது" என்று புதியதோர் சிந்தனையை முன்வைத்தார்.

"நீங்கள் சொன்னது எனக்கு முழுவதுமாக புரிந்ததா என்பது சந்தேகம் தான். அதை பற்றி இன்னும் கொஞ்சம் சிந்தித்தால் தான் புரியும் என்பது போல தோன்றுகிறது" என்றேன்.

"நிச்சயமாக உனக்கு வேண்டிய நேரத்தை எடுத்துக் கொள். நான் சொன்ன விஷயங்கள் உனக்கு புரிவதற்கு இன்னும் சற்று நேரம் எடுக்கலாம், தப்பில்லை. நான் சொன்ன தத்துவங்களை புரிந்து கொண்டு, நான் சொன்ன வழிமுறைகளையும் நீ பின்பற்ற ஆரம்பித்தால் நிச்சயமாக உயரிய வாழ்க்கையை நோக்கி முன்னே நகர்ந்து தான் செல்வாய். சுய கட்டுப்பாட்டையும் சுய மேலாண்மையும் நீ மிக நன்றாக கடைபிடிக்கத் துவங்குவ. உன் வாழ்க்கையை பிரபஞ் சத்தின் ஒரு மிக முக்கியமான அங்கமாகக் காண ஆரம்பிப்பாய். நீ யார் உன் உண்மையான குறிக்கோள் என்ன என்பதையும் நீ கண்டறிவாய்" என்று நம்பிக்கையூட்டும் விதமாக சொன்னார்.

"என் சொந்த அடையாகம் என் குறிக்கோள் என்னவாக இருக்கும்?" என்று நன்கு தெளிந்த இந்த ஞானியிடம் கேட்டேன்.

"எல்லோருடைய மனதிலும் எப்போதாவது எழும் மிக ஆழமான கேள்வியைத்தான் நீ கேட்டிருக்கிறாய் ஜான். முடிந்தவரை எளிதாக விளக்க முயல்கிறேன். உன்னிடம் எவ்வளவு பெரிய வீடு இருந்தாலும் எவ்வளவு பளபளப்பான கார் இருந்தாலும், நீ இந்த உலகத்தை விட்டுச் செல்லும்போது நீ எடுத்துச் செல்லக்கூடிய ஒரே விஷயம்

உன் மனசாட்சி மட்டுமே. அதனால் உன் மனசாட்சி சொல்வதை கேள். அதன்படி நட. உனக்கு எது சரி எது தவறு என்று அதற்கு தெரியும். மற்றவர்களுக்கு கேள்வி கேட்காமல் சேவை செய்வதே உன் வாழ்க்கையின் குறிக்கோள் என்று அது உனக்குச் சொல்லிக் கொடுக்கும். இந்த ஒரு விஷயத்தையும் நான் என் பயணத்தில் கற்றுக் கொண்டேன். இப்பொழுது என்னை சுற்றி பல பேருக்கு சேவை செய்யவேண்டும் என்று எனக்கு தோன்றுகிறது. நான் இந்த சிவானாவின் ஞானிகளிடம் இருந்து கற்ற விஷயங்களை மற்றவர்களுக்கும் கற்றுக் கொடுப்பதுதான் என்னுடைய இப்போதைய குறிக்கோள்" என்று தன்னிலை விளக்கம் போலக் கூறினார்.

இதைக் கேட்ட எனக்கும் ஜூலியனின் ஒரு மிகவும் சுவாரசியமான புதிய ஒரு பரிமாணம் புரியத் தொடங்கியது. இந்த புதிய ஆழமான அறிவு, அவருடைய ஆன்மாவை மிக அழகாக வெளிச்சமிட்டுக் காட்டுகிறது. அவருடைய தற்போதைய வாழ்க்கையில் இந்த அளவு உத்வேகமும் உற்சாகமும் இருப்பது அவர் உடல் ஆரோக்கிய நிலையிலேயே தெரிந்தது. ஒரு வயதான வழக்கறிஞர் என்ற வடிவத்தில் இருந்து இப்பொழுது மிகவும் இளமையான ஒருவராக மாறியிருந்தது வெறும் உடற்பயிற்சியினால் மட்டுமே அவருக்கு நிச்சயமாக வந்திருக்கவில்லை. இது அதையும் தாண்டிய அதை விட ஆழமான ஒரு விஷயமாகத்தான் எனக்குத் தோன்றியது. காலம் காலமாக ஆயிரக்கணக்கான மக்கள் தேடி வந்து கொண்டிருக்கும் இந்த ரகசியத்தை அவர் கண்டுபிடித்து விட்டார் என்று எனக்குப் புலப்பட்டது. அவர் கண்டறிந்திருந்தது வெறும் இளமையின் ரகசியமோ அல்லது உற்சாகத்தின் ரகசியமோ அல்ல. அவர் தன்னுடைய சுய முன்னேற்றத்தைப் பற்றிய, வாழ்க்கையைப் பற்றிய, தன்னைப்பற்றிய ஆழமான உண்மையையல்லவா தெரிந்து தெளிந்து திரும்பி வந்திருக்கிறார்!

தன் பொக்கிஷத்தை விற்ற துறவி

பதினொன்றாவது அத்தியாயம் - செயல்முறை தொகுப்பு
ஜூலியனின் அறிவுரை சுருக்கம்

குறியீடு	
நற்பண்பு	நேரத்தை மதிக்கவேண்டும்
தெளிவு	• உனக்குக் கொடுக்கப்பட்டிருக்கும் நேரம் தான் உன்னுடைய மிகவும் விலைமதிப்பற்ற பொக்கிஷம். அது போனால் திரும்பி கிடைக்காது
செயல்முறை	• இருபதின் நியதி • முக்கியமானவற்றின் மீது கவனம் செலுத்தி சமநிலையைப் பேண் • சாகும்தாருவாயில் இருப்பதைப்போல் வாழ்ந்துபார்
மேற்கோள் காட்டவல்ல கூற்று	நேரம் என்பது நாம் நமது உள்ளங்கையில் கெட்டியாகப் பிடித்துக்கொண்டிருக்கும் மணலைப் போல. நாம் கெட்டியாக பிடிக்க பிடிக்க அந்த மணல் நம் கை விரல்களில் இருந்து நடுவே ஓடிவிடுகிறது. சிறுவயது முதலே நேரத்தைச் சரியாகப் பயன்படுத்துபவர்கள் முழுமையான அர்த்தமுள்ள வாழ்க்கையை வாழ்கிறார்கள்.

பன்னிரண்டாவது அத்தியாயம்

வாழ்க்கையின் உன்னதமான குறிக்கோள்

எல்லா உயிரினங்களும் தனியாக தனக்காக மட்டுமே என வாழ்வதில்லை

- வில்லியம் பிளேக்

"நான் கண்டதிலேயே சிவானாவின் ஞானிகள் வெறும் இளமையானவர்கள் மட்டுமல்ல, மிகவும் கனிவானவர்களாகவும் இருந்தார்கள்" என்று தொடர்ந்தார் ஜூலியன். "தன்னுடைய சிறுவயது அனுபவங்களைப் பற்றி என்னிடம் கூறும்போது யோகி ராமன் ஒரு விஷயத்தை சொன்னார். தான் தூங்கச் செல்லும் பொழுது 'மற்றவர்களுக்கு உதவும் நல்ல விஷயங்கள் என்னென்ன செய்து இருக்கிறாய்' என்று தன்னுடைய தந்தை அவரை கேட்பாராம். குறிப்பாகக் கூறும்படி எதுவும் இல்லை என்று பதிலளித்தால், அவருடைய தந்தை அவரை 'இப்போது தூங்க வேண்டாம், இன்றைக்கு செய்ய வேண்டிய நல்ல விஷயங்கள் ஏதாவது செய்து விட்டு அதற்குப் பிறகு தூங்கலாம் வா' என்று எழுப்பி கூட்டிக்கொண்டு செல்வாராம்! மற்றவர்களுக்கு நல்ல விஷயங்கள் செய்வதை அவ்வளவு முக்கியமாக கருதுகிறார்கள்" என்றார் அவர். மேலும் தொடர்ந்து, "உயரிய வாழ்க்கையைப்பற்றி மிகவும் முக்கியமான நற்குணங்களில் ஒன்று இதுதான். நீ என்னதான் செய்திருந்தாலும், என்ன சாதனைகள் புரிந்து இருந்தாலும் உன்னிடம் எவ்வளவு வீடுகளோ கார்களோ இருந்தாலும், உன் வாழ்க்கையில்

தன் பொக்கிஷத்தை விற்ற துறவி

நீ மற்றவர்களுக்குச் செய்த பங்களிப்பை பொறுத்தே உன்னுடைய வாழ்க்கையின் தரம் அமையும்" என்றார்.

"சரி, யோகி ராமனின் கதையில் வந்திருந்த மஞ்சள் நிற ரோஜா பூக்களுக்கும் இதற்கும் ஏதாவது தொடர்பு இருக்கிறதா என்ன" என்று கேட்டேன்.

"நிச்சயமாக இருக்கிறது! சீனாவில் ஒரு பழமொழி ஒன்று உண்டு - 'உங்களுக்கு ரோஜா பூக்கள் கொண்டு வந்து தரும் கைகளிலும் அந்த ரோஜா பூவின் மணம் சற்றே ஒட்டிக்கொள்ளும்' என்ற அந்த பழமொழியை யோகி ராமனின் கதையில் வரும் மஞ்சள் ரோஜாக்கள் நினைவுபடுத்துகின்றன. இதன் செய்தி தெளிவானது தான் - மற்றவர்களுடைய வாழ்க்கையை முன்னேற்றுவதற்கு நீ உழைத்தால், உன்னுடைய சொந்த வாழ்க்கையில் அப்படியே உயர்வடையும். மற்றவர்களுக்கு உதவி செய்ய நீ நற்காரியங்கள் செய்யும்பொழுது, உன்னுடைய வாழ்க்கையும் மேம்பட்டு சிறப்படையும். ஒவ்வொரு நாளிலும் நல்ல விஷயங்கள் உனக்கு நடைபெற வேண்டுமென்றால், மற்றவர்களுக்கு ஏதாவது ஒரு விதத்தில் உதவி செய்" என்றார்.

"எப்படி? ஏதாவது தன்னார்வ தொண்டு நிறுவனங்களில் சேர்ந்து பணிபுரிய வேண்டும் என்று சொல்கிறீர்களா?" என்று கேட்டேன்.

"அப்படியும் செய்யலாம்! ஆனால் நான் சொல்வது அதையும் தாண்டிய கொஞ்சம் அதிகமான தத்துவம். இந்த பூமியில் நீ பிறந்ததற்கான அர்த்தத்தையும் உன் வாழ்க்கையை நீ பார்வையிடும் கோணத்தையும் சற்றே மாறுபடுத்திப் பார் என்றுதான் நான் சொல்கிறேன்" என்றார் ஜூலியன். அவர் ஏதோ ஒரு முக்கியமான விஷயத்தை விளக்க ஆரம்பிக்கப் போகிறார் என்று தோன்றியது.

"நீங்கள் சொல்வது எனக்கு மறுபடியும் குழப்பம் ஏற்படுத்த ஆரம்பித்துவிட்டது. கொஞ்சம் தெளிவு படுத்த முடியுமா?" என்று வெட்கத்தை விட்டு கேட்டே விட்டேன்.

"நான் சொல்ல வந்தது இதுதான். உன் வாழ்க்கையின் சந்தர்ப்பங்களையும் உன் வாழ்க்கையின் கணங்களையும் நீ எப்படிப் பார்க்கிறாய் என்பதைப் பொறுத்தே உன் மனநிலை அமையும். ஒரு கோப்பையில் ஒரு பாதி அளவு தண்ணீர் நிரப்பிக்கொண்டு, எப்போதும் குறைகூறிக்கொண்டிருக்கும் ஒருவரிடம் கொண்டு போய் கொடுத்தால், இது ஏன் பாதியளவு காலியாக இருக்கிறது என்று யோசிப்பார். இன்னொருவரோ இதில் இருக்கும் நல்ல விஷயத்தை

காணும் மனநிலையுடன் பார்த்தால், அட இதில் அரை கிளாஸ் ஆவது தண்ணீர் இருக்கிறதே என்று யோசித்து நன்றியுடன் அதை வாங்கிக் கொள்வார். அவர்கள் இருவருமே ஒரே விஷயத்தை வெவ்வேறு கோணங்களில் பார்க்கிறார்கள், அவர்களுடைய மன நிலையும் அதற்கு ஏற்ப மாறுகிறது. அதாவது கோணம் என்பது உன் வாழ்க்கையை நீ எந்த விதத்தில் பார்க்கிறாய் அதை எப்படி அணுகுகிறாய் என்பதை தான் குறிப்பிடுகிறது" என்று விளக்கினார். எனக்கு புரிய ஆரம்பித்தது.

"அதாவது நான் வாழ்க்கையை நோக்கம் கோணத்தை மாற்ற வேண்டும் என்று கூறுகிறீர்கள் அல்லவா?"

"ஏறத்தாழ அப்படித்தான். உன் வாழ்க்கையின் தரத்தை வெகுவாக மாற்றிக் கொள்ள வேண்டுமென்றால் நீ இந்த பூமியில் எதற்காக வந்திருக்கிறாய் என்ற குறிக்கோளை மாற்றிக் கொள்ள வேண்டும். நீ எப்படி இந்த உலகில் ஒன்றுமே இல்லாமல் வந்தாயோ, அதே மாதிரி ஒன்றுமே இல்லாமல் தான் திரும்பி செல்ல வேண்டும் என்பது இயற்கையின் நியதி. அப்படி இருக்கும் பொழுது நீ இங்கே உன் நேரத்தை கடப்பதற்கு ஒரே ஒரு காரணம் தான் இருக்க வேண்டும். உன்னையே மற்றவர்களுக்காக வழங்கி, அவர்களுடைய வாழ்க்கையில் ஒரு அர்த்தமுள்ள மாற்றத்தை உருவாக்குவதுதான் உன்னுடைய குறிக்கோளாக இருக்க வேண்டும். நீ உன் சொந்த சம்பாத்தியத்தில் வாங்கியிருக்கும் இத்தனை பொருட்களை தானமாக கொடுத்து விட வேண்டும் என்றும் உன்னுடைய சட்டத்துறை தொழிலை விட்டுவிட வேண்டும் என்று நான் சொல்லவே இல்லை. நான் சமீபத்தில் சந்தித்த சிலர் அதையும் செய்திருக்கிறார்கள், அவர்களுடைய உத்தியோகத்தை விட்டுவிட்டு மற்றவர்களுக்கு சேவை செய்ய ஆரம்பித்திருக்கிறார்கள். ஆனால் நான் உனக்கு அதைப் பரிந்துரை செய்யவில்லை. நம்முடைய உலகமே இப்பொழுது ஒரு மாற்றம் ஏற்படும் மனநிலையில் தான் இருக்கிறது. பலபேர் பணத்தை நோக்கி செல்லும் வாழ்க்கையை விட்டுவிட்டு குணத்தையும் நல்ல விஷயங்களையும் தேடிச்கெல்ல ஆரம்பித்துவிட்டார்கள். இதற்கு முன்னால் மற்றவர்களிடம் எவ்வளவு பணம் இருந்தது என்ற ஒரே அடிப்படையில் பிறரைப் பற்றி யோசித்தவர்கள். இப்பொழுது அவர்கள் எந்த அளவுக்கு தொண்டு செய்கிறார்கள், மற்றவர்களுக்கு எவ்வளவு உதவியாக இருக்கிறார்கள் என்பதன் அடிப்படையில் அவர்களுடைய அபிப்பிராயங்களை அமைத்துக் கொள்கிறார்கள்.

ஆசிரியர்கள் தங்களுடைய உத்தியோகத்தை விட்டுவிட்டு, கஷ்டமான நிலையில் வளர்ந்து வரும் சிறுவர் சிறுமியர்களுக்கு பாடம் சொல்லிக் கொடுப்பதற்கு அவர்களுடைய குடிசைப்பகுதி வீடுகளிலும் போய் தொண்டு செய்கிறார்கள்" என்றார்.

"சரி, நல்ல விஷயம்தான், இதை எல்லாம் கேட்பதற்கு நன்றாகத்தான் இருக்கிறது, ஆனால் நான் ஒரு சாதாரணமானவன் தானே. நான் என்ன தொண்டு செய்ய முடியும்?" என்று கேட்டேன்.

"இதுவரை நான் உன்னிடம் சொல்லியிருக்கிறேன் அல்லவா, மற்றவர்களுக்குத் தொண்டு செய்ய உதவியாக இருக்கும் அளவில்லாத மனவலிமை, அளவில்லாத ஆற்றல், சுய ஒழுக்கம் மன அமைதி ஆகியவை உனக்குள்ளே இருக்கும். இவற்றையெல்லாம் கொண்டு மற்றவர்களுடைய நன்மைக்காக நீ உபயோகித்தால், அதுவே நீ மற்றவர்களுக்கு செய்யும் பெரும் தொண்டு" என்றார்.

"அப்படியா, பிறகு நான் எங்கிருந்து ஆரம்பிப்பது? நான் என்ன செய்யலாம்?" என்று உற்சாகத்துடன் ஆரம்பித்தேன்.

"இதற்காக நீ எடுக்கக்கூடிய முதல் படி, உன்னை தனிநபராகக் காண்பதை நிறுத்திவிட்டு, ஒரு பெரிய உலகின் ஒரு முக்கியமான அங்கமாக கருத தொடங்கினாலே ஒரு நல்ல ஆரம்பம் என்று எடுத்துக்கொள்ளலாம். மற்றவர்களுக்கு கொடுத்து தொண்டு செய்வது என்பது மிக உத்தமமான ஒரு விஷயம் என்பதை முதலில் நன்றாக ஆழமாக பதிவு செய்துகொள். உன்னுடைய சொந்த விஷயங்களை பற்றி யோசிப்பதைத் தாண்டி, அதைவிட ஒரு பெரிய குறிக்கோளுக்காக சிந்திப்பதே இதன் அடிப்படை தத்துவம். உன்னுடைய நேரத்தையோ உன்னுடைய ஆற்றலையோ உன்னுடைய உழைப்பையோ மற்றவர்களுக்கு கொடுக்கலாம். உதாரணத்திற்கு, ஒரு வருட காலம் உன்னுடைய பணியிலிருந்து விடுமுறை எடுத்துக்கொண்டு மற்றவர்களுக்குத் தொண்டு செய்வதும் சரிதான், அல்லது உன்னால் முடிந்த அளவு சிறிய விஷயமாக, சாலையில் வாகன நெரிசலில் போய்க்கொண்டிருக்கும் போது உனக்கு பின்னாடி அவசரமாக செல்ல வேண்டிய வண்டிகள் வந்தால் சற்று ஒதுங்கி அந்த வண்டிக்கு வழிவிட்டு சென்றாலும் அது அவர்களுக்கு உன்னால் முடிந்த உதவிதானே, அதனால் அது கூட நல்ல விஷயம்தான். நீ மற்றவர்களுக்கு தொண்டு செய்ய ஆரம்பித்த நொடிப் பொழுதிலேயே உன்னுடைய வாழ்க்கையும் மேன்மை பெற ஆரம்பிக்கும் என்று என்பதை நான் மிக அழகாக கற்றுக்

கொண்டிருக்கிறேன். இராமன் ஒரு சுவாரசியமான விஷயத்தை எனக்கு கூறினார். 'நாம் இந்த உலகிற்கு வரும் பொழுது நாம் அழுது கொண்டு மற்றவர்கள் மகிழ்ச்சியுடன் இருந்திருப்பார்கள், இதே உலகத்தை விட்டு நாம் நிம்மதியுடன் வெளியேறும் போது நாம் மகிழ்ச்சியாகவும் மற்றவர்களை இவன் நம்மை விட்டு சென்று விட்டானே என்று நினைத்து அழும்படி வாழ்வது மிக உயரிய வாழ்க்கை' என்று அவர் சொல்லுவார்" என்றார்.

ஜூலியன் சொன்னதில் இருந்த ஆழமான அர்த்தம் எனக்கு புரிந்தது. சமீப காலமாகவே நான் என் சட்டத் தொழிலில் ஈடுபட்டு கொண்டிருக்கும் பொழுது மற்றவர்களுக்கு ஏதும் உதவி செய்யவில்லை என்ற உறுத்தல் எனக்கு அவ்வப்போது வந்து கொண்டிருக்கும். பணியின்மூலம் சில பல முக்கியமான சட்ட மாற்றங்கள் செய்து அதன் மூலம் மற்றவர்களுக்கு உதவியாக இருக்கும்படி என் பங்களிப்பு இருந்திருக்கிறது, அதை மறுப்பதற்கில்லை. ஆனால் இப்பொழுதெல்லாம் அதே சட்டத்துறையை வெறும் தொழிலாகக் காண ஆரம்பித்து விட்டேனோ என்ற சந்தேகம் இருக்கிறது. கல்லூரியில் நான் படித்துக் கொண்டிருக்கும் போது நானும் என் சக மாணவர்களும் எந்த அளவுக்கு இவைகளைப் பற்றி கலந்தாலோசித்து இருக்கிறோம் என்றெல்லாம் அவ்வப்போது நினைவுபடுத்திக் கொள்வோம். அதற்குப்பின் ஓடிச்சென்ற இருபது வருடங்களில் என்னுடைய ஆதர்சங்கள் மாறி, சமூகத்திற்கு நான் செய்யப்போகும் கொண்டு சற்றே வேறு வடிவம் பெற்று, என்னுடைய வீட்டுக்கடனை முடிக்க வேண்டும், என்னுடைய ஓய்வு கால நிதி தேவைகளை பற்றி யோசிக்க வேண்டும் என்றும் என்னை பிந்தொடர்கிறது. பல வருடங்களாகவே என்னையும் அறியாமல் நான் ஒரு நடுத்தர குடும்பஸ்தன் என்ற பாதுகாப்பான மனநிலைக்கு மாறி இருந்ததை என்னால் உணர முடிந்தது.

"ஒரு சின்ன கதை சொல்கிறேன் உன் மனதிற்கு எப்படி படுகிறது என்று பார்" என்று ஆரம்பித்தார் ஜூலியன். எனக்கு சுவாரசியம் அதிகரித்தது. "ஒரு ஊரில் ஒரு வயதான மூதாட்டி அவர் கணவன் இறந்த பிறகு தன் மகனுடைய குடும்பத்துடன் சேர்ந்து வாழ்ந்து வந்தாள். நாட்கள் செல்ல செல்ல அந்த மூதாட்டியின் கண்பார்வை மங்கியது, காது கேட்கும் திறனும் குறைந்து போய் கொண்டிருந்தது. சில நாட்கள் அவர் உணவு உண்ணும்பொழுது கைகள் நடுங்கி உணவு அடிக்கடி மேஜையிலோ நிலத்திலோ சிந்தி விடும்.

அவருடைய மகனும் மருமகளும் இதை கண்டு எரிச்சல் அடைந்து கொண்டிருந்தனர். திடீரென்று ஒருநாள் அவர்கள் சென்று ஒரு சிறிய மேஜை வாங்கிவந்து அதே அறையில் ஒரு ஓரத்தில் அமைத்து வைத்தனர். வயதான மூதாட்டி உணவருந்த வந்தபொழுது 'நீ நிறைய உணவு கீழே சிந்துகிறாய் அதனால் இன்றிலிருந்து நீ அந்த மேஜையில் உட்கார்ந்து கொண்டு சாப்பிடு' என்று அவரை ஒதுக்கி வைத்தனர். இதைக் கண்ட மூதாட்டி மிகவும் மனம் வருந்தினாலும் எதுவும் எதிர்த்துப் பேசாமல் அப்படியே செய்யத் தொடங்கினார். நாட்கள் செல்லச் செல்ல அந்த இளம் தம்பதியின் செல்லக்குழந்தை ஒரு நாள் தன் பெற்றோரிடம் சென்று, மர வேலை செய்வதற்கு பொருட்கள் கேட்டாள். 'என்ன செய்யப் போகிறாய்' என்று கேட்டதற்கு 'நான் இன்றைக்கு ஒரு சிறு மேஜை தயாரிக்கலாம் என்று இருக்கிறேன். உங்கள் இருவருக்கும் வயதானபோது நீங்களும் உணவருந்த வேண்டும் அல்லவா, அதற்காகத்தான் இப்போதே தயார் செய்துவிடலாம் என்று இருக்கிறேன்' என்று கூறினாளாம். அந்த மகனுக்கும் மருமகளுக்கும் தாங்கள் செய்தது எவ்வளவு கொடுமையான விஷயம் என்று ஆழமாக உரைத்தது. உடனே போய் அந்த மூதாட்டிக்காகவென்று ஓரத்தில் வைத்திருந்த மேஜையை அப்புறப்படுத்திவிட்டு அவரிடம் மன்னிப்பு கேட்டு, 'இன்றிலிருந்து நீ மறுபடியும் எங்களுடனேயே உணவருந்த வா' என்று கேட்டுக் கொண்டார்களாம். இந்த கதையில் வரும் அந்த இளம் தம்பதிகள் இருக்கிறார்களே அவர்கள் மோசமானவர்கள் அல்ல, ஆனால் அவர்களுக்கு உண்மை அறிய வெளியிலிருந்து ஒரு சமிக்ஞை அவர்களுக்கு வேண்டியிருந்தது. தாங்கள் செய்வது தவறு என்று ஒரு செய்தி வந்ததும் தான் தங்களால் உணர முடிந்தது.

இப்படி மற்றவர்களிடம் பரிவு காட்டுவதும் நல்ல விஷயங்கள் செய்வதும் வாழ்க்கையை மிகவும் உன்னதமாக வைக்கும். இன்றைய பொழுதில் நீ மற்றவர்களுக்கு என்னென்ன உதவி செய்யப் போகிறாய் என்று சிந்திப்பதற்கு கொஞ்ச நேரம் ஒதுக்கு. யாருமே எதிர்பார்க்காதபோது மனதார அளிக்கும் பாராட்டும், மிகவும் அவசியமானவர்களுக்கு நீ காட்டும் பரிவும், பணமோ வேறுவிதமாகவோ செய்யும் உதவியும், உன் குடும்பத்தினருக்கு நீ செய்யும் சிறு அன்புச்செய்கையும், எல்லாமே அவர்களுடைய வாழ்க்கையை சிறப்பித்து, உன்னுடைய வாழ்க்கையையும் மேன்மைபடுத்தும் என்று புரிந்து கொள். இதெல்லாம்

செய்யும்போது உன்னுடைய நண்பர்களை மறந்து விடாதே! நண்பர்கள் தான் மிக முக்கியம் என்பதை அடிக்கடி நினைவில் வைத்துக்கொள். நம்முடைய நண்பர்கள் தான் நம் வாழ்க்கையில் சுவை சேர்க்கிறார்கள். நீண்டகால நண்பர்களுடன் சேர்ந்து வயிறு வலிக்க சிரித்து பேசிக்கொண்டிருந்தால் எவ்வளவு மகிழ்ச்சியாக இருக்கும் என்பதை சிந்தித்துப்பார். திடீரென்று ஒருநாள் நாம் செய்த விஷயங்கள் மீது நமக்கே தற்பெருமை ஏற்பட்டு நாம் ரொம்பவும் பிகு செய்து கொள்ள ஆரம்பித்தால் நம்மை இலேசாக தட்டிக் நம்மை மீண்டும் நிஜ வாழ்க்கைக்கு கொண்டு வருபவர்களும் நம் நண்பர்கள்தான். எதிர்பாராத விதத்தில் வாழ்க்கையில் நமக்கு அதிர்ச்சிகளோ கெட்ட விஷயங்களோ ஏற்படும்போது நமக்கு உதவியாக நமது நண்பர்கள்தான் இருப்பார்கள். நான் மிகவும் அதிகமாக வேலைப்பளுவுடன் சுற்றிக் கொண்டிருந்தபோது, எனது நண்பர்களை உருவாக்கிக் கொள்ள எனக்கு அப்போது நேரம் போதவில்லை. இன்றைக்கு அதையெல்லாம் திரும்பிப் பார்த்தால் ரொம்ப கஷ்டமாக இருக்கிறது. இன்றைய தேதியில் நண்பன் என்று சொல்லிக்கொள்ள உன்னைத் தவிர எனக்கு வேறு யாரும் இல்லை. நான் எப்போதாவது தனிமையாக உணர்ந்து வெளியில் சிறிது நேரம் உலாவி விட்டு வரலாம் என்று நடந்து செல்லும்போது கூட துணைக்கு யாரும் இல்லை என்று ஏங்கிய தருணங்கள் இருக்கின்றன. அதேபோல் சந்தோஷமான விஷயங்களைக் காணும்போது அதை யாரிடமாவது பகிர்ந்து கொள்ளலாம் என்று நினைக்கும் போது அதற்கும் யாரும் இல்லாமல் போய்விட்டார்கள்" என்று குரல் தழுதழுக்க சொல்ல ஆரம்பித்தார். உடனே சுதாரித்துக்கொண்டு, "ஆனால் அதெல்லாம் என்னுடைய கடந்த காலத்தில் தான். 'கடந்த காலம் என்பது நம்முடைய இன்றைய காலத்திற்காக கற்றுக் கொடுக்கப்பட்ட பாடங்களே' என்று நான் சிவானாவில் கற்றுக் கொண்டேன், அதனால் இப்போது என்னுடைய மனநிலை வேறாக இருக்கிறது" என்று சொல்லி சிரித்தார்.

என்றைக்குமே ஜூலியனை ஒரு மிகச் சிறந்த வழக்கறிஞராகவும், எந்த கடினமான வழக்கு வந்தாலும் அதை சமாளிக்க கூடிய ஒரு நிபுணராகவே கண்டிருந்த நான், இன்றைக்கு முற்றிலும் மாறுபட்ட வேறு ஒரு மனிதரை கண்டிருப்பதாகத் தோன்றியது. எனினும் இப்பொழுது எனக்கு முன்னே இருப்பவர் மிகவும் சாந்தமாகவும் கனிவாகவும் தோன்றினார். வாழ்க்கையில் தான் செய்தது என்ன,

தன் பொக்கிஷத்தை விற்ற துறவி

செய்து கொண்டிருக்கும் விஷயம் என்ன, மற்றவர்கள் அவர்களின் வாழ்க்கையில் தான் ஆற்றப் போகும் பங்கு என்ன என்பதை எல்லாம் அழகாக புரிந்துகொண்டு நிம்மதியாகவே இருந்தார். தன்னுடைய கடந்த கால வாழ்க்கையின் வலிகள் அனைத்தையும் பாடமாக, வருங்கால வாழ்க்கையை ஆவலுடன் எதிர்பார்க்கும் மனிதராகவும் உருமாறி இருந்தார். அவருடைய ஜொலிக்கும் கண்களிலிருந்து அவருக்குள் இருக்கும் ஆற்றலையும் கடந்த காலத்தில் மிகவும் கறாராக இருந்த ஒரு வக்கீல் அடிப்படையாகவே மாறி ஒரு உயரிய மனிதர் என்ற வடிவில் அவரைக் காணத் தொடங்கினேன். அவரிடம் நல்ல விஷயங்களைக் கற்றுக்கொண்டு, நானும் இனி இப்படிப்பட்ட முன்னேற்றப் பாதையில் நடக்க போகிறதோ என்னமோ! எனக்குள் ஒருவித ஆனந்தமும் பரபரப்பும் பரவியது.

பன்னிரண்டாவதுஅத்தியாயம் - செயல்முறை தொகுப்பு ஜூலியனின் அறிவுரை சுருக்கம்

குறியீடு

நற்பண்பு

சுயநலம் இல்லாமல் மற்றவர்களுக்கு சேவை செய்

தெளிவு

- நீ மற்றவர்களுடைய வாழ்க்கைக்கு அளிக்கும் பங்கைப் பொறுத்தே உன் வாழ்க்கையின் தரம் அமையும்
- ஒவ்வொரு தினமும் புனிதமானதாக இருக்க, மற்றவர்களுக்குக் கொடுப்பதற்காக வாழ்
- மற்றவர்களுடைய வாழ்க்கையை உயர்த்துவதால் உன் வாழ்க்கையும் உயர்வு பெறும்

செயல்முறை

- ஒவ்வொரு நாளும் மற்றவர்களுக்கு உதவியாக ஏதாவது செய்
- உதவி கேட்பவர்களுக்கு மறுக்காமல் உதவி செய்
- உறவுகளை மேம்படுத்திக்கொள்

மேற்கோள் காட்டவல்ல கூற்று

மற்றவர்களுக்குக் கொடுத்து வாழ்வதுதான் நீ செய்யக்கூடிய உத்தமமான காரியம். உன் வாழ்க்கையின் உயரிய குறிக்கோளை பின்தொடர்ந்து வாழ்

பதின்மூன்றாவது அத்தியாயம்

வாழ்நாள் முழுவதுமான மகிழ்ச்சி பெறுவதற்கான பண்டைய இரகசியம்

சிவானாவில் கற்றது எல்லாவற்றையும் என்னுடன் பகிர்ந்து கொள்ள ஜூலியன் என் வீட்டிற்கு வந்து 12 மணி நேரங்களுக்கு மேல் ஆகிவிட்டிருந்தது. இந்த கடந்த 12 மணி நேரங்களும் என் வாழ்க்கையின் மிக முக்கியமான நேரமாக எனக்கு தோன்றியது. ஒரே நேரத்தில் எனக்கு ஒருவித குதூகலமும் ஊக்கமும் ஏன் சுதந்திர உணர்வும் கூட ஒருங்கே தோன்றியது. யோகி ராமனின் கதையின் மூலம் ஜூலியன் என்னுடைய வாழ்க்கையின் அடிப்படை நோக்கையே மாற்றியமைத்து விட்டிருந்தார். எனக்குள் பொதிந்து கிடக்கும் ஆற்றலை நான் சிறிதளவும் கூட இதுவரை உபயோகிக்காமல் இருந்துவிட்டு இருந்தேன் என்று எனக்கு புரிந்தது. ஒவ்வொரு தினமும் எனக்கு இயற்கை அளித்த பரிசுகளை நான் விரயம் செய்துவிட்டிருந்தேன் என்றும் எனக்கு புரிந்தது. ஜூலியன் அளித்த அறிவின் மூலம் எனக்கு இதுவரை இருந்த கெட்ட அனுபவங்கள் அனைத்தையும் ஒரு வழியாக ஏற்றுக்கொண்டு, அதையும் தாண்டி இனி என்னுடைய எதிர்கால வாழ்க்கையில் மகிழ்ச்சியும் ஆற்றலும் நிம்மதியும் கிடைப்பது எப்படி என்று புரிந்து கொண்டேன். எனக்குள் மிக ஆழமான பற்பல எண்ணங்கள் ஒருசேர ஓடிக்கொண்டிருந்தன.

"நான் இன்னும் சில இன்னும் கொஞ்ச நேரத்தில் கிளம்ப வேண்டி இருக்கும். உனக்கும் பல வேலைகள் இருக்கின்றன. எனக்கும்

செய்ய வேண்டிய கடமைகள் பல காத்திருக்கின்றன" என்றார் ஜூலியன்,

"என்னுடைய வேலைக்கென்ன பரவாயில்லை, பிறகு பார்த்துக் கொள்ளலாம்" என்றேன். "ஆனால் என்னுடைய வேலை அப்படி இல்லையே, நான் செய்து முடிக்க வேண்டியவை நிறைய இருக்கின்றனவே" என்று சிரித்துக்கொண்டே சொன்னவர், "ஆனால் நான் இங்கிருந்து கிளம்புவதற்கு முன் யோகி ராமனின் கதையில் வரும் கடைசி விஷயத்தைப் பற்றி உன்னிடம் கூறத்தான் வேண்டும்" என்று தொடர்ந்தார். "கதையில் சொன்னது நினைவில் இருக்கிறது தானே? அதில், அழகிய தோட்டத்தின் நடுவில் இருந்த அந்த சுமோ மல்யுத்த வீரர் கைக்கடிகாரத்தை மாட்டிக்கொண்டதும் திடீரென்று கீழே விழுந்துவிட்டார் என்று சொன்னேன் அல்லவா. சிறிது நேரம் கழித்து மீண்டும் விழித்துக் கொண்ட அவர் அங்கே இருந்த மஞ் சள் நிற ரோஜாக்களின் நறுமணத்தை முகர்ந்து கொண்டே எழுந்து, அங்கே வைரங்கள் பதிந்திருந்த நீண்ட பாதையைக் கண்டு, அதன் வழியில் நடக்கலானார். இதுவரை நினைவிருக்கிறது அல்லவா?" என்று கேட்டார்.

"ஆம் மறப்பேனா அதை!" என்று பதிலளித்தேன்.

"யோகி இராமனுக்கு கற்பனை சக்தி மிகவும் அதிகமாகத்தான் இருக்கிறது. ஆனால் இந்த கதையில் வரும் ஒவ்வொரு விஷயமும் நம்முடைய நடைமுறை வாழ்க்கைக்கு மிக முக்கியமானவை என்பதை இதுவரை நான் சொன்னதை வைத்து புரிந்து கொண்டிருப்பாய் என்று நினைக்கிறேன்" என்றார்.

"எனக்கு நிச்சயம் புரிந்தது" என்று நானும் இசைந்தேன்.

"சரி, வைரங்கள் பதிந்த அந்த பாதை இருக்கிறதல்லவா, அதற்கும் ஒரு உள்ளர்த்தம் இருக்கிறது. உயரிய வாழ்க்கையை வாழ்வதற்கு வேண்டிய கடைசி விஷயத்தை அதுதான் குறிக்கும். உன்னுடைய தினசரி வாழ்க்கையில் இந்த தத்துவத்தை நீ மேற்கொண்டால், என்னால் கூட விவரிக்க முடியாத அளவுக்கு உன் வாழ்க்கையில் செல்வங்கள் வந்து சேரும். நீ காணும் சிறு சிறு விஷயங்களில் மிகுந்த மகிழ்ச்சியை காண்பாய். உனக்கு மிகவும் வேண்டிய மகிழ்ச்சியான வாழ்க்கையை வாழ முடியும். எனக்கு நீ செய்து கொடுத்திருந்த சத்தியத்தை கடைபிடித்து, நீ மட்டுமல்லாமல் உன்னை சுற்றி இருப்பவர்களுக்கும் இந்த செய்தியை கொண்டு சேர்த்து, அவர்களையும் சாதாரணமான வாழ்க்கையிலிருந்து அற்புதமான

தன் பொக்கிஷத்தை விற்ற துறவி

வாழ்க்கைநிலை கூட்டிச் செல்வாஹ் என்று நான் பரிபூரணமாக நம்புகிறேன்" என்றார் ஜூலியன்.

"நிச்சயமாகச் செய்வேன். கவலை வேண்டாம். ஆனால் இந்த புதிய விஷயத்தை கற்றுக் கொள்வதற்கு எனக்கு அதிக நேரம் பிடிக்குமா என்ன?" சந்தேகம் தோன்றியது எனக்கு.

"உண்மையைச் சொல்லப்போனால், அந்த தத்துவத்தின் அடிநாதம் புரிந்துகொள்வதற்கு மிகவும் சுலபமானதுதான். ஆனால் அதை தினசரி வாழ்க்கையில் மறக்காமல் கடைப்பிடிக்க வேண்டும் என்றால் அதற்கு சில வாரங்கள் பயிற்சி நிச்சயம் தேவைப்படும்" என்றார்.

"சரி சீக்கிரம் சொல்லுங்களேன், அதையும் தான் கேட்போமே! பரிபூரணமான வாழ்க்கை என்பது இப்போது எனக்கு மிக முக்கியமாக முக்கியமான ஒன்றாக ஆகிவிட்டது" என்று அவரை அவசரப்படுத்தினேன்.

"இன்றைய இப்போதைய வாழ்க்கையை முழுவதுமாக அனுபவித்து வாழ்வது தான் முக்கியம் என்று சிவானாவின் ஞானிகள் நம்பியிருந்தார்கள். கடந்தகாலம் என்னவோ எங்கோ நடந்த ஒரு விஷயமாகவும், எதிர்காலம் என்பது தொடுவானத்தில் தூரத்தில் இருக்கும் ஒரு விஷயம் என்பதையும் மனதில் ஏற்றுக் கொண்டால், இந்த நொடிப் பொழுதுதான் மிக முக்கியமான தருணம் அல்லவா! அதைத்தான் அவர்கள் கூறினார்கள். இப்பொழுது நடந்து கொண்டிருக்கும் விஷயத்தை பரிபூரணமாக அனுபவித்து அதில் மகிழ்ச்சி கொள்" என்று எளிதாகச் சொன்னார்.

"ஆம் நீங்கள் சொல்வது எனக்கு புரிகிறது ஜூலியன். நானும் பல நாட்கள் எப்பொழுதோ நடந்து முடிந்த விஷயங்களை பற்றி கவலைப்பட்டுக் கொண்டு, அல்லது வரவிருக்கும் ஏதாவது ஒரு விஷயத்தைப் பற்றி யோசித்துக்கொண்டு என் காலத்தை விரயம் செய்து விடுகிறேன். பல தடவை நான் யோசித்த பயந்த விஷயங்கள் எதுவுமே, நடைமுறைக்கு ஒத்துவராத விஷயங்களை வந்திருக்கலாம் அல்லது நடக்காமலும் போகலாம். ஆனாலும் என் மனம் அந்த மாதிரி விஷயங்களை பற்றி யோசித்துக் கொண்டிருக்கிறது. இப்படி பல லட்சம் சிறு சிறு சிந்தனைகளால் அவ்வப்போது என் மூளையே குழம்பிப் போய்விடும் அளவிற்கு ஆகியிருக்கிறது. அதை பார்த்து எனக்கே என்னை பிடிக்காமல் போய்விடுகிறது" என்று ஒப்புக்கொண்டேன்.

"உனக்கு அப்படி ஏன் தோன்றுகிறது" என்றார் எனக்கு முன்னே உட்கார்ந்திருந்த ஞானி.

"என் மனது சோர்வடைந்து, மன நிம்மதியே போய் விடுகிறது என்றும் தோன்றுகிறது. ஆனால் இதையும் தாண்டி பல தடவை நான் அனுபவித்த ஒரு வியப்பான ஒரு விஷயமும் இருக்கிறது. எனக்கு முன்னாடி ஏதாவது ஒரு குறிப்பிட்ட பிரச்சினையோ அல்லது நான் செய்து முடிக்க வேண்டிய வேலையோ ஏதாவது ஒன்று இருந்தால் அதைத்தவிர வேறு எந்த விஷயமுமே என் மனதிற்குள் வராதவாறு என்னால் என் முழு கவனத்தையும் அதன்மேல் ஒருமுகப்படுத்தி அதைப்பற்றி மட்டுமே சிந்திக்க முடிகிறது. சில சமயம் என் குழந்தைகளுடன் நான் கால்பந்து விளையாடப் போகும்போதும் பல மணி நேரங்கள் சில நிமிடங்கள்போல் கடந்துவிட்ட ஒரு அனுபவம் எனக்கு ஆகியிருக்கிறது. அப்போதெல்லாம் நான் அந்த நொடிநேரம் என்ன செய்து கொண்டிருக்கிறேன் என்பது மட்டுமே முக்கியமாக தோன்றியிருக்கிறது. அந்த நொடிப் பொழுதில் வேறு எதுவுமே என் மனதிற்குள் முக்கியமாக தோன்றவில்லை. இப்பொழுது அந்த கடந்த கால அனுபவங்களை பற்றி யோசித்துப் பார்த்தால், அப்போதுதான் எனக்கு மிகவும் மன நிம்மதியும் கிடைத்ததோ என்றே எண்ணத் தோன்றுகிறது" என்று அவரிடம் சற்று தயக்கத்துடன் விவரித்தேன்.

"நம் மூளைக்கும் மனதிற்கும் சவால் விட்டுக் கொண்டிருக்கும் ஏதாவது ஒரு விஷயத்தில் முழு ஈடுபாடுடன் செலுத்தினால், நாம் செய்வதில் நமக்கு மகிழ்ச்சி உண்டாகும். அதற்கான நிச்சய வழிமுறை அதுதான். ஆனால் அதோடு சேர்த்து இன்னொரு விஷயத்தையும் நினைவில் வைத்துக்கொள்ள வேண்டும் ஜான். மகிழ்ச்சி என்பது ஒரு பயணமே தவிர அது போய் சென்றடையக் கூடிய ஒரு குறிப்பிட்ட இடம் கிடையாது. இன்றைய பொழுதில் வாழ்! இன்றைக்கு என்பதை போல் வேறு எதுவும் கிடைக்காது" என்றார் ஜூலியன்.

"யோகி ராமனின் கதைகள் வரும் வைரப் பாதை இதையா குறிக்கிறது? என்று சந்தேகம் ஏற்பட்டது.

"ஆம் நிச்சயமாக. அந்த சுமோ மல்யுத்த வீரனை போலவே, இப்பொழுது நீ நடந்து சென்று கொண்டிருக்கும் பாதையில்தான் மகிழ்ச்சிகள் நிறைந்திருக்கின்றன என்ற உணர்வு உனக்கு பரிபூரணமாக வந்தால் உனக்கும் வாழ்வில் நிம்மதி நிச்சயமாக

தன் பொக்கிஷத்தை விற்ற துறவி

கிடைக்கும் வாழ்க்கையில் கிடைக்குமா கிடைக்காதா என்று சந்தேகம் ஏற்படக்கூடிய பெரிய குறிக்கோள்களை துரத்தும் வேகத்தில், இன்று இப்பொழுது கிடைக்கும் சிறுசிறு மகிழ்ச்சிகளை மறந்துவிடாதே. உன்னைச் சுற்றியிருக்கும் அழகினையும் நிம்மதியையும் மகிழ்ச்சியையும் பரிபூரணமாக அனுபவித்துப் பார். அது உனக்கு நீயே செய்துகொள்ளும் மிக முக்கியமான கடமை" என்றார்.

"அப்படிப் பார்த்தால் நான் எனக்கு பெரிய இலக்குகளை அமைத்துக்கொள்ள அவசியமில்லையா என்ன" என்று என்னுள் சந்தேகம் வந்தது.

"நான் அப்படி சொல்லவே இல்லையே. நான் முன்னே கூறி இருந்ததைப்போல கனவுகளும் இலக்குகளும் எதிர்காலத்தை சரியான பாதையில் செலுத்துவதற்கு மிக முக்கியமான தேவைகள் தான். அன்றைய தினம் என்ன நடக்கப் போகிறது என்று நீ யோசிப்பதனால்தான் தினமும் காலை தூக்கத்தை விட்டு எழுந்துகொள்ள முடிகிறது. இப்படிப்பட்ட இலக்குகள் தான் உன் வாழ்க்கையில் ஒரு உந்துசக்தியை ஏற்படுத்துகின்றன. ஆனால் நான் சொல்வது இதில் இருந்து சற்றே மாறுபட்ட ஒரு விஷயம். ஏதாவது பெரிதாக சாதிக்க வேண்டும் என்ற நினைப்பில் இப்போது அனுபவித்துக் கொண்டிருக்கும் மகிழ்ச்சிகளை விட்டுவிடாதே. உனக்கு தினமும் அவசியப்படும் நிம்மதியையும் மகிழ்ச்சியையும் வேறு ஏதோ ஒரு நாளுக்கு தள்ளி வைக்காதே. முழுமையாக வாழ்ந்து சந்தோஷத்தை அனுபவித்துக் கொள்ளக்கூடிய நாள் இன்று தான். உன் வாழ்க்கையில் இருந்து நீ ஓய்வெடுக்கும் எதிர்கால நாள் அல்ல" என்று சற்று கறாராகவே சொன்னார்.

பல வருடங்களாக வக்கீலாக பயிற்சி எடுத்திருந்தார் அல்லவா, அந்தத் தொனியும் பேச்சில் கம்பீரமும் அவருக்கு கொஞ்சம் கொஞ்சமாக திரும்பி வந்தது போல் தோன்றியது. உட்கார்ந்து கொண்டிருந்தவர் எழுந்திருந்து மேலும் கீழும் நடந்து, தன் வாதங்களை மீண்டுமொருமுறை எடுத்து வைப்பது போல் தோன்றியது. "உன் அலுவலகத்தில் இன்னும் சில பேரை உனக்கு உதவியாளர்களாக எடுத்துக்கொண்ட பின்னர் நீ உன் மனைவியுடனும் குழந்தைகளுடனும் சந்தோஷமாக இருக்க தொடங்கலாம் என்று தப்புக்கணக்குப் போட்டு விடாதே. உனக்கு வேண்டிய நிறைய பணம் வந்ததும் அதற்குப் பிறகு உன் ஆன்மாவிற்கு நிம்மதி கொடுக்கும் விஷயங்களை செய்ய தொடங்கலாம் என்றும் நினைத்துக்

கொள்ளாதே. இன்றைக்கு தான் உன் உழைப்பின் முழுப்பலனையும் நீ எடுத்துக் கொள்ள வேண்டிய நாள். அதை ஒவ்வொரு நாளும் நீ செய்வது உனக்குத் தான் நல்லது" என்றார்.

"சரி, ஆனால் அதற்கு என்னதான் செய்ய வேண்டும் என்கிறீர்கள்! எனக்கு இந்த சமன்பாடு முழுவதுமாய் புரிந்தாற்போல் இல்லையே" என்றேன்.

"உன் குழந்தைகளின் குழந்தை பருவத்தை முழுவதுமாக வாழ்ந்து காட்டு!" என்றார். இன்னொரு புதிரா! என்று இருந்தது எனக்கு.

"இது எனக்கு சத்தியமாக புரியவில்லை ஜூலியன்" என்று ஒப்புக்கொண்டேன்.

"உன் குழந்தைகளின் சிறுவயது பருவத்தை நீ தவற விட்டு விட்டால் அதை விட சோகமான விஷயம் இருக்க முடியாது! நீ உன் குழந்தைகளின் முதல் அடிகளை அனுபவிப்பதை தவற விட்டுவிட்டால், நீ உன் வெற்றிப் படிகளில் ஏறி என்ன பயன்? உன் தெருவில் உன்னுடைய வீடு வேண்டுமானால் மிகப் பெரிய கட்டிடமாக இருக்கலாம், ஆனால் அந்த கட்டிடத்தினுள் இல்லம் என்கிற அந்த இதயப்பூர்வமான உணர்ச்சி வரவில்லை என்றால் அந்த கட்டிடம் இருந்து என்ன பயன்? பெரிய வக்கீல் என்று நாடு முழுவதும் உன் பெயர் பிரபலம் அடைந்தாலும், உன் குழந்தைகளுக்கு தன் தந்தையைப் பற்றி முழுவதுமாக தெரிந்து கொள்ள அவகாசம் கிடைக்கவில்லை, என்றால் அந்த பேருக்கும் புகழுக்கும் என்னதான் பயன்?" என்று சொல்லச்சொல்ல திடீரென்று அவர் குரல் கமற, மெதுவான தொனியில் சொன்னார்.

நான் அவரை சந்தேகத்துடன் பார்ப்பதை கவனித்த அவர் "என்ன சொல்கிறேன் என்று புரிந்துதான் சொல்கிறேன். எனக்கு தெரிகிறது நான் செய்த தவறுகளை நீயும் செய்யாதே" என்றார்.

அவர் கடைசியில் சொன்ன விஷயம் என்னை முழுவதுமாக பாதித்தது. எனக்கு தெரிந்த ஜூலியன் மாண்டில், உலகிலேயே மிகச் சிறந்த வழக்கறிஞர்களில் ஒருவர். ஓய்வு நேரத்தில் நண்பர்களுடனும் வெவ்வேறு அழகிகளுடனும் கொண்டாட்டங்களில் கழித்த ஜூலியனைத் தான் எனக்கு தெரியும். இப்படிப்பட்ட ஒரு ஆசாமிக்கு, தந்தையாக இருப்பதை பற்றி என்ன தான் தெரியும்! நான் ஒரு நல்ல கணவனாகவும் தந்தையாகவும் இருப்பதற்கு எந்த அளவுக்கு பாடுபட்டு கொண்டிருக்கிறேன் என்று அவருக்கு என்னதான் தெரிய வாய்ப்பு இருக்கிறது!

என் சந்தேகத்தை உணர்ந்த ஜூலியன், "ஜான், நம் குழந்தைகள் கடவுளிடம் இருந்து நமக்குக் கிடைத்த வரப்பிரசாதம் என்று எனக்கு நன்றாகவே தெரியும். நானும் அதை அனுபவித்து இருக்கிறேன். அதனால்தான் நான் என் சொந்த அனுபவத்தில்தான் சொல்கிறேன்" என்று என் கண்களை நேரடியாக நோக்கி சொன்னார்

"என்னது! உங்கள் வழக்கறிஞர் தொழிலை நீங்கள் விட்டுச் செல்வதற்கு முன் நீங்கள்தான் இந்த நகரத்திலேயே இருந்த மிகப்பிரபலமான பிரம்மச்சாரி என்று எண்ணியிருந்தேனே" என்றேன்.

"என்னுடைய பழைய அவசரமான வாழ்க்கை முறையில் நான் சிக்கித் தவித்துக் கொண்டிருந்தேன் என்பதையும், ஒருகாலத்தில் நானும் திருமானமானவனாகத் தான் இருந்தேன் என்பதையும் நீ அறிவாய் அல்லவா! உனக்கு தெரியாத விஷயம் என்னவென்றால், எனக்கும் ஒரு மகள் இருந்திருந்தாள். ஆனால் அப்பொழுதெல்லாம் நான் வேலை தான் முக்கியம், என்னை மிஞ்ச பணியிடத்தில் வேறு யாருமே இல்லை என்ற மிதப்பில் சுற்று கொண்டிருந்ததால், அந்த அழகிய மகளையும் என் மனைவியையும் நான் சரியாக கவனித்துக் கொள்ளவில்லை. ஒரு நொடிப்பொழுதில் என்னை விட்டு சென்றுவிட்டனர்!" அவர் இதைச் சொன்னதும் தான் அவர் கண்களில் இருந்த உற்சாகம் மாறி சோகம் இருந்ததை கண்டேன். ஒரு ஒற்றை கண்ணீர்த்துளி அவர் கன்னத்தில் வழிந்து அவர் அங்கியில் போய் மறைந்தது.

"நீங்கள் இதற்கு மேல் எதுவும் சொல்லவில்லை என்றால் பரவாயில்லை. இதை இப்படியே விட்டுவிடலாம் ஜூலியன்" என்று அவரது சங்கடத்தை தவிர்க்க முயற்சித்தேன்.

"நான் இதையெல்லாம் என்றாவது ஒருநாள் வெளியே சொல்லித்தான் தீரவேண்டும் ஜான். அதனால் பரவாயில்லை. மேலும் எனக்கு மிகவும் நெருக்கமான, நான் மிகவும் நம்பும் ஒரே ஒருவன் நீதானே. அதனால்தான் உன்னிடம் இதை எல்லாம் பகிர்ந்து கொள்கிறேன். இப்போதும்கூட நான் எப்படி என் இளவயதில் இருந்தேனோ அதே போல தான் உன்னையும் காண்கிறேன். ஆனால் என்னைப்போலவே இதே மாதிரி நீயும் உன் வாழ்க்கையைத் தொடர்ந்தால் நிச்சயம் உன்னுடைய வாழ்விலும் ஏதாவது பிரச்சினை வந்து விட வாய்ப்பிருக்கிறது, அதனால் தான் உன்னை சரியான நேரத்தில் வந்து எச்சரித்து விட்டுப் போகலாம் என்று வந்தேன்" என்றார் சண்ட்ரூ சாந்தமடைந்தபின்.

மேலும் தொடர்ந்து, “அன்று நடந்த சாலை விபத்தில் குடித்துவிட்டு ஓட்டிய அந்த டிரைவர் என் மகளுடைய உயிரை மட்டும் எடுத்துச்செல்லவில்லை. இன்னும் இரண்டு பேர்களின் உயிரையும் எடுத்துச் சென்றுவிட்டான். அவள் மறைவுக்குப் பிறகு என் வாழ்க்கையை அப்படியே முடிந்துபோனது. நான் என்னுடைய ஒவ்வொரு நொடிப் பொழுதையும் அலுவலகத்தில் செலவிட ஆரம்பித்தேன் என்னவோ வேலை ஒன்று தான் என் வலிக்கு நிவாரணம் என்ற ஒரு தவறான எண்ணத்தில் இருந்தேன். சில நாட்கள் என் அலுவலகத்திலேயே தூங்கி கூட எழுந்தேன். எனக்கு என் மகளின் அழகான நினைவுகள் நிறைந்த வீட்டிற்கு செல்ல பயமாகவே இருந்தது. இப்படி நான் தொடர என் வேலையில் நல்ல முன்னேற்றம் நிச்சயமாக கிடைத்தது, மறுப்பதற்கில்லை. ஆனால் என்னுடைய சொந்த வாழ்க்கை நிலமைதான் தலைகீழாகச் சென்று கொண்டிருந்தது. நான் படித்துக் கொண்டிருந்த காலத்தில் இருந்தே என்னுடன் இருந்த என் மனைவி, நான் திடீரென்று அலுவலகத்தில் இவ்வளவு நேரம் செலவழித்து தன்னை கவனிப்பதில்லை என்று கூறி, என்னை விட்டு சென்று விட்டாள். என் உடல்நிலையும் சரியத் தொடங்கியது. அன்றைக்கு நீதிமன்றத்தில் நடந்த விஷயம் தான் உனக்கு ஞாபகம் இருக்கிறதே! அப்படியாக நான் என் வாழ்க்கையில் நிறைய பணத்தையும் புகழையும் சம்பாதித்துக் இருந்தேன், ஆனால் அதன் விலை என்னுடைய வாழ்க்கையையே தொலைத்து விட்டு நின்று விட்டேன்!” என்றார். பழைய நினைவுகளின் வலி இருந்தாலும் அதை அதிகம் வெளியே காட்டிக்காமல் சமாளித்தாற்போல் தான் இருந்தது.

அவரை மீண்டும் சகஜ நிலைக்குக் கொண்டுவர பேச்சை மாற்றி “அப்போ, குழந்தைகளின் சிறுவயதை நீயும் வாழ்ந்து அனுபவி என்று நீங்கள் கொஞ்ச நேரத்திற்கு முன்னே கூறியது, அவர்களுடன் அதிக நேரம் செலவிட்டு அவர்கள் வளர்வதை கூட இருந்து கவனிப்பது என்பதுதான் அல்லவா?” என்று கேட்டேன்.

“ஆமாம் என் மகள் எங்களை விட்டு சென்ற இருபத்தேழு வருடங்களுக்குப் பின்னரும் இன்றும் கூட அவளுடைய அழகான சிரிப்பை மீண்டும் ஒரு முறையாவது கேட்க மாட்டோமா என்ற ஏக்கம் எனக்கு இருக்கிறது. அவளை என் கைகளில் பிடித்துக்கொண்டு அவளுடைய அழகான தலைமுடியை வருடி கொடுக்க மாட்டோமா என்று எனக்கு தினமும் தோன்றும்.

அவள் எங்களை விட்டுச் சென்றது என்னுள் இருக்கும் ஒரு பகுதியையே எடுத்துக்கொண்டு சென்று விட்டதாகத் தோன்றியது. நான் சிவானாவிற்குப் போய் அங்கே சில விஷயங்களை கற்றுக் கொண்ட பிறகு தான் என் வாழ்க்கையில் மீண்டும் சிறிதுசிறிதாக புதிய ஒரு அர்த்தம் உருவாவதை அனுபவிக்க முடிந்தது. உன் குழந்தைகளை பார்ப்பதற்கு மிகவும் மகிழ்ச்சியாக இருக்கிறது. அவர்களுக்கு நீ கொடுக்கக்கூடிய மிகப்பெரிய பரிசுப்பொருள் உன் அன்பும் கவனிப்பும் தான். மீண்டும் அவர்களை நன்றாகப் புரிந்து கொள்வதற்கு நிறைய நேரம் அவர்களுடன் செலவிடத் துவங்கு. உன் பணியிட வாழ்க்கையைவிட அவர்களுடன் நீ செலவழிக்கும் நேரம் தான் முக்கியம் என்று அவர்களுக்கு தினமும் நிரூபி. இன்னும் வெகு சில வருடங்களிலேயே அவர்கள் தங்களுடைய தனிபட்ட வாழ்க்கையை அமைத்துக்கொண்டு வளர்ந்து சென்றுவிடுவார்கள். அப்பொழுதுதான் நீ அவர்களுடன் நேரம் செலவிட ஆம்பிக்கப் போகிறாய் என்றால் அது ரொம்ப தாமதமாகிவிடும்" என்று எச்சரிக்கையும் கனிவும் கலந்த தொனியில் சொன்னார்.

ஜூலியன் சொன்னது எனக்கு மிகவும் ஆழமாகவே போய் எங்கோ குத்தியது போல் தோன்றியது. நான் தினமும் வேலை வேலை என்று அதை பற்றியே யோசித்து கொண்டிருந்தது, என் குடும்பத்தின் நிம்மதியை ஏதோ ஒரு விதத்தில் பாதித்து கொண்டிருந்தது என்பதை நான் கொஞ்ச நாட்களாகவே சந்தேகப்பட்டு இருந்தேன். ஆனால் அது மெலிதாக எரிந்து கொண்டிருக்கும் தணல் போல் இருந்தது. என்றாவது ஒருநாள் அதை அது முழுவதுமாக கொழுந்து விட்டு எரிய ஆரம்பிப்பதற்குள் அதை சரி செய்ய வேண்டியது என்னுடைய கடமை. என் குழந்தைகளுக்கு நான் மிக அவசியமாக தேவை என்பது, எனக்கு பல நாட்களாகவே உறுத்திக் கொண்டிருந்த விஷயம். ஆனால் ஜூலியனின் வாயிலாக இதை கேட்டது எனக்கு மீண்டும் ஒருமுறை என் மனதில் வந்து பதிந்தது. என்னிடம் இருக்கும் நேரமும் வெகு வேகமாக ஓடிக்கொண்டிருந்தது. அவர்களும் வெகு சீக்கிரமே வளர்ந்து கொண்டிருக்கிறார்கள். அவர்களுடைய பல்வேறு கலைநிகழ்ச்சிகளும் அவர்கள் நடத்திய சிறுசிறு விளையாட்டுகளும் நாடகங்களும் எல்லாவற்றையுமே நான் என் வேலை சம்பந்தமான விஷயங்களுக்காக விட்டுட்டு அலுவலகத்திற்குப் பின்னாடியே சென்றுகொண்டிருந்தேனே. நான்

என்னைப்பற்றி என்ன தான் நினைத்திருந்தேன்! அந்த நொடிப் பொழுதிலேயே மாற வேண்டும் என்ற தீர்மானம் என் மனதில் மீண்டும் ஒரு முறை வந்தது.

"மகிழ்ச்சி என்பது ஒரு பயணம் அல்லவா ஜான்" என்று ஜூலியன் தொடர்ந்தார். "நீ அதை மனதார தேர்வுசெய்ய வேண்டும். நீ நடந்து கொண்டிருக்கும் பாதையில் பதித்திருந்த வைரங்களை கண்டு மகிழ்ந்து அனுபவித்துக் கொண்டு செல்லலாம், அல்லது அந்தப் பாதையின் இறுதியில் கிடைக்குமோ கிடைக்காதோ என்ற நிச்சயமற்ற அந்த புதையலை நோக்கி செல்லலாம். நிஜமாகவே அந்த புதையல் பெட்டிக்குள் செல்வம்தான் இருக்கிறதா அல்லது அது வெறும் காலியான ஒன்றா என்பது கூட உனக்கு இன்றைக்கு தெரியாது. ஆகவே அது எல்லாவற்றையும் விட்டுவிட்டு ஒவ்வொரு நாளும் வழங்கும் சிறந்த தருணங்களை மிகவும் முழுமையான மகிழ்ச்சியோடு அனுபவித்து பார்" என்று உற்சாகமூட்டினார்.

"இன்றைக்கு இருப்பதை அனுபவி என்று நீங்கள் ஒரு விஷயத்தை சொன்னீர்களே, அதை எங்கிருந்தாவது கற்றுக்கொள்ள முடியுமா?" என்று ஆவலாகக் கேட்டேன்.

"ஏன் முடியாது! நிச்சயமாக முடியுமே! உன் தற்போதைய சூழ்நிலை எதுவாக இருந்தாலும் வாழ்க்கையை என்ற அழகிய பரிசினை முழுமையாக அனுபவித்து, தினசரி வாழ்க்கையின் ரத்தினங்களை நீ நிச்சயம் அனுபவிக்க முடியும். அதற்குண்டான பல்வேறு பயிற்சிகளும் இருக்கின்றன" என்றார்.

"ஆனால் இது எல்லோராலும் முடியுமா என்ன? இது கொஞ்சம் அதிகமான எதிர்பார்ப்பு இல்லையா! உதாரணத்திற்குச் சொன்னால், வியாபாரத்தில் சரியான முடிவுகள் எடுக்காததனால் பண விஷயத்தில் பெரும் தோல்வியை அனுபவித்திருக்க கூடியவர்களுக்கு இது எப்படி சாத்தியமாகும்? அவர்கள் தங்களுடைய பணத்தை மட்டும் இல்லாமல் தங்களுடைய மனநிம்மதியும் கூட அல்லவா இழந்து இருப்பார்கள்!" என்றேன்.

என் கேள்வியை புரிந்துகொண்டவர் சிரித்துக்கொண்டே "ஜான், நீ வங்கியில் எவ்வளவு பணம் வைத்திருக்கிறாய் என்பதும் உன் வீட்டின் அளவும் உன் வாழ்க்கையின் மகிழ்ச்சியை எந்தவிதத்திலும் பாதிப்பதில்லை. உலகம் முழுவதும் மகிழ்ச்சியற்ற கோடீஸ்வரர்கள் எத்தனையோ பேர் இருக்கிறார்கள்! சிவானாவில் நான் சந்தித்த ஞானிகள் யாருக்காவது வங்கிக் கணக்கோ பணமோ

இருந்திருக்கிறதா என்ன! ஆனால் அவர்கள் முழுமையான மகிழ்ச்சியை அனுபவித்துக் கொண்டிருக்கவில்லையா! பணம் சம்பாதிப்பது என்பதும் வாழ்க்கையை அனுபவிப்பது என்பதற்கும் மிகப்பெரிய வேற்றுமைகள் இருக்கின்றன. உன் வாழ்க்கையில் தினசரி ஐந்து நிமிடங்கள் கூட நன்றியுணர்வோடு வாழ்ந்தால் நீ தேடிக்கொண்டிருக்கும் வாழ்க்கையின் செல்வம் உனக்கு நிச்சயமாக கிடைக்கும். நீ இப்போது கூறிய உதாரணத்தில் கூட, அவனுடைய கஷ்டத்தையும் மீறி வேறு பல விஷயங்களுக்கு நன்றி கூற நிச்சயம் அவனுக்கு காரணங்கள் இருக்கக்கூடும். அவனுக்கு உடல் ஆரோக்கியம், அவனுடைய அன்பான குடும்பம், சமுதாயத்தில் அவனுக்கு இருக்கும் மரியாதை என்பதெல்லாம் நிச்சயம் இருக்கிறது தானே! அதற்காகவாவது அவன் நன்றி கூற கடமைபட்டிருக்கிறான் அல்லவா! சரி இப்பொழுது அவனிடம் பெரிய கனவுகளும் கடினமாக உழைக்க வேண்டும் என்ற ஆசையும் தவிர வேறு சொத்துக்கள் இல்லாமல் போகலாம். ஆனால் அப்படிப்பட்ட விஷயங்களை அவனுடைய வாழ்க்கையில் அவன் நன்றியுணர்வோடு இருப்பதற்கு மிக முக்கியமானவை தானே. ஜான், ஒவ்வொரு நாளும் நாம் நன்றி சொல்ல கடமைப்பட்டு இருக்கும் பல்வேறு விஷயங்கள் இருக்கின்றன. நல்ல அறிவுள்ள மனிதனுக்கு தன் வீட்டு ஜன்னல் கதவிற்கு வெளியே பாட்டு பாடிக் கொண்டிருக்கும் பறவைகளின் அழகான குரல் கூட நன்றி சொல்லக் கூடிய ஒரு விஷயம் தான்! நீ கேட்கும் எல்லா விஷயங்களையும் உன் வாழ்க்கை தராவிட்டாலும், உனக்கு அவசியம் வேண்டிய எல்லா விஷயங்களும் வாழ்க்கை நிச்சயம் தந்துவிடுகிறது என்பதை எந்த நாளும் மறவாதே!" என்று பொறுமையாகவும் அழகாகவும் விளக்கினார். கேட்டுத் தெளிந்தேன்.

"அதாவது எனக்கு கிடைத்த விஷயங்களுக்கு நான் நன்றி கூறி வாழ்ந்தால் நான் என்னுடைய இப்போதைய வாழ்க்கையில் மகிழ்ச்சியாக வாழ்வேன் என்று சொல்கிறீர்களா என்ன" என்று கேட்டேன்.

"ஆமாம் நிச்சயமாக! சும்மா ஏதோ வாழ்க்கையை கடத்திக் கொண்டு இருக்கிறேன் என்பதைத்தாண்டி முழுதாய் அனுபவித்து வாழ்ந்து கொண்டிருக்கிறேன் என்று நிலைக்கு அதுதான் உன்னை எடுத்துச்செல்லும். உன்னுடைய தற்போதைய கணத்தை மகிழ்ச்சியோடு அனுபவித்தால், உன் வாழ்க்கையின் குறிக்கோளை

வளர்த்துக் கொள்வதற்கு உனக்கு வேண்டிய சக்தி கிடைக்கிறது" என்றார்.

"என்னது குறிக்கோளை வளர்த்து கொள்வதா?" ஹையோ, மீண்டும் புதிரா!

"ஆமாம் ஜான். உலகத்தில் இருக்கும் நாம் அனைவருக்குமே செய்ய வேண்டிய விஷயம் என்று ஒன்று இருக்கிறது. உன் வாழ்க்கையில் உனக்கு இருக்கும் குறிக்கோள் என்னவென்று நீ அடையாளம் கண்டுகொண்ட உடனே உனக்குள் இருக்கும் அறிவாற்றல் வெளியே வர ஆரம்பிக்கும். உன் வாழ்க்கையில் மகிழ்ச்சி நிறையும். நீ செய்ய வேண்டிய விஷயம் என்னவாக இருந்தாலும் சரி, குழந்தைகளுக்கு கல்வி தரும் ஒரு மகத்தான ஆசிரியராக இருப்பதோ அல்லது ஓவியனாக இருப்பதோ அல்லது வேறு எந்த விஷயமாக இருந்தாலும், நீ வேண்டுவது அனைத்துமே எளிதாக கிடைக்கும். நீ இதற்காக கடினமான முயற்சி கூட செய்ய வேண்டியிருக்காது. சொல்லப்போனால் நீ இந்த விஷயத்தில் கஷ்டப்பட்டு முயற்சி செய்யச் செய்ய, அந்த இலக்கு உன்னை விட்டு தூரத்தில் தான் செல்லும். அதனால் ரொம்ப கஷ்டப்பட்டுக் கொள்ளாமல், உன் கனவின் பாதை எதுவோ அதை நோக்கி செல்லத் துவங்கும் போதே அது உன்னை உன் குறிக்கோள் இருக்கும் பாதையில் நிச்சயம் கொண்டு செல்லும். இதைத்தான் நான் 'குறிக்கோளை அடையாளம் கண்டு வளர்த்துக் கொள்வது' என்று குறிப்பிட்டேன்" என்றார் அவர்.

மேலும் தொடர்ந்து "இன்னொரு கதை சொல்லட்டுமா? நான் சிறுவனாக இருக்கும்போது என் தந்தை எனக்கு 'பீட்டரின் மந்திர நூல்கண்டு' என்ற ஒரு கற்பனை கதையை பற்றி அடிக்கடி சொல்லுவார். இந்த பீட்டர் இருக்கிறானே அவன் மிகவும் சந்தோஷமாக வாழ்க்கை வாழ்ந்து கொண்டிருந்த ஒரு சிறுவன். அவன் குடும்பத்தார், அவன் நண்பர்கள், அவனுடைய ஆசிரியர்கள் என்று எல்லோருக்குமே பீட்டரை ரொம்ப பிடிக்கும். ஆனால் அவனிடம் ஒரே ஒரு குறைதான் இருந்தது" என்று ஒரு மர்மமான முடிச்சு ஒன்று வைத்தார். தேர்ந்த வக்கீலாயிற்றே!

"அது என்ன குறை? சொல்லிவிடுங்களேன்!" என்றேன்.

தன் வாதம் வெற்றிபெறுகிறது என்று ஒரு வக்கீலுக்குப் புலப்படும்போது ஒரு கம்பீரமான புன்சிரிப்பு வருமே, அப்படி புன்னகைத்துக்கொண்டே, "பீட்டருக்கு என்றைக்குமே தற்போது

இருக்கும் தருணத்தை அனுபவித்து பார்க்கும் பழக்கமே இருக்கவில்லை. அவன் பள்ளிக்கூடத்தில் உட்கார்ந்து கொண்டிருக்கும் போது, வெளியே விளையாடுவதை பற்றி யோசித்துக்கொண்டு இருந்தானாம். வெளியே விளையாடிக் கொண்டிருக்கும்போது விடுமுறையை எப்படி கழிக்கலாம் என்று யோசித்துக் கொண்டிருந்தானாம். அன்றைய தினத்தில் இருக்கும் சிறப்பான தருணங்கள் எதையுமே அனுபவிக்காமல் அவன் எப்போதும் கனவிலேயே இருந்தானாம். ஒருநாள் அவன் வீட்டின் அருகே இருக்கும் ஒரு தோட்டத்தில் நடந்து சென்று கொண்டிருந்தபோது, களைப்படைந்து சற்று ஓய்வெடுக்கலாம் என்று புல் தரையில் படுத்தான், அப்படியே உறங்கி விட்டான். சிறிது நேரம் கழித்து யாரோ அவன் பெயரைச் சொல்லி கூப்பிடுவது போல் உணர்ந்து கண்திறந்து பார்த்தான். அவனுக்கு அருகே ஒரு அழகான தெய்வீகக் களை கொண்ட ஒரு மூதாட்டி நின்று கொண்டிருந்தாராம். அவர் கையில் ஒரு கம்பளி நூல் கண்டு இருந்ததாம். 'பீட்டர், உன் வாழ்க்கையை கட்டுப்படுத்தும் நூல் இதுதான். இந்த நூல்கண்டை நீ சிறிதளவு பிரித்தால் உன் வாழ்க்கையில் பல மணிநேரங்கள் நொடிப் பொழுதிலேயே கடந்து சென்றுவிடும். இன்னும் கொஞ்சம் இழுத்தால் வெறும் நிமிடக் கணக்கில் பல நாட்கள் விரைவாகக் கடந்துவிடும். இன்னும் அதிகமாக இழுத்தால் உன் வாழ்க்கையின் பல வருடங்கள் வெறும் நிமிடங்களாகவே கடந்து விடும்' என்று சொல்லி அந்த மூதாட்டி மறைந்து விட்டாராம். அடுத்த நாள் பீட்டர் வழக்கம்போல் தன் வகுப்பறையில் உட்கார்ந்து கொண்டிருக்கும் போது அவனுக்கு நேரம் போகாமல், திடீரென்று முந்தைய நாள் அவனுக்கு கிடைத்த நூல்கண்டு நினைவுக்கு வரவே, அவன் அந்த நூல் கண்டை எடுத்து சிறிதளவு இழுத்து பார்த்தான். உடனே அவன் வீட்டிற்கு போய் அங்கே விளையாடிக்கொண்டிருந்ததுபோல் அவனுக்குத் தோன்றியது. சரி சிறுவனாக இருந்தது போதும் என்று எண்ணி, அந்த நூல் கண்டை இன்னும் கொஞ்சம் அதிகமாகவே இழுத்தான். வருடங்கள் கூடிவிட்டன, அவனுக்கு பருவவயது வந்து, எலிசா என்ற ஒரு பெண்ணைப் பார்த்து மயங்கி அவளுடன் வாழ்க்கை கடந்து கொண்டிருப்பதாகத் தோன்றியது. சரி இன்னும் மேலே என்ன நடக்கும் பார்க்கலாமே என்று எண்ணி, மறுபடி நூல்கண்டினை இழுத்தான். அவன் அந்த எலிசாவை மணந்து கொண்டு அவர்களுக்கு இரண்டு அழகான குழந்தைகள் பிறந்து, வாழ்க்கையை அவர்கள் வாழ்ந்து கொண்டிருப்பதாகத் தோன்றியது. ஆனால் அவனிடம் ஒரு

சிறு மாற்றம் தெரிந்தது - அவனுடைய தலைமுடி சற்று நரைத்துப் போக ஆரம்பித்திருந்ததை கண்டான். ஆனாலும் அவன் அவசரம் அவனுக்கு பழக்கதோஷம் அல்லவா! நூலை மீண்டும் இழுத்தான். திடீரென்று பார்த்தால் பீட்டர் தொண்ணூறு வயது கிழவனாக மாறி அவன் தலைமுடி முழுதும் பஞ்சாய் நரைத்துப் போயிருந்தது. எலிசா இறந்து விட்டிருந்தார். அவருடைய இரண்டு குழந்தைகளும் வளர்ந்து பெரியவர்களாகி தங்களுக்கென குடும்பங்கள் ஏற்பட்டு அவர்கள் பிரிந்து போய் விடுகிறார்களாம். அப்பொழுதுதான் முதன் முதலில் அவனுக்கு தனிமை என்ற உணர்வு ஏற்பட்டு ஏன் நம் வாழ்க்கை இவ்வளவு அவசரமாகக் கடந்து செல்கிறது என்ற உணர்வு ஏற்பட்டதாம். ஒவ்வொரு நாளும் அவனைச் சுற்றி இருந்த அழகான விஷயங்களை அனுபவிக்காமல் அவசர அவசரமாக வாழ்ந்ததை நினைத்து சோகத்தில் ஆழ்ந்தான். சரி இப்பொழுதாவது அழகான விஷயங்களை நாம் ரசிக்கலாமே என்ற மீண்டும் ஒருமுறை அவன் வீட்டின் அருகில் இருந்த தோட்டத்திற்குச் சென்றான். வயதானதால் வெகுவிரைவிலேயே களைப்படைந்து ஓய்வெடுக்க மீண்டும் புல் தரையில் அமர்ந்தான். அவன் சிறுவனாக இருந்த பொழுது அவனைச் சுற்றி இருந்த செடிகள் எல்லாம் பெரும் மரங்களாக வளர்ந்து விட்டிருந்ததை அப்போதுதான் அவன் கவனித்தான். அதன் நிழலில் உட்கார்ந்து அவன் அப்படியே உறங்கி விட்டான். மீண்டும் ஒரு முறை அவனை பெயர் சொல்லி யாரோ கூப்பிடுவது போல் உணர்ந்தான். கண் திறந்து பார்த்தால் மீண்டும் அதே பழைய மூதாட்டி அவன் முன்னே நின்றிருந்தாராம். 'நான் உனக்கு அன்று கொடுத்த பரிசு உனக்கு பிடித்திருந்ததுதானே' என்று அந்த மூதாட்டி கேட்டதற்கு, 'எங்கே தாயே, முதலில் எனக்கு அதை அனுபவித்து பார்க்க ரொம்ப சந்தோஷமாகத்தான் இருந்தது, ஆனால் பேராசைப்பட்டு அதை அவசரமாக பிரித்தேனல்லவா, அதனால் என் வாழ்க்கையை முழுமையாக அனுபவிக்காமல் மிக வேகமாக என்னை கடந்து சென்று, நான் ரொம்ப அவசரப்பட்டு விட்டேன்' என்றானாம். 'என்னப்பா உனக்கு அளிக்கப்பட்ட பரிசினை உன்னால் பாராட்டி பெற்றுக் கொள்ள முடியவில்லையே! பரவாயில்லை விடு மீண்டும் ஒருமுறை உனக்கு ஒரே ஒரு வரம் தருவேன்' என்று அந்த மூதாட்டி கூறினாளாம். ஒரு நிமிடம் கூட யோசிக்காமல் பீட்டர் 'நான் மீண்டும் சிறு பிள்ளையாக மாறி மீண்டுமொருமுறை என் வாழ்க்கையை வாழ ஆரம்பித்து, என்னுடைய ஒவ்வொரு நாளையும் மகிழ்ச்சியுடன்

அனுபவிக்க ஆசைப்படுகிறேன்' என்றானாம். அதை சொன்னவுடன் அவன் கண்கள் மீண்டும் மூடிக்கொண்டு அவன் ஆழ்ந்த உறக்கத்தில் சென்றது போல் உணர்ந்தான். மறுபடி இன்னொரு முறை அவன் பெயரை யாரோ கூப்பிடுவது போல் உணர்ந்து கண் திறந்து பார்த்தால் அவனுடைய தாயார் மீண்டும் இளமையுடன் அவனை தட்டி எழுப்பி "பீட்டர் என்ன செய்து கொண்டிருக்கிறாய்! நீ வரவர ரொம்ப அதிகமாக தூங்குகிறாயா சீக்கிரம் எழுந்திருக்கவில்லை என்றால் பள்ளிக்கு நேரம் ஆகிவிடும்" என்று அவனை எழுப்பி விட்டாளாம். உற்சாகத்துடன் மீண்டும் எழுந்த பீட்டர் தான் கண்டதெல்லாம் வெறும் கனவுதான் என்று உணர்ந்து, சரி இனிமேலாவது தன் வாழ்க்கையை அனுபவித்து வாழவேண்டும் என்று உறுதிபூண்டு ஒவ்வொரு கணப்பொழுதும் மகிழ்ச்சியாக அனுபவித்து வாழத் தொடங்கினான் " என்று கதையை முடித்தார்.

"கேட்கவே ரொம்ப அருமையாக இருக்கிறதே" என்றேன்.

ஜூலியன் தன் குரலை குறைத்துக்கொண்டு "ஆனால் இது வெறும் கதைதான் என்பதை நினைவில் வைத்துக்கொள். உண்மையான உலகில் நாம் யாருக்குமே நம்முடைய வாழ்க்கையை திரும்பிப் பார்த்ததில்லை. மீண்டும் ஒருமுறை வாழவோ எப்பொழுதுமே ஒரு வாய்ப்பு கிடைப்பதில்லை. அதனால் நம் எல்லோருக்குமே இன்றைய பொழுதை அனுபவித்து வாழக் கிடைக்கும் ஒரே ஒரு வாய்ப்பு இன்றுதான். அதனால் நம்முடைய ஒவ்வொரு நாளையும் மகிழ்ச்சியுடன் அனுபவித்து, மற்றவர்களுக்கு உதவியாக கழிப்பதில் தான் உண்மையான ஆனந்தம் இருக்கிறது. நம் கைவிரல்களுக்கு நடுவே ஓடிவிடும் மண்துகள்களை போல், நேரமும் நம்மை கடந்து சென்றுவிடும். அதனால் ஒவ்வொரு நாளையும் ஒவ்வொரு சிறப்பான தருணத்தையும் முழுமையாக அனுபவி. நீ என்னெவெல்லாம் செய்ய ஆசைப்படுகிறாயோ அது எல்லாவற்றையும் செய்து முடி. மலையேற்றமா, அல்லது ஏதாவது இசைக்கருவி வாசிக்க கற்றுக் கொள்வதா, அல்லது மழையில் நடனமாடுவதா, அல்லது புதிய தொழில் ஏதாவது ஆரம்பிப்பதா, எது வேண்டுமானாலும் செய். உன்னுடைய மகிழ்ச்சியை வேறு ஒருநாள் அனுபவித்துக் கொள்ளலாம் என்று என்றைக்குமே தள்ளி போடாதே. வெற்றியை நோக்கி முன்னேற வேண்டுமா, நல்லதுதான்! ஆனால் அந்த வெற்றியை என்றோ ஒருநாள் அனுபவிப்பதை விட அந்த வெற்றியை நோக்கிய உன்னுடைய பயணத்தையும் மகிழ்ச்சியோடு அனுபவிக்கக்

கற்றுக்கொள். அதுதான் நீ உன் வாழ்க்கையில் அடையக்கூடிய மிக உன்னதமான நிலை.

"அப்படி என்ன உன்னத நிலை அது?" என்று வினவினேன்.

"உண்மையாகவே எல்லாவற்றிலும் உயர்நிலை பெற்றவர்கள் எல்லோருமே ஒரு உன்னத நிலையைப் போய் அடைவார்கள் என்று சிவானாவின் ஞானிகள் நம்பினர். இந்த நிலையில் எதுவுமே சாத்தியம்தான், கஷ்டங்களும் குறைபாடுகளும் எதுவுமே இருக்காது. இதை சொர்க்கத்தின் வாசல் என்று கூட அவர்கள் எண்ணினார்கள். அவர்களுடைய வாழ்க்கையின் இறுதி இலக்கு இதுதான் என்றே நம்பினார்கள்" என்றார்.

தொடர்ந்து, "ஜான் நம் எல்லாருமே இங்கே ஒரு குறிப்பிட்ட காரணத்திற்காகத்தான் வந்திருக்கிறோம். உன் வாழ்க்கையில் உன்னுடைய குறிக்கோள், உன்னுடைய இலக்கு என்ன என்பதைப் பற்றி நன்றாக சிந்தித்துப் பார். அதை எப்படி செயல்படுத்த முடியும், அதோடு சேர்த்து மற்றவர்களுக்கும் உபயோகப்படும் விதத்தில் நீ எப்படி வாழ முடியும் என்பதையும் பற்றி நன்றாக சிந்தித்துப் பார். நான் இதுவரை உன்னிடம் பகிர்ந்து கொண்ட எல்லா விஷயங்களையும் செயல்முறைகளையும் செயல்படுத்தி பார். உனக்கு என்னவெல்லாம் ஆக வேண்டுமோ நீ ஆகலாம். நான் சொன்ன அந்த உன்னத நிலைக்கு நீயும் சேரலாம்: என்றார்.

"நான் அந்த நிலைக்குப் போய் சேர்ந்தேன் என்று எனக்கு எப்படித் தெரியும்?" என்று கேட்டேன்.

"அதற்குண்டான அறிகுறிகள் உனக்கு கொஞ்சம் கொஞ் சமாகத் தெரிய ஆரம்பிக்கும். உன்னைச் சுற்றியிருக்கும் எல்லா விஷயங்களிலும் நீ புனிதத்தன்மையை உணர்வாய். சந்திரனின் அழகான ஒளியில், அல்லது வெயில் அடித்துக் கொண்டிருக்கும் வெப்பமான நாளிலும் கூட அழகாக தெரியும் நீல வானத்தில், ஏன் ஒரு சிறிய மலரின் வாசத்தில் அல்லது ஒரு குழந்தையின் சிரிப்பிலும் கூட நீ உன்னதத்தை காண ஆரம்பிப்பாய்" என்று புன்னகையுடன் பதிலளித்தார்.

எனக்குள் ஒரு புதிய ஆற்றல் பாய்வதை என்னால் நிச்சயம் உணர முடிந்தது, நான் ஒரு புதிய மனிதனாக மாறுவதை உணர்ந்தேன். "ஜூலியன், நீங்கள் எனக்கு இவ்வளவு நேரம் செலவழித்து கற்றுக் கொடுத்த விஷயங்கள் நிச்சயம் வீண் போகாது என்று உறுதியளிக்கிறேன். சிவானாவின் ஞானிகள் கற்றுக்கொடுத்த

தன் பொக்கிஷத்தை விற்ற துறவி

எல்லாவற்றையும் நான் கிரகித்துக் கொண்டு அதன்படி வாழ்வேன் என்று எனக்கு நிச்சயமாகத் தெரிகிறது. அதுமட்டுமல்ல, மற்றவர்களுக்கும் இதன் பலன்களை நிச்சயம் கற்றுக் கொடுப்பேன். நான் என் இதயப்பூர்வமாகவே இதை உங்களுக்குக் கூறுகிறேன்" என்று ஜூலியனிடம் உறுதியளித்தேன்.

"ரொம்ப சந்தோஷம் ஜான்! சிவானாவின் ஞானிகளிடமிருந்து நான் பெற்றதை உனக்கு கற்றுக்கொடுத்ததைப்போல நீ மற்றவர்களுக்கும் கொடுத்தால் அவர்களும் அதை உபயோகித்து பயன்பெறுவார்கள். அவர்களுடைய வாழ்வும் உயர்வு பெறும். ஒரு விஷயத்தை மறந்து விடாதே! நீ செல்ல வேண்டிய இடம் எவ்வளவு முக்கியமோ, உன்னுடைய அந்த பயணமும் அதே அளவு முக்கியம்!" என்று நினைவுபடுத்தினார். சரி, ராமன் சொன்ன பல கதைகளில், ஒரு முக்கியமான கதை மீதி இருக்கிறதே அதை சொல்லி விடட்டுமா?" என்று கேட்டார்.

"நிச்சயம் சொல்லுங்களேன் அதிலிருந்து இன்னும் என்ன முடியுமோ கற்கலாம்" என்றேன்.

"பல நூற்றாண்டுகளுக்கு முன்னதாக இந்தியாவில் ஒரு மாமன்னர் வாழ்ந்து வந்தாராம். அவருடைய மனைவிக்கு மிகப்பெரும் காதல் சின்னமாக ஒரு கட்டிடம் கட்ட வேண்டும் என்று அவர் ஆசைப்பட்டாராம். உலகிலேயே வேறு எங்குமே கண்டிருக்க முடியாத அளவுக்கு இது ஒரு அழகான காட்சியாக இருக்க வேண்டும் என்று ஆசைப்பட்டாராம். இதற்கு மிகச் சிறந்த தொழிலாளிகளை உபயோகித்தாராம். மெல்லமெல்ல ஒவ்வொரு கல்லாக இந்த கட்டிடம் கட்டப்பட்டு, ஒவ்வொரு நாளும் அதன் அழகு மெருகடைந்து கொண்டிருந்தது. ஒவ்வொரு நாளும் அது இன்னும் மேம்பட்டுக் கொண்டு, பார்ப்பதற்கு ஒரு பெரிய அழகான நினைவுச்சின்னம் போல் உருமாறத்தொடங்கியது. இறுதியாக 22 ஆண்டுகளின் உழைப்பின் சின்னமாகவும் அந்த மகாராஜாவின் அன்பின் சின்னமாகவும் அந்த கட்டிடம் எழுந்து கம்பீரமாக நின்றது. எதைப்பற்றி கூறுகிறேன் என்று புரிந்து கொண்டாய் அல்லவா?"

"புரியவில்லை ஜூலியன், நீங்களே சொல்லிவிடுங்களேன்!" என்றேன்.

"நான் சொல்வது தாஜ்மஹால் என்ற அழகிய சின்னத்தைப் பற்றித்தான். உலகத்தின் ஏழு அதிசயங்கள் என்று கூறுவார்களே அதில் மிக முக்கியமான ஒன்று தான் இந்த கட்டிடம். இதன்மூலம்

ராமன் சொன்ன விஷயமும் இதுதான் - இந்த பூமியில் இருக்கும் ஒவ்வொருவரும் ஒரு அதிசயம்தான். நாம் ஒவ்வொருவரும் ஏதாவது ஒரு விதத்தில் அற்புதங்கள் செய்கிறோம். ஒவ்வொருவருக்கும் மிகப்பெரிய சாதனைகள் செய்யவும் மகிழ்ச்சியாக இருக்கவும் நிம்மதியுடன் நீண்டநாள் சந்தோஷத்துடன் இருக்கவும் ஆற்றல் நிச்சயமாக இருக்கிறது. இதற்கு வேண்டியதெல்லாம் ஒரே ஒரு விஷயம்தான், அந்த இலக்கை நோக்கி எடுத்து வைக்க வேண்டிய முதல் படி தான் அது. தாஜ்மஹால் என்ற பிரம்மாண்ட அதிசயக்கட்டிடம் எப்படி ஒவ்வொரு நாளும் ஒவ்வொரு கல்லாக உருவானதோ, அதைப்போலவே சிறுசிறு வெற்றிகளும் ஒரு பெரிய வெற்றியை நோக்கி உருவாகும். நான் கூறியது போலவே தினம் தினம் இந்த சிறிய சிறிய பழக்கங்களை ஏற்படுத்திக் கொண்டால், இந்த பழக்கங்கள் வாழ்க்கையில் நல்ல மாற்றங்களை கொண்டு வந்து, இறுதியில் மிகவும் அழகான ஒரு உன்னத நிலைக்கு கொண்டு போய் சேர்க்கும். ஒவ்வொரு நாளையும் உன் வாழ்க்கையின் இறுதி நாள் என்று நினைத்துக்கொண்டு வாழத் துவங்கு. இன்றிலிருந்து தினமும் ஏதாவது புதிதாக கற்றுக் கொள். இன்னும் அதிகமாக சிரிக்க கற்றுக்கொள். நீ உண்மையில் எதை விரும்புகிறாயோ அதைச் செய்வதற்கும் கற்றுக்கொள். உன் குறிக்கோள் உன்னுடையது, அதை யாருக்கும் விட்டுக் கொடுக்காதே. உன் கடந்த காலத்தை விட உன் எதிர்காலத்தை விட உனக்குள் இன்று பொதிந்திருக்கும் அந்த மகத்தான ஆற்றல் தான் மிகவும் பெரியது என்பதை என்றைக்கும் மறந்துவிடாதே!" என்று கூறிய ஜூலியன் மேலே எதுவும் பேசாமல் எழுந்து வந்து, தனக்கு இல்லாத ஒரு சகோதரனைப்போல் என்னை வந்து இறுக அணைத்துக் கொண்டு, தட்டிக் கொடுத்து என் வீட்டு வரவேற்பறையில் இருந்து வெளியேறினார்.

அவர் சென்றதும், அவர் உட்கார்ந்திருந்த இருக்கையை பார்த்தவாறே, அவர் சொன்ன எல்லா விஷயங்களையும் என் மனதிற்குள் ஓட்டிப் பார்த்துக் கொண்டிருந்தபோது, அவருடைய வருகையின் ஒரே ஒரு அடையாளம் தான் என் கண்ணில் பட்டது. அவர் அங்கே விட்டுச் சென்றிருந்த ஒரு காலியான கோப்பை! என் வாழ்க்கையில் என் கோப்பையும் நிரம்பி வழியும் என்ற புதிய நம்பிக்கை என்னுள் ஏற்பட்டது. வெளியே விடிந்திருந்தது, எனக்குள்ளும்தான்!

தன் பொக்கிஷத்தை விற்ற துறவி

பதின்மூன்றாவது அத்தியாயம் - செயல்முறை தொகுப்பு
ஜூலியனின் அறிவுரை சுருக்கம்

குறியீடு	
நற்பண்பு	நிகழ்காலத்தை முழுமனதுடன் ஏற்றுக்கொள்.
தெளிவு	• நிகழ்காலத்தில் வாழ்ந்து, இன்றைய தினத்தின் பரிசுகளை அனுபவி • சாதனை படைக்கவேண்டும் என்று, சாதிக்கும்பொழுது கிடைக்கும் மகிழ்ச்சியை விட்டுவிடாதே • வாழ்க்கை பயணத்தை முழுமையாக அனுபவி. ஒவ்வொரு தினத்தையும், உன் வாழ்க்கையின் கடைசிதினம் இதுதான் என்பதுபோல் ரசித்து வாழ்
செயல்முறை	• குழந்தைகளின் சிறுவயது பருவத்தை வாழ்ந்து அனுபவி • நன்றி கொள் • குறிக்கோளை வளர்த்துக்கொள்
மேற்கோள் காட்டவல்ல கூற்று	நாம் அனைவருமே ஒரு குறிப்பிட்ட சிறப்பான காரணத்திற்காகத்தான் இந்த புவியில் பிறவி எடுத்திருக்கிறோம். கடந்தகாலத்தால் கட்டுண்டு கிடக்காமல், எதிர்காலத்தை வடிவமைத்து வாழ்.

உன்னதமான வாழ்க்கைக்கு ஏழு நற்பண்புகள்

நற்பண்பு	குறியீடு
1 மனதின்மேல் ஆளுமை கொள்	பிரமாண்டமான அழகிய தோட்டம்
2 உன் வாழ்க்கையின் குறிக்கோளை நோக்கிச் செல்	கலங்கரை விளக்கம்
3 கைஸென் முறையை செயல்படுத்து	சுமோ மல்யுத்த வீரர்
4 கட்டுப்பாட்டுடன் வாழ்	பிங்க் நிற வயர் கம்பி
5 நேரத்திற்கு மதிப்பு கொள்	தங்கக் கடிகாரம்
6 சுயநலமில்லாமல் பிறருக்கு சேவை செய்'	நறுமணம் கமழும் ரோஜாக்கள்
7 நிகழ்காலத்தை முழுமையாக ஏற்றுக்கொள்	வைரங்கள் பதிந்த பாதை

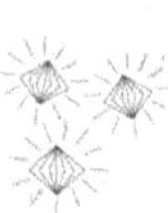

நூலாசிரியரைப் பற்றி

ராபின் ஷர்மா சர்வதேச அளவில் மதிக்கப்படுகின்ற ஒரு மனிதநேய ஆர்வலர். ஆதரவற்றக் குழந்தைகள் சிறப்பான வாழ்க்கையை வாழ உதவுகின்ற ஒரு தொண்டு நிறுவனத்தை அவர் நிறுவியுள்ளார்.

தலைமைத்துவத்தைக் கற்றுக் கொடுக்கின்ற வல்லுனர்களில் உலகில் ன்னணியில் உள்ளவர்களில் ஒருவராகக் கருதப்படுகின்ற இவருக்குப் பல்வேறு வகைப்பட்ட வாடிக்கையாளர்கள் உள்ளனர். உலகின் 100 ன்னணி நிறுவனங்களில் பலவும், பிரபலமான கோடீஸ்வரர்களும், தலைசிறந்த விளையாட்டு வீரர்களும், இசை நட்சத்திரங்களும், அரச குடும்பத்தைச் சேர்ந்தோரும் இவருடைய வாடிக்கையாளர்களில் அடங்குவர்.

பெரிய பதவிகள் எதுவும் வகிக்காமலேயே தலைமைத்துவப் பொறுப்பேற்றுச் செயல்படுவதற்குத் தங்கள் ஊழியர்களை ஊக்குவித்து அவர்களை வளர்த்தெடுப்பதற்கு ராபின் ஷர்மாவை ஈடுபடுத்தியுள்ள நிறுவனங்கள், இந்தச் சிக்கலான காலகட்டத்தில் மிகச் சிறப்பான விளைவுகளைப் பெற்றுக் கொண்டிருக்கின்றன, துணிகர மாற்றங்களை ஏற்படுத்திக் கொண்டிருக்கின்றன. அவற்றில், நாசா விண்வெளி நிலையம், மைக்ரோசாஃப்ட், நைக்கி, ஜெனரல் எலெக்ட்ரிக், ஹியூலெட்-பேக்கார்டு, ஸ்டார்பக்ஸ், ஆரக்கிள், யேல் பல்கலைக்கழகம், ஐபிஎம் வாட்சன், யங் பிரெசிடென்ட்ஸ் அமைப்பு ஆகியவையும் அடங்கும்.

தலைமையுரை வழங்குவதற்கு உலகம் நெடுகிலுமிருந்தும் அவருக்கு அழைப்புகள் வந்து குவிகின்றன. அவர் உங்களுடைய அடுத்தக் கருத்தரங்கில் கலந்து கொண்டு சொற்பொழிவாற்ற வேண்டும் என்று நீங்கள் விரும்பினால், குறிப்பிட்ட அந்த நாளன்று பேசுவதற்கு அவருக்கு நேரமிருக்கிறதா என்பதைத் தெரிந்து கொள்ளுவதற்கு robinsharma.com/speaking என்ற இணையத்தளத்திற்குச் செல்லுங்கள்.

இவருடைய தலைசிறந்த நூல்களான 'தனது பொக்கிஷத்தை விற்ற துறவி,' 'மேன்மைக்கான வழிகாட்டி,' 'டிசூடா மன்னர்' ஆகியவை 92க்கும் அதிகமான மொழிகளில் மொழிபெயர்க்கப்பட்டுள்ளன. உலகில் மிக அதிக எண்ணிக்கையிலான வாசகர்களின் மனங்கவர்ந்த நூலாசிரியர்களில் இவரும் ஒருவராகத் திகழுகிறார்.

மேலும் அதிக விபரங்களுக்கு robinsharma.com என்ற இணையத்தளத்திற்குச் செல்லுங்கள்

உலகம் நெடுகிலும் மிகச் சிறப்பாக விற்பனையாகிக் கொண்டிருக்கின்ற, ராபின் ஷர்மாவின் நூல்களைப் படித்து உங்கள் வாழ்வில் உச்சநிலையை அடையுங்கள்

நீங்கள் சந்தித்துள்ளவர்களில் ஆழ்ந்து சிந்திக்கின்ற, தெள்ளத்தெளிவாகத் தங்களுடைய கருத்துக்களை எடுத்துரைக்கின்ற, வெற்றிகரமான மற்றும் நயமான மக்கள் எல்லோரும் கடைபிடிக்கின்ற ஒரு பொதுவான பழக்கம் என்னவென்று நீங்கள் கவனித்திருக்கிறீர்களா? தங்கள் கைகளில் அகப்படும் எதுவொன்றையும் அவர்கள் படிக்கின்றனர் என்பதுதான் அது.

நீங்கள் ஏற்கனவே உங்கள் சிகரத்தை அடைந்திருந்தாலும் சரி அல்லது இப்போதுதான் நீங்கள் ஏறத் தொடங்கியிருக்கிறீர்கள் என்றாலும் சரி, தலைசிறந்த மக்கள் கடைபிடிக்கின்ற மிக க்கியமான பழக்கங்களில் புத்தக வாசிப்பும் ஒன்று.

எனவே, நீங்கள் உங்களுடைய உற்பத்தித்திறனை வெகுவாக அதிகரித்துக் கொள்ளவும், உங்கள் தொழிலில் மேதமை பெறவும், மிக அழகான வாழ்க்கையை வாழவும் உங்களுக்கு உதவுவதற்காகக் காத்திருக்கின்ற, சர்வதேச அளவில் பெரும் புகழைப் பெற்றுள்ள, ராபின் ஷர்மாவின் பிரபல நூல்கள் பின்வருமாறு:

[ ] The 5 AM Club
[ ] The Monk Who Sold His Ferrari
[ ] The Greatness Guide
[ ] The Greatness Guide, Book 2
[ ] The Leader Who Had No Title
[ ] Who Will Cry When You Die?
[ ] Leadership Wisdom from The Monk Who Sold His Ferrari
[ ] Family Wisdom from The Monk Who Sold His Ferrari
[ ] Discover Your Destiny with The Monk Who Sold His Ferrari
[ ] The Secret Letters of The Monk Who Sold His Ferrari
[ ] The Mastery Manual
[ ] The Little Black Book for Stunning Success
[ ] The Saint, the Surfer, and the CEO

நீங்கள் உங்களுடைய உச்சகட்ட வெற்றியைப் பெறுவதற்கு அடுத்து என்ன செய்ய வேண்டும்?

நீங்கள் நடவடிக்கை எடுக்காதவரை எதுவும் மாறுவதில்லை. நீங்கள் உண்மையான விளைவுகளைப் பெறுவதை உறுதி செய்வதற்கு, இணையத்தில் நீங்கள் நேரடியாகத் தரவிறக்கம் செய்து பயன்படுத்தக்கூடிய பல விஷயங்களை ராபின் ஷர்மா உங்களுக்காகத் தயாரித்திருக்கிறார். நீங்கள் ஒரு வெற்றியாளரைப்போலச் சிந்திக்கவும் ஒரு தொழில்முறையாளரைப்போலச் செயல்படவும் அவை உங்களுக்கு உதவும்.

இந்த அரிய வாய்ப்பு நிறைவடைவதற்குள் கீழ்க்கண்ட இணையத்தள கவரிக்குச் சென்று அவற்றைத் தரவிறக்கம் செய்து கொள்ளுங்கள்:

TheMentalMasteryToolkit.com

JAICO PUBLISHING HOUSE
Elevate Your Life. Transform Your World.

1946ல் தோற்றுவிக்கப்பட்ட ஜெய்கோ பப்ளிஷிங் ஹவுஸ் நிறுவனம், பரமஹம்ச யோகானந்தா, ஓஷோ, தலாய் லாமா, ஸ்ரீ ஸ்ரீ ரவிசங்கர், சத்குரு ராபின் ஷர்மா, தீபக் சோப்ரா, ஜாக் கேன்·ஃபீல்டு, ஏக்நாத் ஈஸ்வரன், தேவ்தத் பட்னாயக், குஷ்வந்த் சிங், ஜான் மேக்ஸ்வெல், பிரையன் டிரேசி, ஸ்டீபன் ஹாக்கிங் போன்ற, உலகம் மேன்மையடைய உதவிய நூலாசிரியர்களின் படைப்புகளை வெளியிட்டு வந்துள்ளது.

காலம் சென்ற எங்களுடைய நிறுவனரான திரு. ஜமன் ஷா, ஜெய்கோவை முதன்முதலில் ஒரு புத்தக வினியோக நிறுவனமாகத்தான் தோற்றுவித்தார். இந்தியாவின் சுதந்திரம் எந்த நேரத்திலும் வந்துவிடும் என்பதை அவர் உணர்ந்தபோது, அவர் தன் நிறுவனத்திற்கு ஜெய்கோ என்று பெயர் சூட்டினார் (ஜெய் என்றால் இந்தியில் வெற்றி என்று பொருள்). வளர்ந்து வந்து கொண்டிருக்கும் ஒரு நாட்டில் எல்லோருக்கும் கட்டுப்படியாகும் விலையில் புத்தகங்கள் கிடைக்க வேண்டும் என்ற தேவையை நிறைவேற்றுவதற்காக, திரு ஷா அவர்கள், பின்னர் ஜெய்கோவின் சொந்தப் பதிப்பு நிறுவனத்தைத் துவக்கினார். இந்தியாவில் ஆங்கில மொழியில் 'பேப்பர் பேக்' புத்தகங்களைப் பதிப்பித்த முதல் நிறுவனம் ஜெய்கோதான்.

சுயமுன்னேற்றம், சமயம், தத்துவம், மனம்/உடல்/ஆன்மா, மற்றும் வணிகம் தொடர்பான நூல்களை நாங்கள் அதிகமாக வெளியிட்டு வந்தாலும், பயணம், நடப்பு நிகழ்வுகள், வாழ்க்கை வரலாறுகள், பிரபல அறிவியல் நூல்கள் ஆகியவற்றை உள்ளடக்கிய பலதரப்பட்ட நூல்களையும் நாங்கள் வெளியிடுகிறோம். பிரபலமான புதினங்கள்மீது இப்போது நாங்கள் குறிப்பிடத்தக்க கவனம் செலுத்தி வருகிறோம். இந்தியா மற்றும் வெளிநாடுகளைச் சேர்ந்த புதிய இளம் எழுத்தாளர்களின் பல்வேறு நூல்களை நாங்கள் வெளியிட்டிருப்பது இதற்குச் சான்று பகரும். மொழிபெயர்ப்புப் பிரிவு ஒன்றையும் சமீபத்தில் நாங்கள் துவக்கியிருக்கிறோம். சிறந்த ஆங்கில நூல்களை ஒன்பது இந்திய மொழிகளில் நாங்கள் மொழிபெயர்த்து வெளியிட்டு வருகிறோம்.

தன்னுடைய சொந்த நூல்களைப் பதிப்பிக்கின்ற மற்றும் வினியோகிக்கின்ற ஒரு நிறுவனமாக இருப்பதோடு கூடவே, சர்வதேச அளவிலும் இந்திய அளவிலும் முன்னணி வகிக்கின்ற பிற பதிப்பாளர்களின் படைப்புகளை இந்திய அளவில் வினியோகிக்கின்ற ஒரு பெரிய நிறுவனமாகவும் ஜெய்கோ திகழ்கிறது. மும்பையைத் தலைமையகமாகக் கொண்டு செயல்படுகின்ற ஜெய்கோவிற்கு, அகமதாபாத், பெங்களூர், போபால், புபனேஷ்வர், சென்னை, தில்லி, ஹைதராபாத், கொல்கத்தா, லக்னோ ஆகிய நகரங்களில் கிளைகளும் விற்பனை அலுவலகங்களும் இருக்கின்றன.

Visit our Website

Scan QR Code